துணிந்தவனுக்கே

வெற்றி

AF821493

துணிந்தவனுக்கே

வெற்றி

ஜாக் கேன்ஃபீல்டு
மார்க் விக்டர் ஹான்சன்

தமிழில்: நாகலட்சுமி சண்முகம்

MANJUL
மஞ்சுள் பப்ளிஷிங் ஹவுஸ்

First published in India by

Manjul Publishing House

Corporate and Editorial Office

• 2nd Floor, Usha Preet Complex, 42 Malviya Nagar, Bhopal 462 003 - India

Sales and Marketing Office

• C-16, Sector 3, Noida, Uttar Pradesh 201301, India

Website: www.manjulindia.com

Distribution Centres

Ahmedabad, Bengaluru, Kochi, Kolkata, Chennai,
Hyderabad, Mumbai, New Delhi, Pune

Tamil translation of
DARE TO WIN by *Jack Canfield* and *Mark Victor Hansen*

Copyright © 1994 by Mark Victor Hansen and Jack Canfield

This edition first published in 2013
Fifteenth impression 2026

ISBN 978-81-8322-289-1

Translation by Nagalakshmi Shanmugam
Editing & Typeset by PSV Kumarasamy

Printed and bound in India by Repro India Limited.

All rights reserved. No part of this publication may be reproduced, stored in or introduced into a retrieval system, or transmitted, in any form or by any means (electronic, mechanical, photocopying, recording or otherwise) without the prior written permission of the publisher. Any person who does any unauthorized act in relation to this publication may be liable to criminal prosecution and civil claims for damages.

உள்ளடக்கம்

முன்னுரை

நாம் அனைவரும் விரும்புவது என்ன? நம் வாழ்க்கை அற்புதமான ஒன்றாக இருக்க வேண்டும் என்றுதானே? நம் விருப்பம் செல்வம் சேர்ப்பதாகவோ அல்லது அதிக உத்வேகமளிக்கும் ஒரு வேலையைப் பெறுவதாகவோ இருக்கக்கூடும். உண்மையான காதலாகவோ அல்லது மனநிறைவான திருமண உறவாகவோ அது இருக்கலாம். திரைப்படங்களில் நடிப்பதாகவோ, அல்லது ஒரு பெருநிறுவனத்தின் தலைவராக ஆவதாகவோ, அல்லது அரசியலுக்குள் நுழைவதாகவோகூட நாம் இரகசியமாகக் கனவு காணக்கூடும்.

நமது கனவுகளில் நாம் மாபெரும் சாதனைகளைப் படைக்கத் துடிக்கிறோம். ஆனால் நாம் விரும்பும் விளைவுகள் நம்மில் பெரும்பாலானோருக்குக் கிடைப்பதில்லை. போதுமான பணம், காதல், வெற்றி, அல்லது மகிழ்ச்சி நம் வாழ்வில் இருப்பதில்லை. நமக்கு மனநிறைவோ திருப்தியோ ஏற்படுவதில்லை. நாம் நமது முழுமையான ஆற்றலைப் பயன்படுத்தவில்லை, நாம் வெற்றியாளர்கள் இல்லை என்ற உணர்வு நம் இதயத்தில் எங்கோ ஒரு மூலையில் இருந்து நம்மை வாட்டியெடுக்கிறது.

ஏன்? நாம் என்னவாக இருக்க விரும்புகிறோமோ, அவ்வாறு நாம் ஏன் இருப்பதில்லை? நாம் விரும்பும் அனைத்தையும் நம்மால் ஏன் பெற முடிவதில்லை? நாம் ஏன் செழிப்பாக இல்லை? உலகில் உள்ள அபரிமிதம் நம்மிடம் ஏன் வர மறுக்கின்றது? எது நம்மைத் தடுத்துக் கொண்டிருக்கிறது?

இக்கேள்விகளை நாம் ஒரு சராசரி மனிதரிடம் கேட்டால், தன்னால் வெற்றி பெற முடியாததற்கான ஏராளமான "பொருத்தமான" காரணங்களை அவரால் கொடுக்க முடியும்:

நான் அவ்வளவு அழகானவன் அல்ல.நான்
மிகவும் குண்டாக (அல்லது ஒல்லியாக)
இருக்கிறேன்.
நான் மிகவும் உயரமாக (அல்லது குட்டையாக)
இருக்கிறேன்.
எனக்கு அதிக வயதாகிவிட்டது.
நான் அவ்வளவு சாமர்த்தியசாலி இல்லை.
நான் மிகவும் பலவீனமானவன்.
நான் நோயுற்றிருக்கிறேன்.
எனக்கு அதற்குரிய தகுதி இல்லை.
நான் சிறுபான்மை இனத்தைச் சேர்ந்தவன்.
என் தலை வழுக்கை.
நான் ஒரு சாதாரணப் பெண். என்னால்
என்ன செய்ய முடியும்?
நான் ஒரு சராசரி மனைவி. எனக்கு
எப்படி அது சாத்தியப்படும்?
நான் பலமுறை தோல்வியடைந்துள்ளேன். நான்
ஒரு தோல்வியாளன்.

நமக்கு விருப்பமானவற்றை நம்மால் பெற முடியாமல் போவதற்கு நாம் கூறும் காரணங்கள் மேலே கூறப்பட்டுள்ளவற்றில் இருக்கலாம். இப்பட்டியலைப் படித்துப் பார்த்து, நீங்கள் உண்மையிலேயே விரும்பும் ஒரு விஷயத்தை உங்களால் செய்ய முடியாது என்பதை நிரூபிக்கும் மூன்று காரணங்களை அதிலிருந்து உடனடியாக உங்களால் கண்டுபிடிக்க முடிகிறதா இல்லையா என்று பாருங்கள்.

அவை வெறும் சாக்குப்போக்குகளா?

அவை உண்மையிலேயே "பொருத்தமான" காரணங்களா அல்லது வெறும் சாக்குப்போக்குகளா?

துணிச்சல் மட்டும் நம்மிடம் இருந்தால், நாம் விரும்பும் அனைத்தையும் நம்மால் செய்ய முடியும் என்பதை நம் இதயங்களின் ஆழங்களில் நாம் உண்மையிலேயே அறிந்திருக்கிறோம் என்பதை மறுக்க முடியுமா? நம் விருப்பத்தை நோக்கி நடைபோடுவதற்கு நம்மிடம் பயம் மட்டும் இல்லாமல் இருந்தால், அனைத்தையும் நம்மால் பெற முடியும் என்ற நம்பிக்கை நமக்கு ஏற்படுகிறது என்பது உண்மைதானே?

சாக்குப்போக்குகள் நம்மைத் தடுத்துக் கொண்டு இருக்கின்றனவா? அல்லது நாம்தான் துணிந்து செயலில் இறங்கத் தயங்குகிறோமா? அதைப் பற்றிச் சிந்தித்துப் பாருங்கள். சாக்குப்போக்குகள் எப்போதும் இருந்து கொண்டுதான் இருக்கும். ஆனால் 'துணிச்சல்'? நம் நெஞ்சின் ஆழத்தில் ஒரு சிறிய கை நம் இதயத்தைப் பற்றிக் கொண்டு, "நீ பயப்படுகிறாய்," என்று நமக்குள் கூறுகிறது.

நாம் பயப்படுகிறோமா? ஒருவேளை, பயம்தான் நம் உண்மையான எதிரியாக இருக்குமோ? பயமா? "எனக்கு பயமே கிடையாது." நமது கலாச்சாரத்தில், நேரடியான வன்முறையைத் தவிர வேறு எதற்காகவும் பயப்படுவதை நாம் ஒத்துக் கொள்ள விரும்புவதில்லை.

தோல்வி பயமா அல்லது வெற்றி பயமா?

உண்மையில் நம் எல்லோரிடமும் பயங்கள் உள்ளன. நம்மில் சிலருக்கு அது தோல்வி குறித்த பயமாக இருக்கிறது. நாம் முயற்சி செய்து வெற்றி பெற முடியாமல் போய்விட்டால், நம்மை நாமே தர்மசங்கடமான நிலைமைக்கு ஆளாக்கிவிடுவோமோ என்று நாம் பயப்படுகிறோம். அதோடு, பிறரையும் நாம் தர்மசங்கடத்திற்கு ஆளாக்கி விடுவோமோ என்றும் பயப்படக்கூடும்.

வேறு சிலருக்கு, அது வெற்றி குறித்த பயமாக இருக்கிறது. தோற்பதைவிட வெற்றி பெறுவது அவர்களை அதிகமாக அச்சுறுத்தக்கூடும். ஒரு பெரிய நிறுவனத்தின் தலைவராக ஆவதில் நாம் வெற்றி

பெற்றுவிட்டால், பெரிய கூட்டங்களில் பேச வேண்டி இருக்கும், நமக்குக் கீழே வேலை பார்ப்பவர்களைச் சமாளிக்க வேண்டியிருக்கும், வருடாந்திர அறிக்கைகளை உருவாக்க வேண்டியிருக்கும், பங்குதாரர்களுக்கு பதில் சொல்ல வேண்டியிருக்கும். நம்மால் இவற்றைக் கையாள முடியுமா? நம்மால் முடியாது என்று நாம் பயப்படுகிறோமா?

ஐந்தடிக்கும் குறைவான உயரத்தைக் கொண்டுள்ள டேனி விட்டோ என்ற ஹாலிவுட் நடிகர் ஒரு வெற்றிகரமான தொலைக்காட்சி நட்சத்திரமாகவும், திரைப்பட நடிகராகவும், இயக்குனராகவும் திகழ்கிறார். தனது பயங்கள் தன்னை முடக்கிப் போட அனுமதிப்பதற்குப் பதிலாக, அவற்றை அவர் வெற்றி கொண்டார். நாம் அனைவரும் நமது பயங்களை ஒவ்வொன்றாக வெற்றி கொள்ள வேண்டும்.

நாம் திரைப்பட நட்சத்திரங்களாக மாறினால், பத்திரிகைகளையும் விமர்சகர்களையும் நம்மால் சமாளிக்க முடியுமா? கேமராவின் முன்னால் நின்று நம்மால் நடிக்க முடியுமா? நாம் செல்வந்தர்களானால், நமது கூட்டாளிகளின் நட்பையும் நம் குடும்பத்தாரின் அன்பையும் நாம் இழக்க நேரிடுமா? நம் பெற்றோரிடம் இருப்பதைக் காட்டிலும் அதிகமான பணம் நம்மிடம் இருந்தால், எழுதப்படாத ஏதேனும் ஒரு விதியை நாம் மீறிவிட்டதாக அர்த்தமாகிவிடுமா?

நமக்குள் மறைந்திருக்கும் இந்த பயங்கள்தான் உண்மையான தடைகளாக விளங்குகின்றனவா? நாம் கூறும் சாக்குப்போக்குகள் அன்றி, இந்த பயங்கள்தான் உண்மையிலேயே நம்மைத் தடுத்துக் கொண்டு இருக்கின்றனவா?

ஆம், அதுதான் உண்மை! தோல்வி பயமோ அல்லது வெற்றி பயமோ, நாம் உண்மையிலேயே விரும்புபவற்றைப் பெறுவதற்கும், நாம் விரும்பும் விஷயங்களைச் செய்வதற்கும், நாம் யாராக உருவாக விரும்புகிறோமோ அப்படிப்பட்டவராக உருவாவதற்கும் நம்மில் பெரும்பாலானவர்கள் துணிவதில்லை என்பதுதான் உண்மை. வெளியே உள்ள எதுவும்

நம்மைத் தடுத்துக் கொண்டிருக்கவில்லை. நாம்தான் நம்மை இழுத்துப் பிடித்துக் கொண்டிருக்கிறோம்.

ஆனால், எவருமே இதை ஒப்புக் கொள்ளப் போவதில்லை. நமது உணர்வுகள் காயப்படாமல் இருப்பதை உறுதி செய்யும் வண்ணம், கச்சிதமான சாக்குப்போக்குகளால் நம் ஆழ்மனம் நமது பயங்களை மறைத்துவிடுகிறது. நாம் தடிமனான கண்ணாடி அணிபவர்களாகவும், குள்ளமானவர்களாகவும், வழுக்கையானவர்களாகவும் இருக்கக்கூடும். எனவே, நமக்குப் பொருத்தமான வாழ்க்கைத் துணைவனோ அல்லது துணைவியோ நமக்குக் கிடைக்க மாட்டார்கள், நாம் ஒருபோதும் மகிழ்ச்சியான திருமண வாழ்க்கையை அனுபவிக்கப் போவதில்லை என்று நமக்கு நாமே கூறிக் கொள்கிறோம்.

நீங்கள் "ஒரு சாதாரணப் பெண்ணாகவோ," "ஒரு சராசரி மனைவியாகவோ," "குண்டானவராகவோ" அல்லது "உயரமானவராகவோ" இருக்கக்கூடும். எனவே, ஆண்கள் ஆதிக்கம் செலுத்துகின்ற பெருநிறுவனங்களில் ஓர் உயர்ந்த பதவியில் உங்களால் ஒருபோதும் அமர முடியாது, சிகரத்தைத் தொட முடியாது என்று உங்கள் ஆழ்மனம் காரணங்களைப் பட்டியலிடுகிறது.

நீங்கள் சிறுபான்மை இனத்தைச் சேர்ந்த ஒருவராகவும், குறைந்த கல்வித் தகுதி உடையவராகவும், ஆங்கிலம் சரியாகப் பேச வராதவராகவும் இருப்பதாக வைத்துக் கொள்வோம். எனவே, அதிக சம்பளத்துடன் கூடிய வேலை உங்களுக்கு ஒருபோதும் கிடைக்கப் போவதில்லை என்ற முடிவுக்கு உங்கள் ஆழ்மனம் வந்து விடுகிறது.

நீங்கள் உங்கள் பணத்தையும் உடமைகளையும் இழந்து திவாலாகிவிட்டதாக வைத்துக் கொள்வோம். எனவே மீண்டும் ஒரு பெரிய நிறுவனத்தைத் துவக்கவோ, வீடு போன்ற சொத்துக்களில் முதலீடு செய்யவோ, எவ்வாறு தங்களை ஊக்கப்படுத்திக் கொள்ள வேண்டும் என்று மற்றவர்களுக்கு எடுத்துக் கூறவோ உங்களால் ஒருபோதும் முடியாது என்று நீங்களே உங்களிடம் கூறிக் கொள்கிறீர்கள்.

இக்காரணங்கள் அனைத்தும் சரியானவையா? இல்லை, அவை முற்றிலும் தவறானவை. நீங்கள் எதிர்மறையான பிரச்சாரங்களைக் கேட்டுக் கொண்டு இருக்கிறீர்கள். ஒரு வெற்றிகரமான மனிதராக உங்களால் உருவாக முடியாமல் போவதற்குக் காரணம், உங்களால் முடியாது என்று என்று நீங்கள் உங்களை நம்ப வைத்துள்ளதுதான்.

துவக்கம்

பயம் நம்மை மட்டுப்படுத்துகிறது, தடுக்கிறது. அது பொய்யான தடைகளையும் முட்டுக்கட்டைகளையும் உருவாக்கி, சுயஅழிவிற்கு நம்மை இட்டுச் செல்வதோடு, நமக்குக் குற்றவுணர்வையும் மனக்கலக்கத்தையும் ஏற்படுத்துகின்றது. நம்மை முழுமையாக முடக்கிப் போட்டுவிடுகிறது. பயம் நாம் முயற்சி செய்வதையும் தடுக்கிறது. நாம் முயற்சிக்கவில்லை என்றால், இப்போது இருக்கும் இடத்தைத் தாண்டி ஒருபோதும் நம்மால் ஓரடிகூட முன்னே எடுத்து வைக்க முடியாது. நம்மால் துவங்க முடியாது என்ற நமது நம்பிக்கையை இது நிரூபித்துவிடுகிறது. எங்களுடைய பயிலரங்கு ஒன்றில் கலந்து கொண்ட ஒரு பெண், தான் பட்டப்படிப்பைத் தொடர விரும்புவதாகவும், ஆனால் அதற்கு ஐந்தாண்டுகள் தேவைப்படும் என்றும், அதற்குள் தனக்கு நாற்பத்து மூன்று வயதாகிவிடும் என்றும், அதனால் தன்னால் கல்லூரிக்குச் செல்ல முடியாது என்றும் எங்களிடம் குறைபட்டுக் கொண்டார். நாங்கள் அவரிடம், “கல்லூரிக்குச் சென்று நீங்கள் பட்டம் பெறவில்லை என்றால், ஐந்து வருடங்களில் உங்கள் வயது என்னவாக இருக்கும்?” என்று கேட்டோம். அவரிடமிருந்து பதிலே இல்லை.

முப்பத்தொன்பது வயது நிரம்பிய ஒரு பெண்மணி தற்போதுதான் மருத்துவக் கல்லூரிக்குள் காலடி எடுத்து வைத்துள்ளார். அவர் பட்டம் பெற்று வெளியே வந்து தன் சொந்தக் காலில் நிற்பதற்குள் அவருக்கு நாற்பத்தேழு வயதாகிவிடும். ஆனால் சராசரி

ஆயுட்காலம் எண்பத்தியோரு வயதாக இருப்பதால், தனக்கும் இச்சமூகத்திற்கும் முழுமையாக முப்பத்து நான்கு ஆண்டுகள் அவரால் உயர்ந்த பங்காற்ற முடியும்.

பயம்தான் நம் எதிரி.

பயம் நமது சுயமதிப்பை அரித்துவிடுகிறது, நமது தன்னம்பிக்கையைக் குழிதோண்டிப் புதைத்துவிடுகிறது, நாம் தோல்வியாளர்கள் என்று காலப்போக்கில் நம்மை நம்ப வைத்துவிடுகிறது. பயம் நம்மைக் கட்டுப்படுத்த நாம் அனுமதிக்கும்வரை, வெற்றி பெறுவதற்கு நம்மால் ஒருபோதும் துணிய முடியாது.

பயத்திலிருந்து மீள்வதற்கான வழி

பயத்திலிருந்து நம்மால் மீள முடியும், அதை நம்மால் தோற்கடிக்க முடியும். ஆனால் பயம் வெளியுலகில் இல்லை, அது நமக்குள்தான் ஒளிந்திருக்கிறது என்பதை நாம் முதலில் உணர்ந்தாக வேண்டும். தன் இரவுநேர உரையாடல் ஒன்றின்போது, ஃபிராங்க்ளின் ரூஸ்வெல்ட் இதைப் பற்றிக் கூறுகையில், "நாம் பயப்பட வேண்டிய ஒரே விஷயம் பயம்தான்," என்று சிறப்பாகக் கூறினார். 'திங்க் அன்ட் குரோ ரிச்' புத்தகத்தின் ஆசிரியரான நெப்போலியன் ஹில், "உங்கள் பயங்களை நேருக்கு நேர் சந்தியுங்கள், அப்போது அவற்றை உங்களால் மாயமாய் மறைந்து போக வைக்க முடியும்," என்று கூறினார்.

சாக்குப்போக்குகளால் பிரயோஜனமில்லை என்பதை நாம் உணரும்போது, நம்மால் தடைகளைத் தகர்க்கத் துவங்க முடியும். நமது உண்மையான பிரச்சனை வெளிப்புறச் சூழல்களல்ல, மாறாக நமது ஆழ்மன பயங்கள்தான் என்பதை நாம் புரிந்து கொள்ளும்போது, நமக்கும் நம் வாழ்க்கைக்கும் நம்மால் பொறுப்பேற்க முடியும். நாம் பொறுப்பேற்றுக் கொண்டுவிட்டால், நாம் விரும்பும் எதுவாகவும் நம்மால் ஆக முடியும், நாம் விரும்பும் எதையும் நம்மால் பெற முடியும், நாம் விரும்பும் எதையும் நம்மால் செய்ய முடியும்.

முழுமையாக மலர்ந்து, இயன்ற அளவு சிறப்பாக வாழவே நாம் அனைவரும் விரும்புகிறோம். நாம் அனைவரும் செழிப்பையும் அபரிமிதத்தையும் விரும்புகிறோம். ஒரு வித்தியாசத்தை ஏற்படுத்த வேண்டும் என்பதுதான் நம் அனைவரின் விருப்பமும். பரிபூரண ஆரோக்கியத்தோடும் மகிழ்ச்சியாகவும் இருக்க வேண்டும் என்பது நம் ஆசை. ஆழமான, அர்த்தமுள்ள உறவுகளை நாம் விரும்புகிறோம். அன்பு, மகிழ்ச்சி, மனநிறைவு ஆகியவற்றை நாம் ஆழமாக நேசிக்கிறோம். எல்லாவற்றிலும் சிறந்தவற்றைப் பெறவே நாம் விரும்புகிறோம். அது கண்டிப்பாகச் சாத்தியம்தான். நாம் செய்ய வேண்டியதெல்லாம், நமது பயங்களிலிருந்து மீண்டு வந்து, நமது இலக்குகளை நோக்கிப் பயணிக்கத் துணிவது மட்டும்தான்.

உங்கள் தனிப்பட்டச் சாதனை

வெற்றி பெறத் துணிவது திடீரென்று ஒரே நாளில் நடந்துவிடலாம் அல்லது அது பலகால முயற்சியின் உச்சகட்டமாகவும் இருக்கலாம். உங்களிடம் குடிகொண்டிருக்கும் குறிப்பிட்ட பயங்களை வெற்றி கொள்ள எது தேவை என்பது எங்களுக்குத் தெரியாது. ஆனால் உங்களால் முடியும் என்பதை மட்டும் நாங்கள் நன்றாக அறிவோம்.

நீங்கள் உங்கள் பயங்களை வெற்றி கொள்வதற்குத் தேவையான சூழ்நிலையை உங்கள் எண்ணங்களிலும் நம்பிக்கைகளிலும் உருவாக்க வேண்டும் என்பதுதான் நாங்கள் இப்புத்தகத்தை எழுதியதன் நோக்கமாகும். உங்களால் முடியும் என்பதை நாங்கள் நிச்சயமாக அறிவோம். உங்களால் முடியும் என்று இக்கணத்தில் நீங்கள் நம்ப வேண்டியதில்லை. ஆனால், உங்களால் முடியும் என்ற நம்பிக்கை எங்களுக்கு இருப்பதை மட்டும் நீங்கள் நம்பினால் போதும்.

1

மாறுவேடம் தரித்து வரும் வாய்ப்புகள்தான் பிரச்சனைகள்

"வாழ்க்கை என்பது ஒரு சாணைக்கல். அது உங்களைச் சோர்ந்து விழச் செய்கிறதா அல்லது பட்டை தீட்டுகிறதா என்பது நீங்கள் மட்டுமே தீர்மானிக்க வேண்டிய ஒன்று."

– கேவட் ராபர்ட்

"எனக்கு ஒரு பிரச்சனை."

நியூயார்க் நகரில் ஒரு சொற்பொழிவாற்றத் தயாராகிக் கொண்டிருந்த டாக்டர் நார்மன் வின்சென்ட் பீலிடம் ஓர் இளைஞன் விரைந்து வந்து, அவரிடம் இருந்த மைக்கைப் பிடுங்கி, "டாக்டர் பீல், தயவு செய்து எனக்கு உதவுங்கள். என் பிரச்சனைகளை என்னால் சமாளிக்க முடியவில்லை. என் பிரச்சனைகள் தலைக்கு மேல் போய்விட்டன," என்று கூறினான்.

அதற்கு டாக்டர் பீல், "நான் இப்போது ஓர் உரையாற்ற வேண்டியுள்ளது. நீங்கள் இப்போது என் மைக்கைத் திருப்பிக் கொடுத்துவிட்டீர்கள் என்றால், பிரச்சனைகளே இல்லாத மனிதர்கள் இருக்கும் ஓர் இடத்தை நான் உங்களுக்குக் காட்டுகிறேன்," என்று பதிலளித்தார்.

"உங்களால் அதைச் செய்ய முடியும் என்றால், அங்கு செல்வதற்கு நான் எதையும் கொடுக்கத் தயார்," என்றார் அந்த இளைஞர்.

"நீங்கள் ஒருமுறை அந்த இடத்தைப் பார்த்துவிட்டால், உங்களுக்கு அங்கு செல்ல விருப்பம் இல்லாமல் போகக்கூடும். அது இங்கிருந்து வெறுமனே இரண்டு கட்டிடங்கள் தள்ளித்தான் இருக்கின்றது," என்று டாக்டர் பீல் கூறினார். கூட்டம் முடிந்ததும், பேசிக் கொண்டே அவர்கள் இருவரும் ஃபாரஸ்ட் லான் கல்லறைத் தோட்டத்தை வந்தடைந்தனர். டாக்டர் பீல் அந்த இளைஞனிடம் திரும்பி, "ஒன்றரை இலட்சம் மக்கள் இங்கு இருக்கின்றனர். அவர்களில் ஒருவருக்குக்கூடப் பிரச்சனை இல்லை என்பது நிச்சயமாக எனக்குத் தெரியும்," என்று கூறினார்.

பிரச்சனைகள் உங்கள் சொத்துக்களாக இருக்கக்கூடும்

அது நார்மன் வின்சென்ட்டிற்குப் பிடித்தமான கதைகளில் ஒன்று. ஏனெனில், பிரச்சனைகளின் உண்மையான இயல்பை அது விளக்கிக் காட்டுகிறது. பிரச்சனைகள் வாழ்க்கையின் ஓர் அடையாளம். உங்களுக்கு ஒரு பெரிய பிரச்சனை இருந்தால், அதற்காக நன்றி கூறுங்கள். ஏனெனில், நீங்கள் உயிரோடு இருக்கிறீர்கள், செயல்பட்டுக் கொண்டிருக்கிறீர்கள் என்பதை அது காட்டுகின்றது. உண்மையில், ஒருவரை எடைபோடுவதற்கான சிறந்த வழி அவரது பிரச்சனைகளின் அளவைக் கொண்டு அவரைச் சீர்தூக்கிப் பார்ப்பதுதான் என்று சிலர் கூறுகின்றனர்.

ஆனால், பிரச்சனைகள் மோசமானவை என்பதுதான் பெரும்பாலான மக்களின் கருத்து.

பிரச்சனை இல்லாத நிலைதான் கச்சிதமான நிலை என்று அவர்கள் கருதுகின்றனர். எனவே, நமக்குப் பிரச்சனைகள் இருந்தால், ஏதோ ஒன்று தவறாக உள்ளது என்று அர்த்தம். இதன் விளைவாக, நமது ஆற்றலின் பெரும் பகுதியை நமது விதியை நொந்து கொள்வதில் நாம் செலவிடுகிறோம். "என் பிரச்சனைகளை மட்டும் என்னால் விரட்ட முடிந்தால், எல்லாம் சரியாகிவிடும்," என்று நமக்கு நாமே கூறிக் கொள்கிறோம்.

இது தோல்வி மனப்பான்மை கொண்ட ஒருவரின் புலம்பல். ஆனால் நன்னம்பிக்கை மனப்பான்மை கொண்டவர், பிரச்சனைகளை வாய்ப்புகளாகப் பார்க்கிறார். நீங்கள் ஒரு தீவிரமான பிரச்சனையைச் சந்தித்திருந்து, அதைக் கையாண்டதன் வாயிலாக உங்கள் பயங்களைத் தகர்த்தெறிந்திருந்தால், நாங்கள் எதைப் பற்றிப் பேசிக் கொண்டிருக்கிறோம் என்பதை உங்களால் அறிந்து கொள்ள முடியும். ஆனால் நம்மில் பெரும்பாலானவர்கள் அதைச் செய்திருக்கவில்லை, நம் பயங்களை நாம் தகர்த்தெறிந்திருக்கவில்லை. அதனால், பிரச்சனைகள் என்பது மாறுவேடம் தரித்து வந்துள்ள வாய்ப்புகள் என்ற நம்பிக்கையை நம்மால் அவ்வளவு சுலபமாக ஏற்றுக் கொள்ள முடிவதில்லை. உங்கள் கைகளைப் பிடித்து, உங்களுடைய சொந்தப் பிரச்சனைகளைப் பற்றித் தனிப்பட்ட முறையில் உங்களிடம் எங்களால் பேச முடியாது என்பதால், அதற்கடுத்தச் சிறந்த காரியத்தை நாங்கள் செய்யப் போகிறோம். நம்ப முடியாத அளவுக்கு மிகத் தீவிரமான பிரச்சனைகளைக் கொண்டிருந்த பலரையும், அப்பிரச்சனைகளில் இருந்து உருவான வியக்கத்தக்க விளைவுகளையும் நாங்கள் உங்களுக்குக் காட்ட இருக்கிறோம்.

மக்கள் மிகவும் அதிகமாகக் கவலைப்படுகின்ற, பெரும் பிரச்சனைகளை எதிர்கொள்கின்ற நான்கு அம்சங்கள் உள்ளன. அவற்றை நாம் இவ்வாறு வரிசைப்படுத்தலாம்:

பொருளாதாரம்
உடற்தோற்றம்
அடுத்தடுத்த இழப்புகள்
மோசமான தேக ஆரோக்கியம்

பொருளாதாரப் பிரச்சனைகள்

நம்மில் பலரால் எளிதாகத் தொடர்புபடுத்திப் பார்க்க முடியும் என்பதால் நாம் பொருளாதாரப் பிரச்சனைகளில் இருந்து துவங்கலாம். மார்க் விக்டர் ஹான்சன் அதற்குச் சிறந்த எடுத்துக்காட்டாக விளங்குகிறார்.

1974ம் ஆண்டு, மார்க்கிற்கு வெறும் இருபத்தாறு வயதாக இருந்தபோது, இருபது லட்சம் டாலர்கள் மதிப்பு வாய்ந்த 'கவிகை மாட'ங்களை நியூயார்க் நகரில் அவர் உருவாக்கிக் கொண்டிருந்தார். கவிகை மாடம் என்பது பல முக்கோணங்கள் இணைக்கப்பட்டு, குடியிருப்பதற்குப் பொருத்தமாக அமைக்கப்படும் ஒரு பெரிய மாடமாகும். அதை அவரது ஆசானான டாக்டர் ஆர். பக்மின்ஸ்டர் ஃபுல்லர் கண்டுபிடித்து இருந்தார். இது அவரது கண்டுபிடிப்புகளில் மிகப் பிரபலமான ஒன்று. அந்த நேரத்தில், மார்க் அதை எவ்வளவு வேகமாக உருவாக்கிக் கொண்டிருந்தாரோ, அவ்வளவு விரைவாக அதை அவர் விற்பனை செய்து கொண்டிருந்தார்.

ஆனால் மார்க்கிற்குத் திடீரென்று ஒரு பெரும் பிரச்சனை ஏற்பட்டது. அந்த ஆண்டில், அரேபியர்கள் எண்ணெய் வாணிபத்திற்குத் தடை விதித்தனர். மார்க் உருவாக்கிக் கொண்டிருந்த மாடங்கள் அனைத்தும் 'பாலிவினைல் குளோரைடு' என்னும் ஒரு பெட்ரோலிய வேதிப் பொருளால் உருவாக்கப்பட்டவை.

அத்தகைய மாடங்களை உருவாக்குவதற்கு நிச்சயமாக அது உகந்த நேரமல்ல. பெட்ரோல் ஏற்றுமதி செய்யும் நாடுகளின் அமைப்பு உருவாக்கப்பட்டபோது, எண்ணெய்ப் பொருட்களின் விலை விண்ணைத் தொட்டது.

முதல்நாள் தான் சிகரத்தில் இருந்ததுபோல மார்க்கிற்குத் தோன்றியது. மறுநாள் ஒரு நீதிபதி, "மார்க் விக்டர் ஹான்சன், நீங்கள் திவாலாகிவிட்டீர்கள் என்று நான் அறிவிக்கிறேன்," என்று கூறுவதுபோல் அவரது காதுகளில் விழுந்தது.

அவரது வழக்கு விசாரணைக்கு வருவதற்கு முன்பு ஒருநாள், ஓர் இளம் வழக்கறிஞர், நீதிமன்றத்தின் படிக்கட்டுகளில் நின்றுகொண்டு, "என் சேவையைப் பயன்படுத்திக் கொள்ளுங்கள். நீங்கள் எனக்கு வெறும் முன்னூறு டாலர்கள் கொடுத்தால் போதும், நீங்கள் பொருளாதாரரீதியாக திவாலாகிவிட்டதாக நான் உங்கள் தரப்பில் வாதாடுகிறேன்," என்று மார்க்கிடம் கூறினார். அதற்கு மார்க், "என்னிடம் முன்னூறு டாலர்கள் இருந்தால், நான் ஏன் திவாலாகப் போகிறேன்?" என்று பதிலளித்தார். தன் வழக்கில் வாதாடுவதற்காக, 'ஹௌ டு கோ பேங்க்ரப்ட் பை யுவர்செல்ஃப்' என்ற புத்தகத்தை ஒரு நூலகத்திலிருந்து மார்க் எடுத்துப் படித்தார்.

பொருளாதாரரீதியாக அதுபோன்ற ஒரு மோசமான நிலையை மார்க் அதுவரை சந்தித்து இருக்கவில்லை. அவர் நோய்வாய்ப்பட்டார். அவருக்கு வயிற்றைப் புரட்டியது. கண்களில் கண்ணீர் நிரம்பின. அவரது காதுகள் தற்காலிகமாக அடைத்திருந்தன. தனிப்பட்ட முறையிலும் தொழில்ரீதியாகவும் தான் நிராகரிக்கப்பட்டுவிட்டதாக அவர் உணர்ந்தார். அவர் மிகவும் நொந்து போயிருந்தார்.

மார்க் தன்னை மிகவும் தனிமைப்படுத்திக் கொண்டார். அதுதான் நிரந்தரம் என்பதாக அவர் நினைத்தார். அவர் இவ்வுலகின் கண்களில் படாமல் இருக்க விரும்பினார். அவரது இந்தத் தப்பியோடும் மனப்போக்கில், நீண்டநேரத் தூக்கமும் அடங்கும். தான் களைத்துப் போயிருப்பதாகத் தனக்குத் தானே பொய்யுரைத்து, நீண்ட நேரம் படுக்கையிலேயே கழித்தார். தான் திவாலாகிவிட்டதும், முற்றிலுமாகத் தோற்றுவிட்டதும் அனைவருக்கும் தெரிந்துவிட்டதாக நினைத்து அவர் பயந்தார்.

பிரச்சனையோடு வாழ்தல்

மனமொடிந்து போயிருந்த மார்க், சிறிது காலம் நியூயார்க் இரயில்வே நிலையத்தில், நடுங்க வைக்கும் குளிரில், ஒரு மணிநேரத்திற்கு இரண்டேகால் டாலர்கள் சம்பளத்தில் இரயில்களில் இருந்து டாய்லெட் பேப்பரை இறக்கி வைக்கும் வேலையில் ஈடுபட்டு இருந்தார். சிறிது காலத்திற்கு முன்பு, அவர் மிடுக்காக உடையணிந்திருந்த ஒரு தொழிலதிபராக இருந்தார். ஆனால் இப்போது அவர் தன்னிடமே, “நான் யார்?” என்று கேட்டுக் கொண்டிருந்தார்.

தரைமட்டத்தை அடைதல்

மார்க்கின் சுயமதிப்பு முற்றிலுமாகத் தகர்க்கப்பட்டு, அவர் தரைமட்டத்தைத் தொட்டிருந்தார். ஆனால் அதுதான் அவரது வாழ்வில் ஒரு திருப்புமுனையாக, மாபெரும் வாய்ப்பாக அமைந்தது. நாங்கள் இப்புத்தகத்தில் பகிர்ந்து கொள்ளவிருக்கும், கற்றுக் கொடுக்கவிருக்கும் கொள்கைகளை அவர் கற்றார். நிலைமை எவ்வளவு நம்பிக்கையற்றதாக இருந்தாலும் சரி, எந்தவொரு பிரச்சனையையும் தீர்ப்பதற்கு நிச்சயமாக ஒரு வழி எப்போதும் இருக்கிறது என்பது நீங்கள் அறிந்து கொள்ள வேண்டிய முக்கியமான விஷயங்களில் ஒன்று. மார்க்கைப் பொறுத்தவரை, நிலைமை இதைவிட மோசமாக ஆக முடியாது. இதற்கு மேல் அவரால் கீழே செல்ல முடியாது. பயணம் இனி மேல்நோக்கித்தான் இருந்தாக வேண்டும்.

நாம் புரிந்து கொள்ள வேண்டிய மிக முக்கியமான ஒரு தகவல் இது. ஆனால் நாம் அடிக்கடி இதைத் தவற விட்டுவிடுகிறோம். திவாலான மக்களைப் பார்த்து நாம் பரிதாபப்படுகிறோம். ஆனால் உண்மையில், அக்கணத்தில் உலகம் அவர்களுக்கு முற்றிலுமாகத் திறந்த கைகளுடன் காத்திருக்கிறது. தங்களுக்கு விருப்பமில்லாத வேலையிலோ, தங்களுக்குப் பொருத்தமில்லாத தொழிலிலோ, அல்லது தங்களைக்

கட்டுப்படுத்தும் எந்தவொரு பொருளாதாரச் சூழலிலோ ஒட்டிக் கொண்டு இருக்க வேண்டிய அவசியம் அவர்களுக்கு இல்லாமல் போய்விடுகிறது.

துவக்குதல்

திவாலான நிலையிலிருந்து மார்க் மெல்ல மெல்ல உயர்ந்து சிகரத்தை அடைந்தார். ஆனால் இம்முறை, இப்புத்தகத்தில் கற்றுக் கொடுக்கப்படவுள்ள கொள்கைகளைப் பின்பற்றி வாழத் துவங்கினார். இன்று அவர் ஓர் அழகான மனைவி மற்றும் இரு அழகான மகள்களுடன் தெற்குக் கலிஃபோர்னியாவில் ஒரு மாளிகையில் வாழ்ந்து வருகிறார். கொழித்துக் கொண்டிருக்கும் மூன்று பெருநிறுவனங்களுக்குச் சொந்தக்காரர் அவர். அதோடு பல நிறுவனங்களில் இயக்குனராகவும் உள்ளார். ஒரு வருடத்திற்கு 400,000 கிலோமீட்டர்கள் பிரயாணம் செய்து, அன்பு, நம்பிக்கை, துணிவு, ஆதரவு, மற்றும் உதவி ஆகிய செய்திகளை இலட்சக்கணக்கான மக்களிடம் கொண்டு சேர்க்கிறார்.

மார்க்கின் வாழ்க்கைச் சம்பவங்களை இங்கு சுட்டிக்காட்டுவதற்குக் காரணம், ஏழ்மை நிலையிலிருந்து உயர்ந்து செழிப்பை அடைவதற்கு அவரால் முடிந்தது என்பதற்காகத்தான்.

தனக்கு ஒரு பிரச்சனை ஏற்பட்டதாக அவர் நினைத்திருந்தார். ஆனால் உண்மையில் அது அவருக்குக் கிடைத்த ஒரு வாய்ப்பு. திவாலானது ஒரு சிறந்த அனுபவம் என்று நாங்கள் கூறுவதற்குக் காரணம், அவர் தனது பழைய தொழிலில் இருந்து வெளியே வந்து, தொழில்முறைப் பேச்சாளராகவும், எழுத்தாளராகவும், மிகப் பெரிய தொழிலதிபராகவும் சிறப்புறுவதற்கு அது காரணமாக அமைந்தது என்பதுதான். ஏனெனில், பேசுவதும், எழுதுவதும், தொழிலை நடத்துவதும்தான் அவரது தனிச்சிறப்புகள். இவை அவருக்கு இயல்பாக வருவதால், ஓர் உன்னதமான குறிக்கோளுடன் அவர் அவற்றைச் செய்து வருகிறார்.

உங்களுக்குப் பொருளாதாரப் பிரச்சனைகள் இருப்பதாக நீங்கள் நினைத்தால், அவற்றைச் சரியான கண்ணோட்டத்தில் பாருங்கள். அவை உங்களிடம் ஏதோ ஒரு விஷயத்தைக் கூற முயற்சித்துக் கொண்டிருக்கக்கூடும். இன்றிலிருந்து பத்தாண்டுகள் கழித்து நீங்கள் உங்கள் வாழ்க்கையைத் திரும்பிப் பார்க்கும்போது, அவை உண்மையில் உங்கள் வாழ்க்கையை மாற்றியமைத்தப் பெரும் வாய்ப்புகளாக இருந்துள்ளதை நீங்கள் காண்பீர்கள். செல்வத்தையும் பொருளாதாரச் சுதந்திரத்தையும் உங்களால் நிச்சயமாக அடைய முடியும். உங்களால் முடியும் என்று நீங்கள் நம்பினால், அது உறுதியாக உங்களால் முடியும்.

வெற்றி பெறும் அளவிற்கு நானொன்றும் அவ்வளவு வசீகரமானவனாக இல்லை

நாம் அன்றாடப் பொருளாதாரப் பிரச்சனைகளை அனுபவித்துக் கொண்டிருக்கும் நேரத்தில், அவை தீவிரமானவையாக நமக்குத் தோன்றினாலும்கூட, அவை நாம் நடைமுறையில் எதிர்கொள்ளக்கூடிய சாதாரணப் பிரச்சனைகள் என்பதுதான் உண்மை. பணம் மட்டும் அபரிமிதமாக இருந்தால், நம்முடைய அனைத்துப் பொருளாதாரப் பிரச்சனைகளையும் நம்மால் கிட்டத்தட்டத் தீர்த்துவிட முடியும் என்பது வெளிப்படை.

சுலபமாகத் தீர்த்துவிட முடியாத வேறு விதமான பல பிரச்சனைகளும் உள்ளன. உதாரணமாக, நமது தோற்றத்தை எடுத்துக் கொள்ளலாம். அதிகமான மக்கள் தங்கள் வாழ்வில் உள்ள வேறு எந்தவொரு பிரச்சனையைக் காட்டிலும் தங்கள் தோற்றத்தைப் பற்றித்தான் அதிகமாகக் கவலைப்படுவதாக நாங்கள் நினைக்கிறோம். அதுதான் தங்களுடைய மாபெரும் பிரச்சனை என்று அவர்கள் கருதுகின்றனர்.

உங்கள் தோற்றத்தைப் பற்றி நீங்கள் எப்போதேனும் கவலைப்பட்டிருக்கிறீர்களா? நீங்கள் இன்னும்

வசீகரமான தோற்றத்தைக் கொண்டிருந்திருக்க வேண்டும் என்று எப்போதேனும் நினைத்ததுண்டா? வாழ்வில் இன்று நீங்கள் இருக்கும் நிலைக்கு உங்களை இட்டு வந்துள்ள சில தீர்மானங்கள், உங்கள் தோற்றத்தைப் பற்றிய உங்கள் அபிப்பிராயத்தின் அடிப்படையில் எடுக்கப்பட்டனவா? அவற்றில் சில தீர்மானங்கள் உங்களைத் தடுத்திருக்கின்றனவா?

மற்றவர்களுக்கு நாம் வசீகரமானவர்களாகத் தெரிய வேண்டும் என்று நாம் கொண்டுள்ள கண்ணோட்டம் நம் முன்னேற்றத்தைத் தடுத்து நிறுத்தக்கூடும். அது நாம் வருத்தப்பட வேண்டிய ஒரு விஷயம். ஏனெனில், நமது புறத்தோற்றத்திற்கும் அற்புதமானதொரு வாழ்க்கையை வாழ்வதற்கும் இடையே எவ்விதத் தொடர்பும் கிடையாது.

கனடா நாட்டைச் சேர்ந்த மால்கம் என்பவரின் உண்மைக் கதை இதை நிரூபிக்கின்றது. ஒருசில வருடங்களுக்கு முன், வான்கூவர் நகரில் மார்க் ஒரு சொற்பொழிவாற்றிக் கொண்டிருந்தார். அப்போது, மிகவும் அஷ்டகோணலான முகத்துடன் இருந்த ஒரு நபர் முதல் வரிசையில் அமர்ந்திருப்பதை மார்க் கவனித்தார். அவர் முகம் முழுவதிலும் பல தையல்கள் போடப்பட்டிருந்தன. ஒரு கண்ணின் இமை முழுவதுமாக மூடப்பட்டுத் தைக்கப்பட்டிருந்தது. அவரது வாய் கால்வாசிப்பகுதி தைக்கப்பட்டிருந்தது.

அப்போது, அரவணைத்தலின் முக்கியத்துவத்தைப் பற்றி மார்க் பேசிக் கொண்டிருந்தார். நிகழ்ச்சியின் இடைவேளையின்போது அந்த நபர் மேடைக்கு வந்து மார்க்கைக் கட்டியணைத்தார். கனத்தக் குரலில், "என் பெயர் மால்கம்," என்று கூறினார். அவர் அதைக் கூறிய விதம், மார்க் தன்னை அடையாளம் கண்டுகொள்வார் என்ற எதிர்பார்ப்பை வெளிப்படுத்துவதாக இருந்தது. ஆனால் மார்க்கிற்கு, அவரை எங்கே பார்த்தோம், எப்போது பார்த்தோம் என்பது நினைவில்லை.

மால்கம் மேலும், "அந்தக் கடிதத்தை உங்களுக்கு எழுதியவன் நான்தான்," என்று கூறினார்.

பிறகு அக்கடிதத்தைப் பற்றி அவர் கூறத் துவங்கியதும், மார்க்கிற்கு உடனடியாக அது நினைவிற்கு வந்தது. மால்கம் அக்கடிதத்தைப் பத்தாண்டுகளுக்கு முன்பு எழுதியிருந்தார். அப்போது, ஒரு வார இறுதியில், அவரும் அவரது வருங்கால மனைவியும் பிரிட்டிஷ் கொலம்பியாவில் உள்ள காடு ஒன்றில் காலாற நடந்து கொண்டிருந்தனர்.

திடீரென்று அவர்கள் ஒரு தாய்க் கரடிக்கும் அதன் குட்டிக் கரடிகளுக்கும் இடையே மாட்டிக் கொண்டனர். தன் குட்டிகளைக் காக்கும் எண்ணத்தில், அந்தத் தாய்க் கரடி மால்கமின் வருங்கால மனைவியைப் பிடித்துக் கொண்டது. மால்கம் வெறும் ஐந்தடி இரண்டு அங்குல உயரம் மட்டுமே இருந்தார். ஆனால் அந்தக் கரடி மிகப் பெரியதாக இருந்தது. ஆனாலும் துணிவை வரவழைத்துக் கொண்டு தன் வருங்கால மனைவியை அவர் அக்கரடியிடமிருந்து எப்படியோ விடுவித்தார். அதே நேரத்தில், அந்தக் கரடி மால்கமைப் பிடித்துக் கொண்டது. அவரது உடலில் இருந்த முக்கியமான எலும்புகள் ஒவ்வொன்றையும் அது உடைத்து நொறுக்கியது.

இறுதியில் அது தன் கால் நகங்களை அவரது முகத்தில் ஆழப் பதித்து, பின்னோக்கி இழுத்து, தலையின் உச்சிவரை அவரது முகத்தைப் பிய்த்து எடுத்தது.

மால்கம் உயிர் பிழைத்தது அதிசயம்தான். அடுத்த எட்டு ஆண்டுகள் அவர் மறுசீரமைப்புச் சிகிச்சை பெற்றார். மருத்துவர்கள் தங்களால் இயன்ற அளவுக்கு அவருக்குக் காஸ்மெட்டிக் அறுவைச் சிகிச்சை செய்தனர். ஆனால் அவை அவருக்கு அவ்வளவாக உதவவில்லை. தான் மிகவும் அசிங்கமாக இருப்பதாக அவருக்கு ஓர் உறுதியான எண்ணம் ஏற்பட்டது. சமூகத்தில் அவர் தன் முகத்தைக் காட்ட விரும்பவில்லை.

எனவே, தன் சக்கர நாற்காலியில் அமர்ந்தவாறே, தான் சிகிச்சை பெற்றுக் கொண்டிருந்த மறுவாழ்வு மையத்தின் பத்தாவது தளத்திற்குச் சென்று அங்கிருந்து

கீழே குதித்துத் தற்கொலை செய்து கொள்ள முயற்சித்த நேரத்தில், திடீரென்று அவரது தந்தையார் அங்கே வந்தார். தன் மகனை உடனே சென்று பார்க்குமாறு அவரது தந்தைக்கு ஏதோ ஓர் உள்ளுணர்வு ஏற்பட்டிருந்தது.

சரியான நேரத்தில் அவர் மொட்டை மாடிக்கு ஓடி வந்து, "மால்கம், ஒரு நிமிடம் பொறு," என்று கூறினார்.

சக்கர நாற்காலியில் இருந்தபடியே மால்கம் திரும்பிப் பார்த்து, "என்ன அப்பா?" என்று கேட்டார்.

"மால்கம், ஒவ்வொரு மனிதனுக்குள்ளும் எங்கோ ஓர் ஆழத்தில் ஒரு வடு ஒளிந்திருக்கிறது. பலர் அதை ஒரு புன்னகைக்குள் மறைத்து வைக்கின்றனர், வேறு சிலர் ஒப்பனைப் பொருட்கள் மற்றும் அழகான ஆடைகளுக்குள் மறைத்து வைக்கின்றனர். உன்னுடைய வடு உன் உடலுக்கு வெளியே இருக்கிறது. கூட்டிக் கழித்துப் பார்த்தால், நம்மிடையே பெரிய வித்தியாசம் எதுவும் கிடையாது," என்று அவரது தந்தை கூறினார்.

மால்கம் தன் தற்கொலை முயற்சியைக் கைவிட்டார். சில நாட்களுக்குப் பிறகு, அவரது நண்பர் ஒருவர் மார்க் விக்டர் ஹான்சனின் சொற்பொழிவுகள் அடங்கிய சில ஒலிநாடாக்களை அவரிடம் கொண்டு வந்து கொடுத்தார். மால்கம் அவற்றைக் கேட்கத் துவங்கினார். அதில், நாற்பத்து இரண்டு வயதில் தன் செவித்திறனை இழந்த, ஆனால் இன்று உலகிலேயே மிகச் சிறந்த விற்பனையாளராக விளங்கும் பால் ஜெஃபர்ஸின் கதையை மார்க் கூறுவதை மால்கம் செவிமடுத்தார். "சாதாரண மக்களை அசாதாரணமான மக்களாக மாற்றுவதற்காகவே அவர்களுக்குப் பின்னடைவுகள் ஏற்படுகின்றன," என்று பால் கூறியதாக மார்க் கூறியது மால்கமின் மனத்தைத் தொட்டது.

"அது நான்தான்! நான் அசாதாரணமானவன்!" என்று மால்கம் தனக்குள் உற்சாகம் மேலிடக் கூறினார்.

தான் செய்ய விரும்பியதை மால்கம் ஒரு காகிதத்தில் எழுதினார். அதைப் பற்றிக் கனவு கண்டார். எல்லோரிடமும் அதைப் பற்றிக் கூறினார். பிறகு காப்பீட்டு விற்பனையாளராக ஒரு வேலையில்

சேர்ந்தார். அந்த வேலையில் ஒவ்வொரு நாளும் அவர் தன் முகத்தை மக்களிடம் காட்டியாக வேண்டியிருந்தது. அவர் தனது பிசினஸ் கார்டில் தன் புகைப்படத்தை அச்சிட்டிருந்தார். தான் சந்தித்த நபர்களிடம் அதைக் கொடுத்தபோது, "என் புறத்தோற்றம் அவ்வளவு வசீகரமானதல்ல, ஆனால் உள்ளுக்குள் நான் மிகவும் அழகானவன். என்னைப் பற்றித் தெரிந்து கொள்ள நீங்கள் முன்வந்தால், அதை நீங்கள் புரிந்து கொள்வீர்கள்," என்று கூறினார்.

1978ம் ஆண்டில் வான்கூவர் நகரின் தலைசிறந்த காப்பீட்டு விற்பனையாளராக மால்கம் உருவானார்.

விதி அவரிடம் விளையாடியது, ஆனால் அவர் அதை ஒரு பொன்னான வாய்ப்பாக மாற்றினார். தனது தோற்றம் தனது பிரச்சனையல்ல என்பதை மால்கம் கற்றுக் கொண்டார். அவரைத் தடுத்தது அவரது தோற்றமல்ல. அது வெறும் ஒரு சாக்குப்போக்குதான். தன்னைப் பற்றி அவர் கொண்டிருந்த அபிப்பிராயம்தான் மால்கமின் பிரச்சனையாக இருந்தது.

தன் 'உண்மையான' தோற்றத்தை மால்கம் 'பார்த்தபோது' அவரது வடுக்கள் அவருக்கு ஒரு பொருட்டாகத் தோன்றவில்லை. மற்றவர்களிடம் தன் முகத்தைக் காட்டியதன் மூலம் தன் பயங்களை அவர் தகர்த்தெறிந்தபோது, அற்புதமான விளைவுகளை அவரால் பெற முடிந்தது. உங்களாலும் அது முடியும்!

ஆனால் நான் ஒரு தோல்வியாளன்

"உங்களால் முடியும் என்று நீங்கள் சிந்தித்தாலும் சரி, உங்களால் முடியாது என்று நீங்கள் சிந்தித்தாலும் சரி, உங்கள் எண்ணம் சரியானதுதான்," என்று ஹென்றி ஃபோர்டு கூறியுள்ளார். நம்மில் பலர் தோல்வி மனப்பான்மையைக் கொண்டிருக்கிறோம். நாம் எல்லோராலும் வெகு காலமாக மட்டம் தட்டப்பட்டு வந்துள்ளதால், நாம் உண்மையிலேயே மட்டம்தான் என்று நம்பத் துவங்கியதுதான் இதற்குக் காரணம். நாம்

'தோற்பதற்காகப் பிறந்துள்ளதால்' நம்மால் வெற்றி பெற முடியாது என்று நாம் நம்ப வைக்கப்பட்டுள்ளோம்.

ஒரு தோல்வியாளனாக இருப்பதுதான் நமது தலைவிதி என்று நாம் வரையறுத்துக் கொண்டு விட்டால், பிறகு நம்மால் எவ்வாறு வெற்றி பெற முடியும்? அதனால், வெற்றி பெறுவதற்கான சாத்தியக்கூற்றை நாம் தூக்கியெறிந்துவிடுகிறோம். முன்பு நாம் சந்தித்தத் தோல்விகள் நமது பிரச்சனையல்ல. ஆனால் அந்தத் தோல்விகளை நாம் பார்க்கும் விதம்தான் நமது பிரச்சனை. அதையே, வெற்றிக்கான படிக்கற்களாக எடுத்துக் கொள்ள வேண்டும் என்று நன்னம்பிக்கையாளர்கள் கூறுவர்.

இக்கொள்கைக்கான உலகப் பிரசித்தி பெற்ற எடுத்துக்காட்டு, மிகச் சிறந்த கண்டுபிடிப்பாளரான தாமஸ் ஆல்வா எடிசன். நெப்போலியன் ஹில் எடிசனை முதன்முறையாகப் பேட்டி கண்டபோது, "எடிசன் அவர்களே, ஒரு மின்சார விளக்கைக் கண்டுபிடிக்கும் முயற்சியில் நீங்கள் ஆயிரக்கணக்கான முறை தோற்றுப் போயுள்ளதைப் பற்றி நீங்கள் என்ன கூறுவீர்கள்?" என்று கேட்டார்.

அதற்கு எடிசன், "மன்னிக்க வேண்டும், நான் ஒருமுறைகூடத் தோற்றுப் போனதில்லை. சரியான விளைவுகளைக் கொடுக்காத பல்லாயிரக்கணக்கான பரிசோதனைகளை நான் முயற்சித்திருக்கிறேன், அவ்வளவுதான். சரியான விளைவைக் கொடுக்கக்கூடிய ஒரு வழியைக் கண்டுபிடிப்பதற்கு நான் பல பரிசோதனைகளை மேற்கொள்ள வேண்டியிருந்தது," என்று பதிலளித்தார்.

நமக்கு ஓர் அனுபவம் நேர்மறையானதாக அமையாவிட்டால், நாம் தோல்வியாளர்கள் என்று உடனடியாக நமக்கு நாமே முடிவு செய்து கொண்டு, முயற்சியைக் கைவிட்டுவிடுகிறோம். "என்னால் முடியாது," என்பதுதான் பொதுவான முடிவு.

இது சரியானதுதானா? கடந்த காலத்தில் நாம் ஒருமுறையோ, இருமுறையோ, அல்லது பலமுறையோ தோற்றுப் போயிருப்பதால் நம்மால் வெற்றி பெற

முடியாது என்று கூறுவது, நாம் மீண்டும் தோற்றுப் போய்விடுவோம் என்ற பயத்தின் வெளிப்பாடுதான். அந்த பயம் நமக்கு இருக்கும்வரை, வெற்றி சாத்தியமில்லை.

மற்றவர்கள் உங்களை மட்டம் தட்டியது போதும். நீங்களும் உங்களை மட்டம் தட்டுவதை நிறுத்துங்கள். மாறாக, உங்களையும் மற்றவர்களையும் ஊக்கப்படுத்துங்கள்.

நாம் தோல்வியாளர்கள் அல்ல என்ற அதே கருத்தை, பில் சான்ட்ஸின் கதை நமக்கு மீண்டும் வலியுறுத்துகிறது.

சான்குவென்டின் என்ற சிறையில் பில் சான்ட்ஸ் ஒரு குற்றவாளியாக இருந்தார். சிறையைவிட்டு அவர் வெளியேறியவுடன், ஒரு குற்றவாளியாக இருந்தபோது தனக்குக் கிடைத்த அனுபவங்களை அவர் ஒரு புத்தகமாக எழுதத் துவங்கினார். இறுதியில் அவர் ஒரு பேச்சாளர் ஆனார். கல்லூரியில் படித்துக் கொண்டிருந்தபோது, ஓர் இரவு அவரது பேச்சைக் கேட்கும் ஒரு வாய்ப்பு மார்க்கிற்குக் கிடைத்தது. அங்கு கூடியிருந்த 1,500 மாணவர்களின் முன்னால் பில் சான்ட்ஸ் எழுந்து நின்று, இவ்வாறு கூறினார்: "என் பெற்றோர்களுக்கு ஒருவரை ஒருவர் பிடிக்கவில்லை. என் தந்தை ஒரு நீதிபதியாக இருந்தார். என் தாயார் எப்போதும் குடிபோதையில் இருந்தார். ஒரு கடையின் சன்னல்மீது கல்லெறிந்துதான் என் பெற்றோரின் கவனத்தை என்னால் ஈர்க்க முடிந்தது. பிறகு நான் கடைகளில் திருட ஆரம்பித்து, படிப்படியாகப் பெரிய குற்றங்களில் ஈடுபட்டு, இறுதியில் சான்குவென்டின் சிறையில் தள்ளப்பட்டேன்.

"நான் அச்சிறையில் அடைக்கப்பட்டபோது மோசமான பாலியல் நடவடிக்கைகளில் ஈடுபடுமாறு சக கைதிகள் என்னைக் கட்டாயப்படுத்தினர். நான் மறுத்தபோது அவர்கள் என் மூக்கை உடைத்தனர்." அக்கணத்தில், அங்கிருந்த மாணவர்கள் முன்னால், பில் தன் மூக்கைச் சப்பையாக அழுத்தி காட்டினார். "அவர்கள் தொடர்ந்து வலியுறுத்தியபோது நான்

எதிர்த்ததால், அவர்கள் என் கை விரல்கள் அனைத்தையும் உடைத்தனர்.” அவர் தன் விரல்கள் அனைத்தையும் தொண்ணூறு டிகிரி பின்னால் வளைத்தார்.

அனைத்து மாணவர்களின் கவனமும் அவர்மீது குவிந்திருந்தது. உலகிலேயே மிக மோசமான தோல்வியாளன் தான் ஒருவன்தான் என்ற உணர்வுடன் தான் வாழ்ந்து வந்த கதையை அவர் தொடர்ந்து கூறினார். அத்தகைய உணர்வு நம் ஒவ்வொருவருக்கும் நம் வாழ்வின் ஏதோ ஒரு கணத்தில் நிச்சயமாக ஏற்பட்டிருக்கும். தோற்பது அவருக்கு மிகவும் இயல்பாக வந்ததால், வித்தியாசமாக வேறு எதையும் அவரால் நினைத்துக்கூடப் பார்க்க முடியவில்லை.

சிறையின் கண்காணிப்பாளராக இருந்த கிளின்டன் டஃபி அவர்மீது ஆர்வம் கொண்டார். சிறைக் கைதிகள் அனைவரின் வரலாற்றையும் படித்துப் பார்த்த அந்தக் கண்காணிப்பாளர், பில்லிடம் ஏதோ ஒரு தனிச்சிறப்பு இருப்பதைக் கண்டார். நெப்போலியன் ஹில்லின் ‘திங்க் அன்ட் குரோ ரிச்’ புத்தகத்தை அவர் பில்லிற்குக் கொடுத்தார். பில் அப்புத்தகத்தில் கொடுக்கப்பட்டு இருந்த கொள்கைகளையும் யோசனைகளையும் படித்தார்.

பிற கைதிகளுக்கு உதவுவதன் மூலம் தான் வெற்றி பெறப் போவதென்று பில் தீர்மானித்தார். அவர் தன் இலக்குகளை எழுதிக் கொண்டு, அவற்றைப் பற்றிப் பேசினார், கனவு கண்டார்.

அவருக்கு ஆயுள் தண்டனை விதிக்கப்பட்டிருந்த போதிலும், பரோலில் அவர் வெளியே வந்தார். உடனடியாக அவர் ‘செவன் ஸ்டெப் ஃபவுன்டேஷன்’ என்ற நிறுவனத்தைத் துவக்கினார். முன்னாள் குற்றவாளிகள் இவ்வுலகில் இயல்பான வாழ்க்கை வாழ்வதற்கு உதவுவதற்காக நிறுவப்பட்ட அமைப்பு அது. தான் ஒரு குற்றவாளியாக இருந்ததைப் பற்றி ஒரு புத்தகம் எழுதிய அவர், அமெரிக்கா நெடுகிலும் பயணம் செய்து தன் அனுபவங்களை மக்களிடம் பகிர்ந்து கொண்டார். அதன் ஒரு பகுதியாக, தெற்கு

இல்லினாய் பல்கலைக்கழகத்தில் அவர் பேசிய நிகழ்ச்சியில்தான் மார்க் அவரது உரையைக் கேட்டார்.

அன்றிரவு பில் தன் உரையை முடித்த நேரத்தில் அனைத்து மாணவர்களும் அழுதனர், சிரித்தனர், எழுந்து நின்று ஆர்ப்பரித்தனர், தங்கள் வாழ்க்கையை மாற்றுவதென்று தீர்மானித்தனர். மார்க் விக்டர் ஹான்சன் பின்னாளில் மேடைப் பேச்சாளராக ஆவதற்கு பில் சான்ட்ஸும் ஒரு காரணம்.

இறுதியில், தன் பேச்சின் முடிவில், "என் மனைவியை, என் வாழ்விலேயே மிகவும் அழகான பெண்ணை நான் உங்களுக்கு அறிமுகப்படுத்த விரும்புகிறேன்," என்று பில் கூறினார். திரை விலகியது. அந்தப் பெண் அந்த மாணவர்களின் முன்னால் தோன்றினார். மார்க்கிற்கு மூச்சு நின்றுவிடும்போல் இருந்தது. இளமையின் ஆணவத்தில், அப்பெண் மிகவும் அசிங்கமாக இருப்பதாக உடனடியாக மார்க் தீர்மானித்தார். ஆனால் பார்வையாளர்களில் இருந்த பெண்கள் முதலில் எழுந்து நின்று அவருக்குக் கைதட்டித் தங்கள் பாராட்டைத் தெரிவித்தனர். பில் சான்ட்ஸ் போன்ற ஒரு மாபெரும் மனிதரால் அப்பெண்ணிடம் அழகைக் காண முடிந்தால், அவர் நிச்சயமாக அழகானவராகத்தான் இருக்க வேண்டும் என்று தெரிவிப்பதுபோல் அந்தக் கரகோஷம் அமைந்திருந்தது.

தோல்வியாளன் என்று ஒரு காலத்தில் தனக்குத் தானே முத்திரை குத்திக் கொண்ட, பிறரது கண்டனங்களுக்கு ஆளான பில் சான்ட்ஸ், எண்ணற்ற மக்களின் இதயத்தைத் தொட்ட சக்தி வாய்ந்த ஒரு மனிதராக உருவானார். தன்னை முன்னேற விடாமல் தடுத்த அந்தத் தோல்வி மனப்பான்மையை அவர் தூக்கி எறிந்துவிட்டு, நன்னம்பிக்கை மனப்பான்மையை வளர்த்துக் கொண்டார். அவர் ஒரு நூலாசிரியராகவும், ஒரு பேச்சாளராகவும், ஒரு தொழிலதிபராகவும், ஓர் ஆலோசனையாளராகவும் உருவெடுத்தார். உங்களாலும் அது முடியும்!

என் உடல்நிலை ஆரோக்கியமாக இல்லை

நமது வாழ்க்கை சமநிலையில் இருக்க வேண்டும் என்றால், நாம் நிர்ணயித்துள்ள இலக்குகளை அடைவதில் நமக்கு எந்த கவனச் சிதறல்களும் ஏற்படாமல் இருக்க வேண்டும் என்றால், நம் உடல்நிலையை நாம் சீராக வைத்துக் கொள்ள வேண்டியது அவசியம். ஆனால் சில சமயங்களில் உடல்நிலைப் பிரச்சனைகள் ஏற்படத்தான் செய்யும். நோய் எந்த வயதிலும் தாக்கலாம். அப்படியென்றால், உண்மையான கேள்வி இதுதான்: நோய் குறித்த பயத்தில் நாம் சோர்ந்து போய்விடுகிறோமா? முயற்சியை நாம் கைவிட்டுவிடுகிறோமா? அல்லது அதைக் கடந்து வந்து சாதனைகளைப் படைக்கிறோமா?

இது குறித்து நாங்கள் கொண்டிருக்கும் உணர்வுகளை விளக்குவதற்கு டெர்ரி ஃபாக்ஸின் கதையை உங்களுடன் பகிர்ந்து கொள்ள விரும்புகிறோம். டெர்ரி ஃபாக்ஸ் கனடா நாட்டைச் சேர்ந்த ஒரு தலைசிறந்த தடகள வீரர். கல்லூரியில் பல விளையாட்டுகளில் கலந்து கொண்ட அவர், முழுநேர விளையாட்டு வீரராகும் முயற்சியில் ஈடுபட்டிருந்தார். ஒருநாள் அவரது காலில் ஏதோ ஒரு பிரச்சனை ஏற்பட்டு, அவர் மிகுந்த அவதிக்கு ஆளாகியதால், நேராக ஒரு மருத்துவரிடம் சென்றார். அவருக்குப் புற்றுநோய் இருந்தது தெரிய வந்தது. அது அவரது காலைச் சூறையாடிக் கொண்டிருந்தது. அவரது மருத்துவர், “இதைக் கூறுவதற்கு எனக்கு வருத்தமாக இருக்கிறது, ஆனாலும் அறுவைச் சிகிச்சை செய்து உங்கள் காலை வெட்டி எடுக்க வேண்டும். உங்களுக்கு இருபத்தியோரு வயதாகிவிட்டதால், அறுவைச் சிகிச்சைக்கு ஒப்புதல் அளித்து நீங்களே உங்கள் ஒப்புதல் படிவத்தில் கையொப்பமிட வேண்டும்,” என்று கூறினார். மருத்துவர் கூறிய விஷயத்தைக் கனத்த இதயத்துடன் ஏற்றுக் கொண்டு, ஒப்புதல் படிவத்தில் டெர்ரி கையெழுத்திட்டார்.

அடுத்த சில நாட்கள் மருத்துவமனையில் படுத்தபடி அவரால் தன் இழப்புக் குறித்து சோகத்தில் மூழ்கியிருக்க முடியும். பிரகாசமாகத் தோன்றிய தனது தடகள வாழ்க்கை முளையிலேயே கிள்ளி எறியப்படுவதை நினைத்து அவரால் புலம்பியிருக்க முடியும். ஆனால் அவர் தன் பள்ளிப் பயிற்சியாளர் கூறியதில் தன் முழுக்கவனத்தையும் நிலைப்படுத்தினார்: "இதயபூர்வமாக நீ எதைச் செய்தாலும், அதை உன்னால் சாதிக்க முடியும்."

கனடாவின் ஒரு முனையிலிருந்து மற்றொரு முனைக்கு ஓட வேண்டும் என்று டெர்ரி விரும்பினார். அது குறித்து உறுதியாகத் தீர்மானமும் மேற்கொண்டார். அவ்வாறு ஓடுவதன் மூலம், தனக்கு ஏற்பட்டக் கொடுமை பின்னொரு நாளில் வேறு எந்த இளைஞனுக்கும் ஏற்படாமல் இருப்பதற்காக ஒரு இலட்சம் டாலர்கள் நிதி திரட்டி, இளைஞர்களுக்கான புற்றுநோய் ஆராய்ச்சிக்காகக் கொடுப்பதென்று அவர் தனக்கு ஓர் இலக்கை நிர்ணயித்தார். அவர் தன் இலக்கை எழுதி வைத்துக் கொண்டு, எப்போதும் அது பற்றியே சிந்தித்து வந்தார்.

மருத்துவமனையைவிட்டு வெளியேறியபோது அவருக்குச் செயற்கைக் கால் பொருத்தப்பட்டிருந்தது. 'டெர்ரி ஃபாக்ஸின் நம்பிக்கை ஓட்டத்தை' நடத்திக் கொடுப்பதற்காக அவர் ஒவ்வொருவரிடமும் உதவி கேட்டுப் பேசினார். தன் எண்ணத்தை அவர் தன் பெற்றோரிடம் வெளிப்படுத்தினார்.

அவரது தந்தை அவரிடம், "எங்களது சேமிப்பு முழுவதும் உனக்குத்தான். ஆனால் நீ கல்லூரிக்குச் செல்ல வேண்டும். பட்டப் படிப்பை முடித்தப் பிறகு நீ எந்தவொரு பங்களிப்பிலும் ஈடுபடலாம்," என்று கூறினார். அடுத்த நாள், கனேடியப் புற்றுநோய் அமைப்பிற்குச் சென்று, நெடுந்தூர ஓட்டத்தின் மூலம் நிதி திரட்டும் தன் நோக்கத்தை டெர்ரி அவர்களிடம் அறிவித்தார். ஆனால் ஏற்கனவே தாங்கள் பல்வேறு நடவடிக்கைகளில் மும்முரமாக ஈடுபட்டிருந்ததால், அவரது யோசனையைச் சற்றுக் கிடப்பில் போட

வேண்டியிருக்கும் என்று அவர்கள் அவரிடம் கூறினர். அவரது பெற்றோர்கள் கூறியதுதான் சரி என்று அவர்கள் கூறினர். “இப்போதைக்கு இந்த எண்ணத்தைக் கைவிட்டுவிடுங்கள். சில காலம் கழித்து எங்களை வந்து பாருங்கள். ஆனால் நீங்கள் அது குறித்துச் சிந்தித்ததற்கு நன்றி,” என்று அவர்கள் தெரிவித்தனர்.

அதற்கடுத்த நாளே அவர் தன் கல்லூரிக்குச் சென்று, கல்லூரியைவிட்டு நின்றுவிடுமாறு தன் நெருங்கிய நண்பர் ஒருவரிடம் கேட்டுக் கொண்டார். இருவரும் நியூஃபவுன்ட்லேன்டிற்கு விமானத்தில் பயணித்தனர். அங்கு சென்றடைந்ததும் டெர்ரி தன் ஊன்றுகோல்களை அட்லான்டிக் பெருங்கடலில் தூக்கி எறிந்தார். நியூஃபவுன்ட்லேன்டில் இருந்து அவர் தனது நெடுந்தூர ஓட்டத்தைத் துவக்கினார்.

அவர் பிரிட்டிஷ் கொலம்பியாவைச் சேர்ந்த ஆங்கிலேயர் என்பதால், நியூஃபவுன்ட்லேன்டில் இருந்த செய்தி ஊடகங்கள் முதலில் அவரைக் கண்டுகொள்ளவில்லை. 327 நாட்களுக்குப் பிறகு, ஒருவழியாக அவர் கனடாவின் ஆங்கிலம் பேசும் பகுதிக்குள் காலெடுத்து வைத்தார். அந்த நேரத்தில் நாளொன்றுக்கு முப்பத்தியோரு மைல்களுக்கு மேல் அவர் ஓடிக் கொண்டிருந்தார். அவரது செயற்கைக் கால் அவருக்குப் பிரச்சனை கொடுத்தது. வலியுடன் அவர் தொடர்ந்து ஓடினார். அவர் காலில் இருந்து இரத்தம் வடிய ஆரம்பித்தது. இப்போது அனைத்துப் பத்திரிகைகளும் முதல் பக்கத்தில் அவரைப் பற்றிய செய்தியை வெளியிடத் துவங்கின.

இறுதியில், கனடா நாட்டின் பிரதம மந்திரியான ட்ரூடோவை அவர் சந்தித்தார். அவர்கள் கைகுலுக்கிக் கொண்டபோது, அவர் உண்மையிலேயே என்ன செய்ய முயற்சித்துக் கொண்டிருந்தார் என்று டெர்ரியிடம் பிரதம மந்திரி கேட்டார். முதலில் ஒரு லட்சம் டாலர்கள் நிதி திரட்டுவதுதான் தன் இலக்காக இருந்தது என்று தெரிவித்த டெர்ரி, “ஆனால் உங்கள் உதவி இருந்தால், அந்த இலக்கைப் பத்து லட்சம் டாலர்களாக விரிவுபடுத்த முடியும்,” என்று கூறினார்.

அப்போதிலிருந்துதான் டெர்ரியைப் பற்றிய செய்தி அமெரிக்காவெங்கும் வெளிவரத் துவங்கியது. தொலைக்காட்சி நிலையம் ஒன்று கனடா சென்று அவரைப் பற்றி ஒரு குறும்படத்தைத் தயாரித்தது.

டெர்ரி தொடர்ந்து ஓடிக் கொண்டிருந்தார். ஒன்டாரியோ மாநிலத்தின் தண்டர் பே பகுதியில் ஓடிக் கொண்டிருந்தபோது அவருக்குத் தீவிரமான சுவாசக் கோளாறுகள் ஏற்பட்டன. அவர் ஒரு மருத்துவரைக் கலந்தாலோசித்தபோது, "நீங்கள் உடனடியாக உங்கள் ஓட்டத்தை நிறுத்த வேண்டும்," என்று அந்த மருத்துவர் கூறினார்.

அதற்கு டெர்ரி, "டாக்டர், நீங்கள் என்னைக் குறித்து தவறாக எடைபோட்டு விட்டீர்கள் என்று நினைக்கிறேன். ஆரம்பத்தில், என்னால் முடியாது என்று என் பெற்றோர்கள் கூறினர். ஆனாலும் நான் என் முயற்சியில் துணிந்து இறங்குவதென்று முடிவெடுத்தேன். பிறகு புற்றுநோய் அமைப்பு எனக்கு உதவத் தயங்கியபோதும் நான் தொடர்ந்து என் முயற்சியில் முனைப்பாக இருந்தேன். சாலைப் போக்குவரத்திற்கு என் ஓட்டம் தடையாக இருப்பதாகக் கூறி மாநில அரசாங்கம் என் ஓட்டத்தை நிறுத்தும்படிக் கூறியது. அதற்கும் நான் மசியவில்லை. ஒரு லட்சம் டாலர்கள் பணம் எனக்குக் கிடைத்தப் பிறகு, பிரதம மந்திரி முதலில் எனக்கு ஆதரவளிக்க விரும்பவில்லை. ஆனால் இறுதியில் அவர் எனக்கு ஆதரவளித்தார். நிதி பத்து லட்சம் டாலர்களைத் தாண்டியது. இப்போது நான் மருத்துவமனையிலிருந்து வெளியே போனவுடன், கனடாவில் இருக்கும் ஒவ்வொரு குடிமகனிடமும் ஒரு டாலர் பணம் திரட்டுவதென்று திட்டமிட்டுள்ளேன். அதன் மூலம் 2.4 கோடி டாலர்கள் நிதியை நான் திரட்டுவேன்," என்று கூறினார்.

அவரது இலட்சியம் நிறைவேற வேண்டும் என்று தான் உண்மையிலேயே விரும்புவதாகக் கூறிய மருத்துவர், புற்றுநோய் அவரது நெஞ்சின் ஊடாக வேகமாகப் பரவிக் கொண்டிருந்ததை விளக்கினார். ஆனால், நாட்டு மக்கள் தங்கள் மொழி, இனம்,

எல்லைகள் ஆகியவற்றைக் கைவிட்டுவிட்டு, சமூக நலன் குறித்துச் சிந்திக்க டெர்ரியின் ஓட்டம் அவர்களை ஊக்குவித்துள்ளதாக அவர் கூறினார். டெர்ரியின் புகழ் கனடா நெடுகிலும் பரவியது.

டெர்ரியை மருத்துவமனையில் சேர்ப்பதற்காக வான்கூவர் நகரில் அவரது பெற்றோர்கள் காத்துக் கொண்டிருப்பதாகவும், அவரை வான்கூவருக்கு அழைத்துச் செல்வதற்குக் கனடாவின் விமானப் படை விமானம் காத்துக் கொண்டிருப்பதாகவும் அந்த மருத்துவர் கூறினார். டெர்ரி அரைகுறை மனத்துடன் ஒப்புக் கொண்டார். அவசரச் சிகிச்சைப் பிரிவிற்கு அவர் விரைந்து கொண்டு செல்லப்பட்டார். சுவாரசியமான செய்திக்காக ஆலாய்ப் பறந்து கொண்டிருந்த ஓர் இளம் செய்தியாளர் டெர்ரி அந்த நிலையில் இருந்தபோதும்கூட, அவரிடம், "டெர்ரி, அடுத்து நீங்கள் என்ன செய்யப் போகிறீர்கள்?" என்று கேட்டார்.

டெர்ரி கடைசிவரை தன் குறிக்கோளுக்காகவே வாழ்ந்தார். அந்தச் செய்தியாளரின் கையில் இருந்த கேமராவைத் துணிச்சலுடன் பார்த்து, "நீங்கள் என் ஓட்டத்தைத் தொடரப் போகிறீர்களா?" என்று மீண்டும் மீண்டும் கேட்டார்.

சிறிது நேரத்திற்குள் அவர் காலமானார். இறுதியில், கனேடியர்கள் அவரது பெயரில் 2.4 கோடி டாலர்கள் நிதி திரட்டினர்.

டெர்ரி ஃபாக்ஸின் கதை எங்களைப் பொறுத்தவரை, தங்களுக்கு ஒரு பிரச்சனை இருப்பதாகவும், அது தாங்கள் வெற்றி பெறுவதற்குத் தடையாக இருப்பதாகவும் நம்பும் மக்களுக்கு எங்களால் எடுத்துக்கூற முடிகின்ற நெஞ்சை நெகிழ்த்தும் கதையாகும். ஒட்டுமொத்தமாக நம்பிக்கையற்றச் சூழல்களிலும்கூட சாதனைக்கான வாய்ப்புகள் ஒளிந்திருப்பதை அவர் நமக்குக் காட்டிச் சென்றுள்ளார்.

அவருக்கு வந்த நோய் ஒருவரை முற்றிலுமாக முடக்கிப் போடக்கூடியது என்பதாக மற்றவர்கள் கருதக்கூடும். ஆனால் நாம் நோய்வாய்ப்பட்டிருக்கும்

காரணத்தால் நம் மனித நேயத்தை அடமானம் வைத்துவிட வேண்டியதில்லை என்பதை அவர் எடுத்துக்காட்டியுள்ளார். "நான் மிகவும் பலவீனமாகவும் ஆதரவின்றியும் இருக்கிறேன். நான் ஒரு பெரும் பிரச்சனைக்கு உள்ளாகி இருக்கிறேன்," என்று டெர்ரி சாக்குப்போக்கு எதையும் கூறவில்லை. மாறாக, அதைத் தகர்த்து எறிந்து, உண்மையிலேயே அசாதாரணமான ஒன்றைச் செய்வதற்கு அவர் துணிந்தார்.

உலகம் வாய்ப்புகளால் நிரம்பி வழிகிறது

நாங்கள் இங்கு விவரித்துள்ள பிரச்சனைகளுடன் ஒப்பிடுகையில், உங்களது பிரச்சனைகள் அவ்வளவு தீவிரமானவையாக இருக்காது என்று நம்புகிறோம். அசாதாரணமான உதாரணங்களை நாங்கள் இங்கு எடுத்தாண்டுள்ளதற்குக் காரணம், ஒருவர் துணிந்து ஒரு காரியத்தில் இறங்கினால், மிகமிக மோசமான சூழ்நிலைகளில்கூட அவரால் அற்புதமான சாதனைகளைப் படைக்க முடியும் என்பதை உங்களுக்கு விளக்கிக் காட்டுவதற்குத்தான்.

இந்த எடுத்துக்காட்டுகள் ஒவ்வொன்றிலும், ஒவ்வொரு நபரும் தரைமட்டத்தைத் தொட்டனர். நிதி, தோற்றப் பொலிவு, தொடர் இழப்புகள், மற்றும் உடல்நலக் குறைவு போன்ற விஷயங்களில் ஏதோ ஒன்றில் அவர்கள் மிக மோசமான நிலைமையைத் தொட்டிருந்தனர். ஆனால் இவர்களில் ஒருவர்கூடத் தங்களுக்கு நேர்ந்த பின்னடைவுகளால் துவண்டுபோய், தங்கள் பயங்கள் தங்களைக் கட்டுப்படுத்த அனுமதிக்கவில்லை. மாறாக, வெற்றி பெறுவதற்கான துணிச்சலை அவர்கள் தங்களுக்குள் ஏதோ ஒரு மூலையில் கண்டுபிடித்தனர்.

இவர்கள் ஒவ்வொருவருடைய விஷயத்திலும், அவர்களுக்கு ஏதேனும் ஒரு பிரச்சனை இருந்திருக்கா விட்டால், அவர்கள் தங்களுக்குப் பொருத்தமற்ற வேலையில் தொடர்ந்து நீடித்திருக்கக்கூடும். ஒரே விஷயத்தைத் திரும்பத் திரும்பச் செய்து கொண்டு

வாழ்க்கையைக் கடனே என்று கழித்திருக்கக்கூடும். எல்லோருக்கும் பிரச்சனைகள் ஏற்பட வேண்டும் என்பது எங்கள் விருப்பமல்ல. ஆனால் உங்கள் வாழ்க்கையை மாற்றக்கூடிய ஒரு வாய்ப்பு ஒவ்வொரு பிரச்சனைக்குள்ளும் இருக்கிறது என்றுதான் நாங்கள் கூற விழைகிறோம். பிரச்சனைகள் நமக்குள் இருக்கும் ஆற்றல்களை வெளிக்கொணரும். பிரச்சனைகள் இன்றி அந்த ஆற்றல்கள் நம்மிடம் இருப்பதுகூடச் சில சமயம் நமக்குத் தெரியாமலேயே போய்விடுவதற்கான வாய்ப்பு உண்டு.

ஆனால் நான் அவர்களைப்போல் இல்லை

இவர்கள் செய்த அதே விஷயங்களை உங்களால் செய்ய முடியுமா? உங்களுடைய பிரச்சனைகளில், அதே வாய்ப்புகளை உங்களால் பார்க்க முடியுமா? உங்கள் பயம், சந்தேகம், மற்றும் தீர்மானமின்மை ஆகியவற்றில் இருந்து உங்களால் மீள முடியுமா?

"இப்புத்தகத்தில் நீங்கள் அசாதாரணமான நபர்களைப் பற்றி எழுதியுள்ளீர்கள். ஆனால் நான் அப்படிப்பட்டவன் அல்ல. பெரிதாகத் துணிச்சல் ஏதுமற்ற ஒரு சாதாரண மனிதன் நான். என் உடனடிப் பிரச்சனைகளுக்குத் தீர்வு கண்டு, மாபெரும் வெற்றிகளைக் குவிப்பதற்கான ஆன்மீக வளங்களோ அல்லது உத்வேகமோ எனக்கு இல்லை," என்று நீங்கள் கூறக்கூடும்.

அது உங்களுக்கு நீங்களே கூறிக் கொள்கின்ற மாபெரும் சாக்குப்போக்குகளில் ஒன்றாக இருக்கும். மற்றவர்கள் செய்துள்ள விஷயங்களை உங்களால் செய்ய முடியாது என்று கூறுவது, உங்களுக்குள் ஆழமாகப் புதைந்திருக்கும் பயம் உங்கள் சார்பில் பேசுவதாகும். நீங்கள் உண்மையிலேயே எதைக் குறித்து பயப்படுகிறீர்கள் என்று உங்களையே கேட்டுப் பாருங்கள். நீங்கள் நிச்சயமாகத் தோற்பதற்கான ஒரே வழி, முயற்சி செய்யாமல் இருப்பதுதான். எனவே முயற்சிப்பதற்கு பயப்படுவதைக் கைவிடுவதைத் தவிர

உண்மையில் நீங்கள் இழக்கப் போவது எதுவும் இல்லை. முயற்சிப்பதால் உங்களுக்கு அதிகமான பலன்கள்தான் கிடைக்கும் எனும்போது நீங்கள் ஏன் முயற்சிக்கக் கூடாது?

என்ன, குடியா மூழ்கிவிடும், முயற்சித்துதான் பாருங்களேன்!

ஒருசில வருடங்களுக்கு முன் எங்கள் நண்பர் டாக்டர் ஜாக் உல்ஃப் எங்களுக்கு ஒரு சக்திவாய்ந்த உத்தியைக் கற்றுக் கொடுத்தார். ஒரு விஷயத்தைச் செய்வதற்கு நீங்கள் பயப்படும்போதும், நீங்கள் கட்டாயம் செய்ய வேண்டிய ஒன்றைச் செய்யாமல் இருப்பதற்காக உங்களுக்கு நீங்களே ஏகப்பட்ட சாக்குப்போக்குகளைக் கூறிக் கொள்ளும்போதும், உங்கள் கண்களை மூடிக் கொண்டு, "அதனால் என்ன, குடியா மூழ்கிவிடும், முயற்சித்துதான் பார்க்கலாம்!" என்று மீண்டும் மீண்டும் கூறிக் கொள்ளுங்கள். சரியான நடவடிக்கை எடுப்பதற்கான பயம் உங்களைவிட்டு விலகும்வரை இவ்வாறு தொடர்ந்து கூறிக் கொண்டே இருங்கள்.

2

சாதித்தல் குறித்த உங்கள் கற்பனையை விரிவுபடுத்துங்கள்

"நீங்கள் பிரார்த்திக்கும்போது எவற்றைக் கேட்டுக் கொள்வீர்களோ, அவற்றைப் பெற்றுக் கொள்வோம் என்று விசுவாசியுங்கள், அப்பொழுது அவை உங்களுக்கு உண்டாகும்."

– பைபிள் (மாற்கு 11:24)

நாம் அனைவரும் செல்வந்தர்களாகத்தான் பிறந்திருக்கிறோம்.

நாம் செல்வந்தர்களாக இருப்பதற்குக் காரணம் அதிஅற்புதமான மனத்துடன் நாம் பிறந்திருப்பதுதான். நம் மூளையில் சுமார் 1800 கோடி உயிரணுக்கள் உள்ளன. அவை நம் வழிகாட்டுதலை மட்டும்தான் நம்மிடமிருந்து எதிர்பார்க்கின்றன.

நம் மனத்தை நாம் பயன்படுத்த வேண்டும் என்றால், நாம் எங்கு செல்ல விரும்புகிறோம் என்பதையும், எதைச் சாதிக்க விரும்புகிறோம் என்பதையும் மட்டும் நாம் அவற்றுக்குக் கூறினால் போதும். நமக்கு என்ன வேண்டும் என்பதை நாம் உண்மையிலேயே அறிந்திருந்தால், நாம் இப்போது இருக்கும் இடத்திலிருந்து நாம் சென்றடைய விரும்பும் இடத்திற்கு நம் மனத்தால் நம்மை அழைத்துச் செல்ல முடியும்.

மனத்தின் சக்தியை அளவிடுவதற்கு, "ஐந்து வருடங்களுக்கு முன் நான் உண்மையிலேயே எதை விரும்பினேன்?" என்று உங்களிடம் நீங்களே கேட்டுக் கொள்ளுங்கள். ஐந்து வருடங்களுக்கு முன்பு உங்களுக்கு என்ன தேவையாக இருந்தது என்பது உங்களுக்குத் தெள்ளத் தெளிவாகத் தெரிந்திருந்தால், அது இப்போது உங்கள் வசம் இருப்பதற்கான வாய்ப்புகள் மிகவும் அதிகம். அதை நீங்கள் எவ்வாறு பெற்றீர்கள்? உங்கள் மனம்தான் அதை உங்களுக்குப் பெற்றுத் தந்தது.

உங்களுக்கு உண்மையிலேயே என்ன வேண்டும் என்று தெரிந்திருந்தால், அதை நிச்சயமாக உங்களால் பெற முடியும். எனவே, "எனக்கு உண்மையிலேயே என்ன வேண்டும்?" என்று உங்களை நீங்களே கேட்டுக் கொள்ளுங்கள். அக்கேள்விக்கான விடையை ஏற்கனவே அறிந்துள்ளீர்களா? அறிந்திருக்காவிட்டால்,. அதை எவ்வாறு பெறுவது?

நம்மில் பெரும்பாலானவர்களுக்கு நம் விருப்பங்கள் குறித்தத் தெளிவு இருப்பதில்லை. ஒரு பிரபல கேலிச்சித்திரத்தில் வரும் கதாபாத்திரம் ஒன்று இவ்வாறு கூறுகிறது: "தங்களுக்கு என்ன வேண்டும் என்பது பெரும்பாலான மக்களுக்குத் தெரிந்திருப்பதில்லை. ஆனால், அது தங்களிடம் இல்லை என்பதில் மட்டும் அவர்கள் தெளிவாக இருக்கின்றனர்."

இது ஒரு விவசாயி மற்றும் ஒரு விமானி ஆகியோர் தொடர்பான ஒரு கதையை நினைவூட்டுகிறது. 1920களில் விமான சாகச நிகழ்ச்சிகள் பிரபலமாக விளங்கின. மத்திய மேற்கு மாநிலம் ஒன்றில் நடைபெற்ற

அத்தகைய ஒரு சாகச நிகழ்ச்சியில் கலந்து கொள்வதற்காக ஒரு விமானி தன் விமானத்துடன் வந்தார். தன் விமானத்தில் பயணியரை ஓரிடத்தில் இருந்து மற்றோர் இடத்திற்கு அழைத்துச் செல்வதன் மூலம் கிடைத்த வருமானத்தில் அவர் வாழ்க்கை நடத்திக் கொண்டிருந்தார். ஒருவர் ஒருமுறை அதில் பயணிக்க ஒரு டாலர் கட்டணத்தை அவர் வசூலித்தார்.

ஒரு விவசாயி அவரிடம் வந்து, "நான் உங்கள் விமானத்தில் பயணம் செய்ய விரும்புகிறேன், ஆனால் ஒரு டாலர் கட்டணத்தை நான் கொடுக்க விரும்பவில்லை. என்னை உங்களால் அழைத்துச் செல்ல முடியுமா?" என்று கேட்டார்.

அந்த விமானி ஒரு நிமிடம் யோசித்துவிட்டுத் தன் திட்டத்தைத் தெரிவித்தார். "பயணம் முழுவதும் நீங்கள் எதுவும் பேசாமல் வந்தால், நான் உங்களை இலவசமாகக் கூட்டிச் செல்லத் தயார். ஆனால் நீங்கள் கத்தக்கூடாது, கூச்சலிடக்கூடாது, ஒரு வார்த்தைகூடப் பேசக்கூடாது. நீங்கள் ஒரு சிறு சத்தத்தை ஏற்படுத்தினால்கூட எனக்குப் பத்து டாலர்கள் நீங்கள் கொடுக்க வேண்டும். சம்மதமா?"

அந்த விவசாயி அதைப் பற்றி ஒரு நிமிடம் யோசித்துவிட்டு, "சரி, நான் என் வாயை இறுக்கமாக மூடிக் கொள்கிறேன். ஆனால் என் மனைவியும் என்னுடன் வர விரும்புகிறாள். அவளுக்கும் இது பொருந்துமா?" என்று கேட்டார்.

"நிச்சயமாக! ஆனால் அவர் ஒரு வார்த்தை பேசினாலும், அவரும் எனக்குப் பத்து டாலர்கள் கொடுக்க வேண்டும்," என்று கூறினார் அந்த விமானி.

"நாங்கள் இருவரும் வாயே திறக்க மாட்டோம்," என்று அந்த விவசாயி கூறினார். அவரும் அவரது மனைவியும் அந்த விமானத்தில் ஏறினர். நிலத்திலிருந்து சுமார் இருபதடி உயரத்தில் விமானம் பறந்து கொண்டிருந்தபோது, விமானி அதைத் தலைகீழாகத் திருப்பி, அதன் வேகத்தை அதிகரித்தார். பிறகு பல்வேறு விதமான சாகசங்களைச் செய்தார். அதற்குள், விமானம்

உச்சகட்ட வேகத்தை அடைந்திருந்தது. பிறகு செங்குத்தான நிலையில் விமானத்தை மேலும் மேலும் உயர எடுத்துச் சென்றார் அவர். விமானம் பல்லாயிரக்கணக்கான அடிகள் உயரத்தை அடைந்தது. பிறகு கட்டுப்பாடின்றி அது கீழ்நோக்கிப் பயணிக்கத் துவங்கியது. நிலத்தில் இருந்து வெறும் இருபத்தைந்து அடிகள் உயரத்தில் இருந்தபோது விமானி அதைத் தன் கட்டுப்பாட்டிற்குள் கொண்டு வந்து, விமானத்தைப் பாதுகாப்பாகத் தரையிறக்கினார்.

விமானி அந்த விவசாயியிடம் திரும்பி, "இது மிகவும் ஆச்சரியமான விஷயம். நீங்கள் ஒரு சிறு சத்தத்தைக்கூட ஏற்படுத்தவில்லை. என்னால் இதை நம்ப முடியவில்லை. என்னிடம் ஏதேனும் கூற வேண்டும் என்று ஒருமுறைகூட உங்களுக்குத் தோன்றவில்லையா?" என்று கேட்டார்.

அந்த விவசாயி சற்று யோசித்துவிட்டு, "ஆம், விமானத்தில் இருந்து என் மனைவி கீழே விழுந்தபோது அவ்வாறு தோன்றியது," என்று கூறினார்.

தனக்கு என்ன வேண்டும் என்று உண்மையிலேயே இந்த நபருக்கு நன்றாகத் தெரிந்திருந்தது! அவர் அதில் மிகத் தெளிவாக இருந்தார். எல்லாச் சூழ்நிலைகளிலும் நாம் வாயை மூடிக் கொண்டிருக்க வேண்டும் என்று நாங்கள் கூறவில்லை. மனம் எதை விரும்புகிறதோ, அதை அது அடைந்தே தீரும் என்பதை நாங்கள் சற்று நகைச்சுவையாகச் சுட்டிக்காட்டி உள்ளோம், அவ்வளவுதான்.

உங்கள் மனத்தின் சக்தியை எவ்வாறு பயன்படுத்துவது

வெளிமனம், ஆழ்மனம் என்று மனித மனத்திற்கு இரண்டு பகுதிகள் உண்டு என்பது அனைவரும் அறிந்த விஷயம்தான். வெளிமனம் எல்லாத் தீர்மானங்களையும் மேற்கொள்கிறது, ஆனால் ஆழ்மனம்தான் அவற்றை நிறைவேற்றுகிறது என்பதை உணர்ந்து கொள்ள நாம் அடிக்கடித் தவறிவிடுகிறோம். 'என்ன' வேண்டும்

என்பதை வெளிமனம் தீர்மானிக்கிறது, அதை 'எப்படி'ப் பெறுவது என்பதை ஆழ்மனம் கண்டறிகிறது.

வேறு விதத்தில் கூறினால், நம் வாழ்வில் நாம் எதை எதிர்பார்க்கிறோமோ, அதையே நாம் பெறுகிறோம். நாம் ஏராளமானவற்றை எதிர்பார்த்தால், ஏராளமானவற்றைப் பெறுகிறோம். என்ன வேண்டும் என்பதை நம் விழிப்புணர்வில் நாம் கொண்டு வராவிட்டால், அதை எப்படி நிறைவேற்ற வேண்டும் என்பதைப் பற்றி நம் ஆழ்மனம் ஒருபோதும் கவலைப்படப் போவதில்லை.

மாபெரும் சிந்தனை மாபெரும் விளைவுகளைக் கவர்ந்திழுக்கிறது. சராசரியான சிந்தனை சராசரியான விளைவுகளைக் கவர்ந்திழுக்கிறது.

நம் ஒவ்வொருவரிடத்திலும் மனத்தின் அளப்பரிய வளங்கள் உள்ளன. நம் மூளையை எவ்வாறு பயன்படுத்த வேண்டும் என்று நம் கல்வி அமைப்பு நமக்குக் கற்றுக் கொடுக்கின்றது. அதாவது, கணக்குப் போடுவதற்கும், கணக்கு வைத்துக் கொள்வதற்கும் அது கற்றுக் கொடுக்கின்றது. ஆனால் அது மனத்தைப் பற்றிப் பேசுவதே இல்லை. மனத்தால் தான் நினைக்கும் எந்தவோர் இடத்திற்கும் செல்ல முடியும். நீங்கள் எங்கு இருக்கிறீர்கள் என்பதைக் கண்டறிந்து, நீங்கள் சென்றடைய விரும்பும் இடத்திற்கு உங்களைக் கூட்டிச் செல்ல உங்கள் மனத்தால் முடியும்.

பெருந்திரளான பார்வையாளர்கள் நிறைந்திருக்கும் கூட்டத்தில் பேச வேண்டும், நாங்கள் பகிர்ந்து கொள்ளும் யோசனைகளைப் பற்றி அக்கறை கொண்டுள்ள உங்களைப் போன்றவர்களுக்கு விற்பனையில் சாதனை படைக்கும் புத்தகங்களை எழுத வேண்டும் என்பது எங்கள் விருப்பம் என்பதை நாங்கள் முதலில் தீர்மானித்தோம். நாங்கள் இந்த இலக்குகளை

எங்கள் வெளிமனத்தில் தீர்மானித்தோம். எங்கள் ஆழ்மனம் மற்றவற்றைப் பார்த்துக் கொண்டது. நீங்கள் படித்துக் கொண்டிருக்கும் புத்தகம் அதன் ஒரு விளைவுதான்.

நீங்கள் எதை எதிர்பார்க்கிறீர்களோ, அதையே பெறுகிறீர்கள். நீங்கள் தீர்மானிக்க வேண்டியது இரண்டு விஷயங்களை மட்டும்தான்: "உங்களுக்கு என்ன வேண்டும்?" "உங்களிடமிருந்து நீங்கள் எதை எதிர்பார்க்கிறீர்கள்?"

தீர்மானித்தல்

மனத்தைப் பயன்படுத்துவதில் உள்ள உற்சாகமான விஷயம், நம் பயங்கள் நம்மிடம் ஏற்படுத்தும் அனைத்துச் சாக்குப்போக்குகளையும் நாம் தூர எறிந்துவிடலாம் என்பதுதான். நம் மனத்தை நாம் ஆக்கபூர்வமாகவும் படைப்புரீதியாகவும் பயன்படுத்தும் போது, நாம் எதைச் செய்திருக்கவில்லை, எதைக் கூறியிருக்கவில்லை, எதுவாக நாம் இருந்திருக்கவில்லை என்பதெல்லாம் ஒரு பொருட்டே அல்ல. இங்கு நாம் கருத்தில் கொள்ள வேண்டிய முக்கியமான விஷயம், நமக்கு என்ன வேண்டும் என்பதைத் தெளிவாக நம் வெளிமனத்திற்குக் கூறுவதுதான்.

நீங்கள் எவ்வளவு உயரே செல்ல விரும்புகிறீர்கள்?
நீங்கள் எங்கே இருக்க விரும்புகிறீர்கள்?
நீங்கள் எதைப் பெற விரும்புகிறீர்கள்?
நீங்கள் யாரைப் பார்க்க விரும்புகிறீர்கள்?

ரஷ்ய விண்வெளி நிலையம் ஸ்புட்னிக் ராக்கெட்டை ஏவியபோது, ரஷ்யாவின் விண்வெளி முயற்சியைக் கண்டு அமெரிக்கர்கள் பயந்தனர். ஆனால் அப்போது அதிபராக இருந்த ஜான் எஃப். கென்னடி ஒரு தெளிவான தீர்மானத்தை எடுத்தார். அடுத்தப் பத்து வருடங்களுக்குள் அமெரிக்கா சந்திரனில் ஒரு மனிதனைத் தரையிறக்கும் என்று அவர் அறிவித்தார். அமெரிக்கர்கள் அதை எட்டு ஆண்டுகள் இரண்டு மாதங்களுக்குள் நிறைவேற்றினர். அதற்குக் காரணம்,

ஆல்ஃபிரெட் வைட்ஹெட் கூறியதுபோல், “மாபெரும் கனவுகளைக் காண்பவர்களின் கனவுகள் ஒருபோதும் நிறைவேற்றப்படுவதில்லை, அவை மிஞ்சப்படுகின்றன.”

கிறிஸ்லர் கார் நிறுவனம் திவாலாகப் போவதாக அனைவரும் நினைத்தனர். ஆனால் அதன் தலைவரான லீ அயகோக்கா, “கிறிஸ்லர் நிறுவனம் ஒரு மாபெரும் நிறுவனம், மிகச் சிறந்த நிறுவனம்,” என்று முழங்கினார். அயகோக்கா கிறிஸ்லர் நிறுவனத்தில் இருந்தபோது உருவாக்கிய வேன்கள் அமெரிக்க வாகன விற்பனையில் ஏழு சதவீதத்தைப் பிடித்திருந்தன. பெரிதாகக் கற்பனை செய்து, அவற்றை யதார்த்தமாக்குவதில் அயகோக்கா கைதேர்ந்தவர்.

நம் வெளிமனத்தை நம் விருப்பங்களை நோக்கி வழிநடத்தக்கூடிய துணிச்சல் மட்டும் நமக்கு இருந்தால், நம்மால் எதை வேண்டுமானாலும் பெற முடியும். நம் விருப்பங்கள் நிறைவேறுவதற்கான வழியை நம் ஆழ்மனம் கண்டறிந்து கொள்ளும்.

உங்கள் இலக்குகளைத் தெளிவுபடுத்துதல்

நீங்கள் செய்ய வேண்டியதெல்லாம், “எனக்கு உண்மையிலேயே என்ன வேண்டும்?” என்று உங்களை நீங்களே கேட்டுக் கொள்வதுதான். வாய்விட்டுச் சத்தமாக இக்கேள்வியைக் கேட்பது சில சயமங்களில் உங்களுக்கு உதவக்கூடும். “எனக்கு இது வேண்டும்,” என்ற பதில் உங்கள் வாயிலிருந்து வருவது விரைவில் உங்கள் காதுகளுக்குக் கேட்கும். அதை நீங்கள் கூறியவுடன், உங்கள் வெளிமனத்தை நீங்கள் அதில் ஈடுபடுத்தத் தொடங்கியிருப்பீர்கள். உங்கள் விருப்பம் நிறைவேறத் துவங்கியிருக்கும். ஏனெனில் நீங்கள் ஓர் இலக்கை நிர்ணயித்துவிட்டிருப்பீர்கள்.

1. எனக்கு என்ன வேண்டும்?
2. நான் விரும்பியதைப் பெறுவதற்கு நான் என்ன செய்ய வேண்டும் என்று நான் நம்புகிறேன்?
3. நான் இரண்டாவதைச் செய்யும்போது, முதலாவதைப் பெற்றிருப்பேன்.

எழுதிக் கொள்ளுங்கள்

இலக்குகள் காந்தம் போன்றவை. அவை தம்மை நோக்கி நம்மை இழுக்கின்றன. நாம் நிறைவேற்ற வேண்டிய காரியங்களை நோக்கி அவை நம் ஆழ்மனத்தை முடுக்கிவிடுகின்றன.

நம் ஆழ்மனம் சில சமயங்களில் நேரடியாகச் செயல்படாமல் சுற்றி வளைத்துச் செயல்படக்கூடும். நமக்குள் ஒளிந்திருக்கும் பயங்களுக்கு நாம் இன்னும் தீனிபோட்டு வளர்த்துக் கொண்டிருந்தால், தன் சாக்குப்போக்குகள் இப்போது வேலை செய்யவில்லை என்பதை நம் ஆழ்மனம் உணர்ந்தால், அது வேறொரு தந்திரத்தைப் பயன்படுத்தும். அது நம் இலக்குகளை நாம் மறக்கும்படிச் செய்துவிடும். மிகப்பெரிய நிறுவனம் ஒன்றின் தலைவராக ஆகப் போவதாக நாம் இன்று தீர்மானிக்கிறோம். ஆனால் நாளை, நம் வாழ்வின் அன்றாட அலுவல்களில் நம் இலக்கு நம் வெளிமனத்தில் இருந்து மறைந்து போய்விடுகிறது. அதனால் நம் ஆழ்மனம் மீண்டும் தன் இஷ்டம்போல் செயல்படுகிறது.

எனவே, ஓர் இலக்கை நிர்ணயித்தவுடன் அதை நாம் எழுதி வைத்துக் கொள்ள வேண்டும். அதுவே ஒரு நடவடிக்கை எடுப்பதற்கு ஒப்பானது. நாம் செயலில் இறங்கிவிட்டோம் என்பதை உறுதிப்படுத்தும் ஒரு திட்டவட்டமான நடவடிக்கை அது. நாம் வெறுமனே ஏதோ கூறிக் கொண்டு திரியவில்லை, மாறாக, உண்மையிலேயே நம் இலக்கை அடைய விரும்புகிறோம் என்பதை நம் ஆழ்மனத்திற்கு அது தெளிவாகத் தெரிவிக்கிறது.

நம் எண்ணங்களை எழுதும்போதுதான் நாம் உண்மையிலேயே சிந்திக்கிறோம் என்பதை நீங்கள் உணர்வது முக்கியம்.

ஓர் இலக்கை நாம் எழுதும்போது, அதை முழுமை பெறச் செய்வதற்கு நாம் நம்மை மனதார அர்ப்பணித்துக் கொள்கிறோம். மாறாக, நாம் அதைப் பற்றி வெறுமனே எண்ணியிருந்தாலோ, அல்லது

எப்போதோ வாய்விட்டுக் கூறி அதை உடனடியாக மறந்திருந்தாலோ, நம் இலக்கை நாம் தவறவிடுவது மிகவும் சுலபம். ஆனால் நம் இலக்கு எழுத்துப்பூர்வமாக இருக்கும்போது, அதைத் தவறவிடுவது சற்றுக் கடினம்.

ஏராளமான இலக்குகளை எழுதி வைத்துக் கொள்ளுங்கள்

ஒருசில இலக்குகளை மட்டும் எழுதி வைத்துக் கொள்ளுமாறு பலர் உங்களிடம் தெரிவித்திருப்பார்கள். ஆனால் நாங்கள் இதில் சற்று வித்தியாசப்படுகிறோம். ஏராளமான இலக்குகளை எழுதிக் கொள்ளுமாறு நாங்கள் உங்களைக் கேட்டுக் கொள்கிறோம். வெறுமனே ஓரிரு இலக்குகளை மட்டும் எழுதாதீர்கள். குறைந்தது 101 இலக்குகளை எழுதிக் கொள்ளுங்கள். 'எதிர்கால நாட்குறிப்பு' என்ற ஒன்றை நாங்கள் வைத்திருக்கிறோம். அதில் நூற்றுக்கணக்கான பக்கங்களுக்கு இலக்குகளை எழுதி வைத்துள்ளோம்.

ஏராளமான இலக்குகளை எழுதுவதற்கான மூன்று முக்கியக் காரணங்கள் இவை:

1. வெவ்வேறு இலக்குகளுக்கு வெவ்வேறு கால அவகாசம் தேவை. கோழிக்குஞ்சு முட்டையை உடைத்துக் கொண்டு வெளியே வருவதற்கு 21 நாட்கள் தேவை. குழந்தை தன் தாயின் கருவறையைவிட்டு வெளியேறுவதற்கு ஒன்பது மாதங்கள் தேவை. யானைக் குட்டி தன் தாயின் வயிற்றிலிருந்து வெளியே வருவதற்கு இரண்டு வருடங்கள் ஆகின்றன. இலக்குகளும் அப்படித்தான். சில இலக்குகளை நாம் விரைவில் அடைந்துவிடுவோம், சிலவற்றுக்கு வருடங்கள் பல பிடிக்கக்கூடும்.

   1974ம் ஆண்டு மார்க் தன் இலக்குகளை எழுதி வைத்துக் கொள்ளத் துவங்கியபோது, தன் சொந்தத் தொலைக்காட்சி நிகழ்ச்சியை நடத்த வேண்டும் என்று விரும்பினார். ஆனால்

தற்போதுதான் திவாலாகியிருக்கும் ஒருவர் இப்படிப்பட்ட ஓர் இலக்கை நிர்ணயிப்பது அறிவுக்குப் புறம்பான யோசனையாகத் தோன்றக்கூடும். தொலைக்காட்சியில் ஓர் அரை மணிநேர நிகழ்ச்சியைத் தயாரிப்பதற்குச் சுமார் பத்தாயிரம் டாலர்கள் பணம் செலவாகும். அது ஒளிபரப்பாவதைப் பற்றிப் பிறகு பேசலாம். ஆனால் நம் இலக்குகளை எழுதிக் கொள்வதில் உள்ள அருமையான விஷயம், நமக்கு விருப்பமான எதை வேண்டுமானாலும் நாம் எழுதிக் கொள்ளலாம் என்பதுதான்.

ஒன்பது வருடங்களுக்குப் பிறகு எச்பிஓ தொலைக்காட்சியில் இருந்து மார்க்கிற்கு ஓர் அழைப்பு வந்தது. அதுதான் அவரது முதல் தொலைக்காட்சி நிகழ்ச்சியாக அமைந்தது. அந்த நிகழ்ச்சி அமைப்பாளர் மார்க்குடன் தொலைபேசியில் பேசி, அவரது சம்மதத்தைக் கேட்டபோது, "நான் உங்கள் அழைப்பை எதிர்பார்த்துக் கொண்டிருந்தேன்," என்று மார்க் கூறினார்.

நிகழ்ச்சி அமைப்பாளர் சிரித்துக் கொண்டே, "நான் உங்களை அழைப்பேன் என்று உங்களுக்கு எப்படித் தெரியும்?" என்று கேட்டார்.

"ஏனெனில், ஒன்பது வருடங்களுக்கு முன் நான் அதை எழுதி வைத்தேன்," என்று மார்க் பதிலளித்தார்.

அந்த இலக்கு நிறைவேறுவதற்கு நீண்ட காலம் தேவைப்பட்டது. சில இலக்குகள் வெகு விரைவில் நிறைவேறிவிடுகின்றன. அவ்வப்போது சில இலக்குகள் நிறைவேற வேண்டுமென்றால் நமக்கு ஏராளமான இலக்குகள் அவசியம் தேவை.

இதை விளக்குவதற்கான மற்றொரு வழி, பிரபஞ்சம் தன் சொந்தக் கண்ணோட்டத்தைக் கொண்டிருப்பதாக நினைத்துக் கொள்வது. பிரபஞ்சம் எதைப் பார்க்கிறதோ, இறுதியில்

அதைப் பெறுகிறது. காந்தி என்ற திரைப்படத்திற்கான யோசனையை, அது உண்மையிலேயே தயாரிக்கப்படுவதற்கு இருபது ஆண்டுகளுக்கு முன்பே ரிச்சர்டு அட்டன்பரோ சிந்தித்து எழுதி வைத்தார். அவர் தன் இலக்கை நிர்ணயித்ததோடு, அதை உடனடியாக இயக்குவதற்கும் தயாராக இருந்தார். ஆனால் பிரபஞ்சம் தயாராக இல்லை. மாபெரும் தலைவரான காந்தியைப் பற்றிய ஒரு படத்தை ஏற்றுக் கொள்ள மக்கள் தயாராவதற்கு இருபதாண்டுகள் தேவைப்பட்டன. பிரபஞ்சம் ஒருவழியாகத் தயாரானபோது, அனைத்தும் பாந்தமாக அமைந்தன. பென்கிங்ஸ்லி காந்தியின் கதாபாத்திரத்தை ஏற்று நடிக்கத் தயாராக இருந்தார். (அட்டன்பரோ இத்திரைப்படத்தைப் பற்றி யோசித்துக் கொண்டிருந்தபோது பென்கிங்ஸ்லி ஓர் இளைஞர்!) தயாரிப்பு, விளம்பரம், வினியோகம் ஆகிய அனைத்தும் அபரிமிதமாகத் தயாராக இருந்தன. காந்தி திரைப்படம் இவ்வாறுதான் உருவானது.

நாம் பல இலக்குகளைக் கொண்டிருப்பது, பிரபஞ்சம் நம்முடைய கண்ணோட்டத்தின் வேகத்திற்கு ஈடுகொடுப்பதற்கான நேரத்தை நமக்குக் கொடுக்கிறது.

2. ஏராளமான இலக்குகளை எழுதிக் கொள்வதற்கான இரண்டாவது காரணம், நாம் ஓர் இலக்கை அடையும்போது, நம்மைப் பொறுத்தவரை அது தன் சக்தியையும் முக்கியத்துவத்தையும் இழந்துவிடுவதுதான். ஓர் இலக்கை அடையும்போது, அடுத்து அடைவதற்கு வேறோர் இலக்கு இல்லாதபோது நீங்கள் சாதாரண மனச்சோர்வு முதல் தீவிர மனச்சோர்விற்கு ஆளாவீர்கள். ஒரு புதிய வேலை வேண்டும் என்று நீங்கள் எழுதி வைத்திருந்து, அது உங்களுக்குக் கிடைத்து

விட்டால், பிறகு அந்த இலக்கு உங்களுக்கு அர்த்தமற்றதாகிவிடும். எனவே ஏராளமான இலக்குகளை எழுதி வைக்கும்போது, அவற்றில் ஒருசிலவற்றை உடனடியாகச் சாதித்தாலும்கூட, நம் ஆழ்மனத்திற்கு வேலை கொடுப்பதற்கு நம்மிடம் மேலும் பல இலக்குகள் இருக்கும்.

3. ஒருசில இலக்குகளை மட்டுமே நாம் வைத்துக் கொள்ளாததற்கான இன்னொரு காரணம், அபரிமிதம்தான் பிரபஞ்ச விதி. நீங்கள் உண்மையிலேயே விரும்பும் அனைத்தையும் உங்களால் பெற முடியும் என்பதாலும், அதற்காக நீங்கள் செயல்படத் தயாராக இருப்பதாலும், நீங்கள் ஏன் அதற்குக் குறைவானதை ஏற்றுக் கொள்ள வேண்டும்?

மக்கள் பொதுவாக மிக அதிகமான
விருப்பங்களைக் கொண்டிருப்பதில்லை,
மாறாக, மிகக் குறைவான
விருப்பங்களையே கொண்டுள்ளனர்.

இலக்குகளை எழுதும்போது எதற்கும் விட்டுக் கொடுக்காதீர்கள்

சியாட்டில் நகரில் மார்க்கைச் சந்தித்த ஒரு பெண், இலக்குகளை நிர்ணயித்ததால் தனக்கு நிகழ்ந்த அனுபவத்தை அவரிடம் பகிர்ந்து கொண்டாள். அவளுக்கு அப்போதுதான் விவாகரத்தாகி இருந்தது. ஒவ்வொருவரும் தனக்கு விருப்பமானதை எழுதிக் கொள்ள வேண்டும், அதை யாருக்காகவும் எதற்காகவும் விட்டுக் கொடுக்கக்கூடாது என்று மார்க் கூறியதைத் தான் கேட்டிருந்ததாக அவள் கூறினாள்.

அவளது விவாகரத்து உறுதியானவுடன், அவளும் இன்னும் இரண்டு பெண்களும் மலைப் பிரதேசத்தில் இருந்த ஒரு வீட்டிற்குச் சென்று, அந்த வார இறுதி முழுவதையும் ஒரு கச்சிதமான ஆண்மகனிடம் தாங்கள் விரும்பும் குணநலன்களைப் பற்றி எழுதினர். மற்ற இரு பெண்களும் எழுதியதைக் கூட்டாக வைத்துப் பார்த்தபோது, தான் அவர்களைவிட ஐந்து பக்கங்கள் அதிகமாக எழுதியிருந்ததாக அவள் மார்க்கிடம் கூறினாள். பிறகு அவர்கள் இருவரும் இவள் எழுதியிருந்தவற்றைப் பார்த்து அப்படியே எழுதிக் கொண்டனர்.

அதோடு, “எனக்கு வரப் போகும் கணவனுக்கு ஒரு லியர் ஜெட் விமானமும் இருக்க வேண்டும்,” என்று இவள் எழுதினாள்.

அடுத்த நாள் அவள் ஒரு தொழில் நிமித்தமான சந்திப்பில் கலந்து கொண்டபோது, அவளுடைய கனவு நாயகன் அங்கு இருந்தான். அவர்களது கண்கள் சந்தித்துக் கொண்டன. காதல் பற்றிக் கொண்டது. சில நாட்களுக்குள், அவர்கள் திருமணம் செய்து கொள்வதாக முடிவெடுத்தனர். திருமணத்திற்கு முந்தைய நாள் அவளது வருங்காலக் கணவன் அவளிடம், “அன்பே, நான் உன்னிடம் இதுவரை கூறாத விஷயம் ஒன்று உள்ளது,” என்று கூறினான். அவள் ஆச்சரியத்துடன் அவனைப் பார்த்து, அது என்னவென்று கேட்டாள். அதற்கு அவன், “என் தந்தைக்குச் சொந்தமான ஒரு வங்கி உள்ளது. நாம் நம் திருமண நாளன்று பாம் ஸ்பிரிங்ஸிற்கு வருவதற்காக அவர் தன் லியர் ஜெட் விமானத்தைக் கொடுத்திருக்கிறார்,” என்று பதிலளித்தான். நாம் கனவு காணும் விஷயம் நமக்கு நிச்சயமாகக் கிடைத்துவிடும் என்பதால், அது குறித்து எச்சரிக்கையாக இருக்க வேண்டும் என்று எமர்சன் கூறியுள்ளார். எந்தவோர் இலக்கையும் நிர்ணயித்துவிட்டால், உடனே நம் மனம் அதை அடைவதை நோக்கிப் பயணப்பட்டுவிடும். சற்றுப் பெரிய, உத்வேகமூட்டும் இலக்குகளை நிர்ணயிப்பதற்குக் கூடுதலாக நமக்கு எதுவும்

தேவையில்லை. உங்களிடம் நம்புதற்கரிய இலக்குகள் இருந்தால், நம்புதற்கரிய விளைவுகள் உங்களுக்குக் கிடைக்கும். உங்களிடம் இலக்குகளே இல்லையென்றால், இலக்குகளை நிர்ணயிப்பதுதான் உங்களுடைய முதல் இலக்காக இருக்க வேண்டும். தனிச்சிறப்புமிக்க இலக்குகளை நீங்கள் எழுதிக் கொள்ளும்போது, சிறப்பான உறவுகளை நீங்கள் படைப்பீர்கள், சிறப்பான விளைவுகளை நீங்கள் உருவாக்குவீர்கள்.

முதன்முறையாக இப்போதுதான் நீங்கள் இலக்குகளை நிர்ணயிக்கிறீர்கள் என்றால், இப்பட்டியல் உங்களுக்கு உதவும். நாங்கள் எதைப் பற்றிப் பேசிக் கொண்டிருக்கிறோம் என்பது பற்றிய ஒரு யோசனையை அது உங்களுக்குக் கொடுக்கும்:

1. யாராவது ஒருவருடைய வாழ்க்கையைக் காப்பாற்றுவது.
2. புற்றுநோய்க்கான தீர்வு ஒன்றைக் கண்டுபிடிப்பது.
3. ஒலிம்பிக்கில் தங்கம் வெல்வது.
4. உங்கள் நண்பர்கள் மற்றும் குடும்பத்தாருடன் பிரத்யேகமாக நேரம் செலவிடுவது.
5. தரமான தொலைக்காட்சி நிகழ்ச்சிகளைப் பார்ப்பது.
6. விடுமுறைகளுக்குச் செல்வது:
   கொடைக்கானல், சிம்லா, மனாலி, டார்ஜீலிங், மசூரி ஆகிய இடங்களுக்குச் செல்வது; தாஜ்மகாலைப் பௌர்ணமி இரவில் பார்ப்பது.
7. ஸ்பானிஷ் மற்றும் சீன மொழியைக் கற்றுக் கொள்வது.
8. மலையேற்றத்தில் பங்கு கொள்வது.
9. உங்களை அதிக வசீகரமானவராக ஆக்கிக் கொள்வது.

10. நகைச்சுவை உணர்வை வளர்த்துக் கொள்வது.
11. நல்ல நினைவுத்திறனை வளர்த்துக் கொள்வது.
12. ஒரு நிமிடத்தில் 3000 வார்த்தைகளை மின்னல் வேகத்தில் படிக்கக் கற்றுக் கொள்வது.
13. கச்சிதமான உடல் எடையைப் பெற்று, அதைத் தக்க வைத்துக் கொள்வது.
14. அனைத்துக் கடன்களையும் அடைத்துவிட்டுக் கடனின்றி இருப்பது.
15. ஐந்து லட்சம் ரூபாய் சேமிப்பது.
16. பொருளாதாரரீதியாகச் செழிப்பாகவும் சுதந்திரமாகவும் இருப்பது.
17. உங்களுக்கு ஏற்ற வாழ்க்கைத் துணைவரை அடைவது.
18. வருடத்திற்குப் பத்து ஊக்குவிப்புப் புத்தகங்களைப் படிப்பது.

உங்கள் இலக்குகளைப் பற்றிப் பிறரிடம் பேசாதீர்கள்

இலக்குகளை நிர்ணயிப்பதில் நீங்கள் அனுபவம் அற்றவராக இருந்தால், மற்றவர்களிடம் உங்கள் இலக்குகளைப் பற்றிப் பேசாமல் இருப்பது நல்லது. அவ்வாறு நீங்கள் பேசினால், அவர்கள் அதில் குறைகாணக்கூடும். துவக்கத்தில், உங்கள் மனத்தை ஒத்த, எவ்வித நிபந்தனையும் இன்றி உங்களுக்கு ஆதரவு தரக்கூடிய ஓரிருவருடன் மட்டும் உங்கள் கனவுகளைப் பகிர்ந்து கொள்ளுங்கள்.

நீங்கள் அதிகமான இலக்குகளை அடைந்து, ஏராளமான வெற்றிகளையும் சாதனைகளையும் படைத்துக் குவிக்கும்போது, உலகத்திடம் அவற்றைப் பற்றிக் கூறலாம். அப்போது உங்கள் கனவுகளை நனவாக்குவதற்கு உதவக்கூடிய நபர்கள் உங்களைத் தேடி வருவர்.

1984ம் ஆண்டின் ஒலிம்பிக் போட்டியை லாபகரமானதாக ஆக்கப் போவதாக, பிரபல அமெரிக்க நிர்வாகிகளில் ஒருவரான பீட்டர் ஊபெராத் ஓர் இலக்கை நிர்ணயித்தபோது, சிலர் அந்த யோசனையால் கவரப்பட்டாலும், பலர் அதை எள்ளி நகையாடினர். ஆனால் அவர் 15 கோடி டாலர்களைத் திரட்டியவுடன், மக்கள் அவரை நம்பத் துவங்கினர். அவர் பேஸ்பால் கமிஷனராக ஆனபோது, அந்த வேலையில் அவர் தனக்கென்று நிர்ணயிக்கும் எந்தவோர் இலக்கையும் நிச்சயமாக அடைந்தே தீருவார் என்று அனைவரும் நம்பினர். பேஸ்பாலில் போதை மருந்துப் பிரச்சனையை அடியோடு ஒழிக்கப் போவதாக ஓர் இலக்கை அவர் வெளிப்படையாக அறிவித்தபோது, அவரை நம்பாதவர்கள் யாரும் இல்லை. “அதிகாரத்தில் 20 சதவீதம் உங்களுக்குக் கொடுக்கப்படுவது, மீதி 80 சதவீதம் நீங்களாக எடுத்துக் கொள்வது,” என்று பீட்டர் ஊபெராத் கூறுகிறார்.

இலக்குகளை அடைந்தவுடன் . . .

நீங்கள் இலக்குகளை அடைந்தவுடன், வெறுமனே அதை ஒரு பென்சிலால் அடித்துவிடாதீர்கள். நாங்கள் எங்கள் இலக்குகளை அடைந்தவுடன், “வெற்றி!” என்று அதனருகில் எழுதுகிறோம். வெறுமனே அதன்மீது கோடிடுவது அதை ஒரு மளிகைச் சாமான் பட்டியல்போல் ஆக்கிவிடுகிறது. “வெற்றி!” என்று எழுதுவது, அது ஓர் உண்மையான சாதனை என்று நம் ஆழ்மனத்திற்கு உணர்த்துகிறது.

அதோடு, நமது உற்சாகம் சில சமயம் உயரத்தில் இருக்கும், சில சமயம் அதளபாதாளத்தில் இருக்கும். பாதாளத்தில் இருக்கும்போது, நீங்கள் சிகரங்களைத் தொட்ட நேரத்தில் ஏற்பட்ட அனுபவங்களை நினைத்துப் பார்க்கலாம். உங்களது பழைய வெற்றிகள், அதிக உற்சாகம் தரக்கூடிய, மேலும் பல புதிய வெற்றிகளை நீங்கள் அனுபவிக்கப் போகிறீர்கள் என்பதை நினைவுறுத்தும்.

உங்கள் வாழ்நாள் முழுவதும் புதிய புதிய இலக்குகளை நிர்ணயித்துக் கொண்டேயிருங்கள். அவை நாமாக விருப்பப்பட்டு நிர்ணயிப்பவையாக இருந்தாலும், அவை நமக்கு மிகவும் இன்றியமையாதவை.

வால்ட் டிஸ்னியிடம் ஐம்பது வருட இலக்குகள் இருந்தன. 1966ல் அவர் காலமானார். அவர் இறந்த பிறகு, மைக்கேல் ஐஸ்னர் டிஸ்னிக்குப் பொறுப்பேற்றார். பிறகு அவர் ஃபுளோரிடா, ஜப்பான், பிரான்ஸ் ஆகிய இடங்களில் வால்ட் டிஸ்னி பார்க்குகளை உருவாக்கினார். டிஸ்னியின் ஒவ்வொரு பகுதியையும் ஐஸ்னர் விரிவுபடுத்தினார். டிஸ்னி அதை மனக்காட்சிப்படுத்தினார். டிஸ்னியின் கனவை ஐஸ்னர் நிறைவேற்றினார்.

உங்கள் வாழ்வின் நோக்கம்

ஓர் உன்னதமான வாழ்க்கை நோக்கத்தைக் கொண்டிருப்பதுதான் அனைத்து வித்தியாசத்தையும் ஏற்படுத்துகிறது. அதுதான் நம் இலக்குகளுக்கு ஓர் அர்த்தத்தைக் கொடுக்கிறது. நம்மிடம் எண்ணற்ற இலக்குகள் இருக்கக்கூடும். அவற்றில் சிலவற்றை நாம் தொடர்ந்து சாதித்துக் கொண்டிருக்கக்கூடும். ஆனால் நம் வாழ்க்கைக்கென்று ஒரே ஒரு நோக்கம் மட்டுமே நம்மிடம் இருக்கும்.

வாழ்வின் நோக்கங்கள் பெரும்பாலும் ஆன்மீக இயல்பு கொண்டவை. இதற்குச் சிறந்த எடுத்துக்காட்டு இயேசுபிரான். அவரது ஆன்மீக நோக்கம் மிகவும் எளிமையானது: "உங்களுக்கு ஜீவன் உண்டாகவும், அது உங்களிடம் அபரிமிதமாக இருக்கவுமே நான் இங்கு வந்தேன்."

நாங்கள் படித்தப் பல ஜாம்பவான்களின் வாழ்க்கை வரலாறுகளில் இருந்து ஓரிருவரின் வாழ்வின் நோக்கங்களை நாங்கள் இங்கே கொடுத்திருக்கிறோம்: வால்ட் டிஸ்னியின் குறிக்கோள்: "மக்களை மகிழ்விப்பது." டாக்டர் ஆர். பக்மின்ஸ்டர் ஃபுல்லரின் குறிக்கோள்: "மனிதகுலத்தின் ஒட்டுமொத்த நலனுக்காகப் பாடுபடுவது."

ஒருவருடைய நோக்கம் மனிதநேயமிக்கதாகவும் இருக்கலாம். ஜார்ஜியா மாநிலத்தின் அட்லாண்டா நகரில் அமைந்த லைஃப் கைரோபிராக்டிக் கல்லூரியின் பட்டமளிப்பு விழாவில் மார்க் சமீபத்தில் உரையாற்றினார். எழுபத்தியிரண்டு வயதில் மருத்துவப் பட்டம் பெற வந்திருந்த ஒருவரை அவர் சந்தித்தார்.

மார்க் அப்பெண்மணியை ஆரத் தழுவி முத்தமிட்டு, "டாக்டர், இந்த மருத்துவக் கல்லூரியில் சேர்வதற்கு முன் நீங்கள் என்ன செய்து கொண்டிருந்தீர்கள்?" என்று கேட்டார்.

"அறுபத்தைந்து வயதுவரை நான் ஒரு கன்னியாஸ்திரியாக இருந்தேன். அந்த வயதில் நாங்கள் கட்டாயம் ஓய்வு பெற்றாக வேண்டும்," என்று அவர் பதிலளித்தார்.

"ஆனால், அடுத்த ஏழு ஆண்டுகளைச் செலவழித்து நீங்கள் ஏன் ஒரு மருத்துவராக ஆவதென்று தீர்மானித்தீர்கள்?" என்று மார்க் தொடர்ந்து கேட்டார்.

அந்தப் பெண்மணி மிகுந்த பணிவுடன், "ஏனெனில், இவ்வுலகில் என் வேலை முடியவில்லை. எனது நோக்கம் மக்களுக்கு சேவை செய்வதுதான்," என்று கூறினார். அவர் இப்போது தினமும் 150 நோயாளிகளுக்குச் சிகிச்சை அளித்துக் கொண்டு இருக்கிறார்.

நம் அனைவருக்கும் ஒரு நோக்கம் தேவை. அதைத் தெளிவுபடுத்திக் கொள்வதற்காக நாம் அதை எழுதிக் கொள்ள வேண்டும். உங்களுக்கென்று ஒரு நோக்கம் இல்லையென்றால், ஒரு நோக்கத்தைப் பெறுவதுதான் உங்களுடைய முதல் நோக்கமாக இருக்க வேண்டும்.

எங்களுக்கும் ஒரு நோக்கம் உள்ளது. எங்களுடைய நாணயத்தையும் சுதந்திரத்தையும் தியாகம் செய்யாமல் பல மக்களுக்கு சக்தியூட்டுவதும், கற்பிப்பதும், அறிவூட்டுவதும், மகிழ்வூட்டுவதும்தான் எங்கள் நோக்கம்.

உங்களுடைய வாழ்வின் நோக்கத்தைக் கண்டுபிடித்தல்

உங்கள் வாழ்வின் நோக்கத்தைக் கண்டுபிடிப்பதற்கு, நீங்கள் உங்களுக்குள் ஆழமாகச் சென்று தேட வேண்டும் என்று நாங்கள் பரிந்துரைக்கிறோம். உங்களால் முடிந்தால் தியானம் செய்யுங்கள். உங்கள் மனத்தின் ஆழத்தில் சென்று, "என் வாழ்வின் நோக்கம் என்ன?" என்று கேளுங்கள்.

இக்கேள்வியை நீங்கள் தொடர்ந்து உங்களிடம் கேட்டு வந்தால், அதற்கான விடை உங்கள் கண்முன் விரியும்.

உங்கள் வாழ்வின் நோக்கத்தை ஒரு வாசகமாக நீங்கள் எழுதிக் கொள்ளும்போது, உங்கள் வாழ்க்கை அதிக அர்த்தம் நிறைந்ததாக மாறிவிடும். அது உங்கள் ஒட்டுமொத்த மனப்போக்கையும் மாற்றிவிடும். அப்படிப்பட்ட ஒரு வாசகம் உங்களை நடவடிக்கை எடுக்கத் தூண்டும். குடி மற்றும் போதை மருந்துப் பழக்கத்தையும், உடல் பருமனையும், இன்னும் பல நோய்களையும் அது முடிவுக்குக் கொண்டுவந்துவிடும்.

நீங்கள் ஒரு தெளிவான நோக்கத்தைக் கொண்டிருக்கும்போது, எதிர்மறையாகச் சிந்திப்பதற்கு உங்களுக்கு நேரம் இருக்காது.

நீங்கள் செய்ய வேண்டியதெல்லாம், தெளிவான கேள்வியைக் கேட்டுவிட்டு, உங்கள் மனம் அதை நடத்திக் கொடுப்பதற்காகக் காத்திருப்பதுதான்.

3

உங்கள் ஆற்றலை ஒருமுகப்படுத்துங்கள்

வெற்றி என்பது நீங்கள் உண்மையிலேயே விரும்புபவற்றை அடையக்கூடிய ஒரு மனநிலையை உருவாக்குவதுதான்.

இரண்டாம் உலகப் போரின்போது, ஜெர்மனியின் கொடூரமான ஆஷ்விட்ஸ் முகாமில் இருந்து தப்பிய ஒருசிலருள் ‘மேன்ஸ் ஸர்ச் ஃபார் மீனிங்’ என்ற புத்தகத்தின் ஆசிரியரான டாக்டர் விக்டர் ஃபிராங்க்கெல்லும் ஒருவர். ஜெர்மனியைச் சேர்ந்த யூதரான அவர் ஒரு மனநல மருத்துவராக இருந்தார். பல்லாயிரக்கணக்கானவர்கள் மடிந்த அந்த வதை முகாமில் அவர் எப்படியோ தப்பிப் பிழைத்தார். போதுமான உணவும் உடையும் இல்லாமல், எவ்வித மருத்துவ வசதியும் இல்லாமல் அவர் அல்லாடினார்.

போர் முடிவடையும் தருவாயில் அவர் விடுவிக்கப்பட்டபோது, அவரால் எப்படிச் சமாளித்து உயிர்வாழ முடிந்தது என்று அவரிடம் கேட்கப்பட்டது.

அவர் இவ்வாறு பதிலளித்ததாகக் கூறப்படுகிறது: "என் மனப்போக்கைத் தேர்ந்தெடுப்பது என் சொந்த விருப்பம் என்பதை நான் எப்போதும் அறிந்திருந்தேன். நான் மனச்சோர்வுடன் இருப்பதைத் தேர்ந்தெடுக்கலாம் அல்லது நம்பிக்கையுடன் இருப்பதைத் தேர்ந்து எடுக்கலாம். ஆனால் நம்பிக்கையோடு இருப்பதற்கு நான் எனக்கு விருப்பமான ஏதோ ஒன்றின்மீது என் கவனத்தை ஒருமுகப்படுத்த வேண்டியது அவசியமாயிற்று.

"நான் என் மனைவியின் கைகளில் என் கவனத்தைக் குவித்தேன். அவளது கைகளை இன்னும் ஒருமுறை பிடித்துக் கொள்ள நான் விரும்பினேன். அவளது கண்களை மீண்டும் ஒருமுறை நேருக்கு நேர் பார்க்க விரும்பினேன். இன்னும் ஒருமுறை அவளை ஆரத் தழுவி, அவளது இதயத்துடன் ஒன்றறக் கலக்க ஆசைப்பட்டேன். அது ஒவ்வொரு நொடியும் என்னை உயிர்வாழ வைத்துக் கொண்டிருந்தது."

ஆஷ்விட்ஸ் முகாமில் இருந்த மற்றக் கைதிகளுக்கு எவ்வளவு ஆற்றல் இருந்ததோ, அதைவிட அதிகமாக ஒன்றும் டாக்டர் ஃபிராங்கெல்லுக்கு இருக்கவில்லை. ஒரே ஒரு பட்டாணி மட்டுமே மிதந்து கொண்டிருக்கும் ஒரு கிண்ணம் சூப் மட்டுமே தனக்கு உணவாக வழங்கப்பட்டதாக அவர் தெரிவித்தார். ஆனால் தனக்கும் தன்னைச் சுற்றியிருந்தவர்களுக்கும் நிகழ்ந்து கொண்டிருந்த மோசமான நிகழ்வுகள் குறித்துக் கவலைப்பட்டு மனச்சோர்வடைவதில் தன் ஆற்றலை வீணாக்குவதற்குப் பதிலாக, ஒரே ஓர் இலக்கில் அவர் தன் ஆற்றலை ஒருமுகப்படுத்தினார். வாழ்வதற்குத் தனக்கு ஒரு காரணத்தைக் கண்டுபிடித்தார். அந்தக் காரணத்தின்மீது தன் கவனத்தைக் குவித்ததன் மூலம் அவரால் உயிர்பிழைக்க முடிந்தது.

அவர் தனக்கென்று ஒரு நம்பிக்கை மனப்போக்கை வளர்த்துக் கொண்டார். அவரது மனப்போக்கு நேர்மறையாக மாறியவுடன், அவரது மனநிலை மற்ற அனைத்தையும் கவனித்துக் கொண்டது.

கவனக்குவிப்பு

ஆற்றல்களை ஒரே ஒரு திசையில் குவிப்பது டாக்டர் ஃபிராங்க்கெல்லுக்குப் பயனளித்ததுபோல் நமக்கும் பயனளிக்கும். நமக்கு ஒன்று நிச்சயமாகத் தேவைப்படும்போது, அதை அடைவதில் நம் மனத்தை ஒருமுகப்படுத்தினால், இறுதியில் நிச்சயமாக நாம் அதை அடைவோம். மார்க் இவ்வாறு நினைவுகூர்கிறார்:

இக்கருத்தை என் தந்தையார் நான் சிறுவனாக இருந்தபோதே எனக்கு வலியுறுத்தினார். 1921ம் ஆண்டு டென்மார்க்கில் இருந்து என் தந்தையார் அமெரிக்காவிற்கு வந்தார். அப்போது அவருக்குப் பதினேழு வயது. அவர் எட்டாம் வகுப்பை முடித்திருந்தார். சமையற்கலையில் தேர்ச்சி பெற்றிருந்தார். பெரிய கேக்குகளையும், பிற பேக்கரிப் பொருட்களையும் அலங்காரம் செய்வதில் அவர் கைதேர்ந்தவர்.

அபரிமிதமான வாய்ப்புகள் நிரம்பிய ஒரு பூமி அமெரிக்கா என்பதை என் தந்தை கண்டுகொண்டார். பிற நாடுகளைப் போலன்றி, இங்கு நீங்கள் எதை விரும்பினாலும் சரி, அது குறித்து நீங்கள் உழைத்தால், நிச்சயமாக அதைப் பெறுவீர்கள். என் தந்தையும் கடினமாக உழைத்தார். நாங்கள் பணக்காரர்களாக இல்லாவிட்டாலும்கூட, ஒருபோதும் ஏழைகளாக இருக்கவில்லை.

வியாபாரத்தை ஊக்குவிக்கும் அமெரிக்கப் பொருளாதார அமைப்பில், எவ்வளவுக்கு எவ்வளவு நீங்கள் துணிகரமாக ஒரு தொழிலில் இறங்குகிறீர்களோ, அவ்வளவுக்கு அவ்வளவு சுதந்திரத்தை நீங்கள் அனுபவிப்பீர்கள்.

எனக்கு ஒன்பது வயதாக இருந்தபோது, ஒரு மூட்டை நிறைய செய்தித்தாள்களைக் கட்டிக் கொண்டு வீடு வீடாகச் சென்று அவற்றை வினியோகம் செய்யும் வேலை எனக்குக் கிடைத்தது. அப்போது ஓரளவு நன்றாக சைக்கிள் ஓட்டினேன். செய்தித்தாள்களை வினியோகம் செய்ததில் இருந்து கிடைத்தப் பணத்தில் சைக்கிள்களைப் பற்றிய ஒரு பத்திரிகையை வாங்கினேன். ஒவ்வொரு மாதமும் தொடர்ந்து நான் அதைப் படித்தேன். ஐரோப்பிய சைக்கிள் பந்தயம் அமெரிக்காவில் பிரபலமாவதற்கு முன்பாகவே நான் அனைத்துவிதமான சைக்கிள்களைப் பற்றியும், அவற்றின் வித்தியாசமான கைப்பிடிகள், மெல்லிய டயர்கள், குறுகலான இருக்கைகள் ஆகியவற்றைப் பற்றிய பல விஷயங்களை நான் தெரிந்து வைத்திருந்தேன். என்னால் ஒரு சிறந்த சைக்கிள் வீரனாக உருவாக முடியும் என்று உணர்ந்தேன். ஒரு பந்தய சைக்கிள் மட்டும்தான் என்னிடம் இருக்கவில்லை.

ஒரு பந்தய சைக்கிளைக் கைவசப்படுத்துவதை என் வாழ்வின் மிக முக்கியமான இலக்காக நான் தீர்மானித்தேன். அந்த சைக்கிளை நான் ஆத்மார்த்தமாகவும் இதயபூர்வமாகவும் விரும்பினேன். ஒரு கச்சிதமான சைக்கிள் என் மனத்தில் இருந்தது. இங்கிலாந்தில் உற்பத்தி செய்யப்பட்ட சைக்கிள் அது.

சைக்கிள் பத்திரிகையிலிருந்து அந்த சைக்கிளின் படம் ஒன்றைக் கத்தரித்து என் படுக்கைக்கு அருகில் வைத்தேன். ஒவ்வோர் இரவும் படுக்கச் செல்வதற்கு முன், நான் அதை வாரத்திற்கு நானூறு மைல்கள் ஓட்டிச் சென்று, சிக்காகோவிற்கும் மில்வாக்கே நகரத்திற்கும் இடையே நடைபெறும் சைக்கிள் பந்தயத்தில் கலந்து கொள்வதற்கு ஏற்ற நல்ல உடல்வாகை நான் பெறுவதாகவும் கற்பனை செய்தேன். என்னால் அந்த சைக்கிளை என் கற்பனையில் நன்றாகக் காண முடிந்தது. என்னால் அதை உணர முடிந்தது. நான் அதை முழுவதுமாக நம்பினேன்.

பிரபஞ்சத்தின் வலிமையான ஆற்றல்களில்,
ஒருமுகப்படுத்தப்பட்ட மனத்தின் சக்தியும் ஒன்று.

என் தந்தையிடம் சென்று அந்த சைக்கிளை வாங்கித் தருமாறு நான் கேட்டபோது, அவரால் என் விருப்பத்தைப் புரிந்து கொள்ள முடியவில்லை. சிறிது விவாதத்திற்குப் பிறகு என் தந்தை, “உனக்கு இருபத்தியோரு வயதாகும்போது அந்த சைக்கிளை நீ வாங்கிக் கொள்ளலாம்,” என்று கூறினார்.

“இருபத்தியோரு வயதா? அப்போது நான் கிழவனாகிவிட்டிருப்பேன். என் விருப்பம் உங்களுக்குப் புரியவில்லை. இருபத்தியோரு வயதில் எனக்கு அந்த சைக்கிள் தேவையில்லை. அது எனக்கு இப்போதே வேண்டும்,” என்று நான் கூறினேன். நான் என்னுடைய தந்தையைத் தொடர்ந்து நச்சரித்துக் கொண்டே இருந்தேன். எனக்குப் பதினாறு வயதாகும்போது அந்த சைக்கிளை எனக்கு வாங்கித் தருவதாக அவர் இறுதியில் ஒப்புக் கொண்டார். எனவே, என் தந்தைக்குப் பிடித்தமான அமெரிக்கப் பொருளாதார அமைப்பைப் பற்றியப் பேச்சைத் துவக்கினேன். “அந்த சைக்கிளுக்கான பணத்தை நானே சம்பாதித்தால், அதை இப்போதே நான் வாங்கிக் கொள்ளலாமா?” என்று நான் அவரிடம் கேட்டேன். ஓர் ஒன்பது வயதுச் சிறுவனால் 175 டாலர்கள் பணத்தைச் சம்பாதிக்க முடியும் என்பதை அவர் ஒருபோதும் கற்பனை செய்திருக்க மாட்டார் என்பது எனக்கு உறுதியாகத் தெரியும். அவருக்கு அதில் எந்த இழப்பும் இல்லாத காரணத்தால் அவர் அதை ஒப்புக் கொண்டார்.

அந்தப் பந்தய சைக்கிள் ஏற்கனவே எனக்குச் சொந்தமாகிவிட்டதுபோல் என் மனத்தில் ஆழமாகப் பதிந்துவிட்டது. உங்கள் இதயபூர்வமாக நீங்கள் எதை விரும்புகிறீர்களோ அதை உங்களால் அடைய முடியும் என்று முழுமையாக நீங்கள் நம்புவது முக்கியம். வாரம்

ஒருமுறை அந்த சைக்கிளை நன்றாகத் துடைத்துப் பளிச்சூட்டுவதுபோல்கூட நான் கற்பனை செய்தேன். கிட்டத்தட்ட என்னால் அதைத் தொட்டுப் பார்க்க முடிந்தது. நான் என் மனத்தின் சக்தியை முழுவதுமாக அதில் ஈடுபடுத்தியிருந்தேன். ஒவ்வொரு மனிதனின் மூளைக்குள்ளும், மனித இயல்பிற்கு அப்பாற்பட்ட ஏராளமான ஆற்றல்கள் ஒளிந்து இருக்கின்றன. நாம் ஏதேனும் ஒன்றைக் குறித்துத் தீவிர விருப்பம் கொள்ளும்போது இந்த ஆற்றல்கள் முடுக்கி விடப்படுகின்றன. நாம் உண்மையிலேயே பெற விரும்புபவற்றை எப்படி நமக்குப் பெற்றுத் தர வேண்டும் என்பதை அவை கண்டறிகின்றன. என் மனத்தின் சக்தியானது, ஒரு பத்திரிகையில் கிறிஸ்துமஸ் வாழ்த்து அட்டைகள் விற்பனை பற்றிய ஒரு விளம்பரத்தை என் பார்வைக்குக் கொண்டு வந்தது. அந்த வாழ்த்து அட்டைகளை என்னால் விற்க முடியும் என்று என் மனம் எனக்கு நம்பிக்கையூட்டியது.

நான் என் தாயாரிடம் சென்றேன். என் தாயார் ஒரு சிறந்த விற்பனையாளர். அவரிடம் அழகும், மிடுக்கும், ஒளிவீசும் புன்னகையும், மக்கள்மீது உண்மையான ஆர்வமும் இருந்தன. சுவாரசியமாகக் கதைகள் சொல்வதில் அவர் கைதேர்ந்தவர். என்னால் விற்க முடியுமா என்று நான் அவரிடம் கேட்டேன். அதற்கு அவர், "நிச்சயமாக உன்னால் விற்க முடியும். அதோடு, எவ்வாறு விற்க வேண்டும் என்பதை நான் உனக்குக் கற்றுக் கொடுக்கப் போகிறேன். புன்னகை தவழும் முகத்துடன், நீ பார்க்கும் ஒவ்வொருவரிடமும் நீ கையில் வைத்திருக்கும் கிறிஸ்துமஸ் வாழ்த்து அட்டையை வாங்குமாறு நீ கேட்க வேண்டியது முக்கியம். இன்னோர் உத்தியைக் கையாள்வது இதைவிட முக்கியம். உன்னிடம் வாங்கப் போவதாகத் தோன்றும் மக்களிடம், 'கிறிஸ்துமஸ் வாழ்த்து அட்டைகள் உங்களுக்கு ஒரு கட்டுப் போதுமா அல்லது இரண்டு கட்டுகள் வேண்டுமா?' என்று நீ கேட்க வேண்டும்," என்று கூறினார்.

எனவே, கிறிஸ்துமஸ் வாழ்த்து அட்டைகளுடன் நான் என் அண்டைவீட்டார்களை அணுகினேன். 1957ம் ஆண்டின் பனிக்காலம் துவங்கிய நேரம் அது. தரை முழுவதும் பனி ஆழமாக உறைந்திருந்தது. பனியிலிருந்து என்னைக் காத்துக் கொள்வதற்குத் தேவையான அனைத்துக் கம்பளி உடைகளையும் அணிந்து கொண்டு, ஒவ்வொரு நாளும் நான் வீடுவீடாகச் சென்றேன். யாரேனும் ஒரு பெண்மணி கதவைத் திறந்தால், ஒழுகும் மூக்கை என் கையுறைகளால் துடைத்தவாறே, சில வாழ்த்து அட்டைகளை வாங்க அவருக்கு விருப்பமா என்று அவரிடம் நான் கேட்பேன். ஒழுகிய மூக்குடன் நிற்கும் ஓர் அழகிய சிறுவன் இவ்வாறு கேட்கும்போது யாரால்தான் மறுக்க முடியும்? பொதுவாக அந்தத் தாய்மார்கள், "தம்பி, உள்ளே வா. வெளியே பயங்கரமாகக் குளிர்கிறது," என்று கூறுவர்.

அவர்கள் வீட்டிற்குள் நான் நுழைந்துவிட்டால், வாழ்த்து அட்டைகள் விற்கப்பட்டுவிட்டன என்பதை நான் அறிவேன். சொந்தமாக ஒரு சைக்கிள் வாங்குவதற்காக நான் இந்த வேலையைச் செய்வதாக நான் அவர்களிடம் விளக்குவேன். பிறகு, "திருமதி ஷா அவர்களே, உங்களுக்கு ஒரு கட்டு வாழ்த்து அட்டைகள் போதுமா அல்லது இரண்டு கட்டுகள் வேண்டுமா?" என்று கேட்பேன்.

நான் மிகச் சிறந்த விற்பனையாளன். ஆனால் நான் மிகத் துல்லியமாக என்ன செய்து கொண்டிருந்தேன் என்பதைப் புரிந்து கொள்ள வேண்டியது முக்கியம். 376 கட்டுகள் வாழ்த்து அட்டைகளை விற்பது என் நோக்கமல்ல. ஒன்பது வயது விற்பனையாளர்களுக்கான பிரிவில் அமெரிக்காவின் தலைசிறந்த விற்பனையாளன் ஆக வேண்டும் என்பதும் என் விருப்பமல்ல. நடுங்கும் குளிரில் வீடு வீடாகச் செல்வது அவ்வளவு மகிழ்ச்சியான அனுபவமும் அல்ல. அவை எதிலும் எனக்கு விருப்பமில்லை. நான் என் சைக்கிளை வாங்குவதற்காக வேலை பார்த்துக் கொண்டிருந்தேன், அவ்வளவுதான். இறுதியில் நான் அந்த சைக்கிளை வாங்கிவிட்டேன்.

ஒருமித்தக் கவனம் விளைவுகளை உருவாக்குகிறது

மார்க் தொடர்கிறார்: இந்த அனுபவத்திலிருந்து நான் ஏராளமானவற்றைக் கற்றுக் கொண்டேன். நமக்கு விருப்பமானதைப் பெறுவதற்கு நாம் எவ்வளவு கடினமாக உழைக்க வேண்டும் என்பதன் முக்கியத்துவத்தை நான் கற்றேன். பணத்தை எவ்வாறு கையாள வேண்டும் என்பதையும் நான் கற்றேன். (தான் சம்பாதித்தப் பணத்தில் பாதியை எடுத்து என் கல்லூரிப் படிப்பிற்காக என் தந்தை ஒரு சேமிப்புக் கணக்கில் போட்டு வைத்தபோது, அவரிடமிருந்து சேமிப்பின் முக்கியத்துவத்தைக் கற்றேன்.) ஆனால் மிக முக்கியமாக, நான் உண்மையிலேயே விரும்பும் ஒன்றின்மீது என் ஆற்றல்கள் முழுவதையும் குவித்தால், என் மனத்தின் சக்தியை என்னால் பயன்படுத்த முடியும் என்பதைக் கற்றுக் கொண்டேன். எனக்குச் சரியான வழியைக் காட்டி, என்ன செய்ய வேண்டும் என்பது பற்றி எனக்கு அறிவுறுத்தி, நான் விரும்புவதைப் பெறுவதற்கு என் மனத்தின் சக்தி எனக்கு உதவும். உங்களுக்கு என்ன வேண்டும் என்பது உங்களுக்குத் தெரிந்துவிட்டால், நேரமும், பணமும் உங்கள் வசமாகும். பொருத்தமான மக்களும் உங்கள் வாழ்வில் தோன்றுவர்.

எல்லாவற்றையும்விட மிக முக்கியமான பாடம் இதுதான் என்பதில் எனக்கு எள்ளளவும் சந்தேகம் இல்லை.

மனக்காட்சிப்படைப்பு

நம் ஆற்றலை ஒருமுகப்படுத்துவது உண்மையிலேயே விளைவுகளைப் பெற்றுத் தரும் என்பதை நீங்கள் புரிந்து கொண்டுள்ளீர்கள் என்று நம்புகிறோம். நாங்கள் பயன்படுத்தும் இந்த உத்திக்கு ‘மனக்காட்சிப்படைப்பு’ என்று பெயர். நமக்கு விருப்பமானதை நாம் முதலில் மனக்காட்சிப்படைப்பு செய்ய வேண்டும், பிறகு அதை நாம் அடைந்துவிடலாம்.

ஒரு பந்தை அடிப்பதற்கு முன் அது குழியில் விழுவதைத் தான் மனக்காட்சிப்படுத்துவதாக கோல்ஃப் வீரரான அர்னால்டு பார்மர் கூறியுள்ளார்.

வீடுமனை வாங்கல் விற்றல் தொழிலில் ஜாம்பவானான, பலகோடி டாலர்களுக்கு அதிபதியான வில்லியம் செக்கென்டார்ஃப், நியூயார்க் நகரின் மையப் பகுதியில் ஐக்கிய நாடுகள் சபைக்கு பிரம்மாண்டமான ஒரு கட்டிடத்தைத் தான் மனக்காட்சிப்படுத்தியதாக ஒரு பத்திரிகையாளரிடம் கூறியிருந்தார். ஒருசில வருடங்களுக்குப் பிறகு அவர் அதைக் கட்டி முடித்தார்.

தான் தீவிரமாகக் கனவு காண்பவர் என்று அரிஸ்டாட்டில் ஓனாசிஸ் எப்போதும் கூறி வந்துள்ளார். ஒரு கப்பலை வாங்குவதற்கு முன், தான் அதைத் தன் மனக்காட்சியில் கண்டதாக அவர் கூறினார். எண்ணற்ற எண்ணெய்க் கப்பல்களுக்குச் சொந்தக்காரராவதற்கு வெகு காலம் முன்பே, அவை தன்னுடைய கட்டுப்பாட்டில் இருப்பதாகத் தான் மனக்காட்சிப்படுத்திப் பார்த்ததாக அவர் கூறினார்.

உடல் ஆரோக்கியம் மற்றும் உடற்தகுதி ஆகிய துறைகளில் கொடிகட்டிப் பறந்த ஜாக் லா லேன், ஒல்லியான இளைஞனாக இருந்த தான், சிறந்த ஆரோக்கியத்துடன்கூடிய மனிதனாக உருவாகி, மற்றவர்களுக்கு ஆரோக்கியத்தைக் கற்றுக் கொடுப்பதன் மூலம் பெயரும் புகழும் சம்பாதிக்கப் போவதாகத் தன் மனத்தில் காட்சிப்படுத்தியதாகக் கூறுகிறார். அவர் சிறந்த ஆரோக்கியம் பற்றிய ஒரு நடமாடும் கலைக்களஞ்சியமாகத் திகழ்ந்தார். 40 வருடங்களுக்கும் மேலாக, ஆரோக்கியம் தொடர்பான நிகழ்ச்சிகளைத் தொலைக்காட்சியில் அவர் நடத்தி வந்தார்.

உங்கள் நம்பிக்கை உங்கள் நடவடிக்கையைத் தீர்மானிக்கின்றது. உங்கள் நடவடிக்கை உங்கள் விளைவுகளைத் தீர்மானிக்கின்றது.

தங்கள் வெற்றியை முதலில் மனக்காட்சிப்படுத்திப் பார்த்தவர்களின் பட்டியலுக்குக் கிட்டத்தட்ட முடிவே இல்லை. பணக்காரர்களுக்கும் பிரபலமானவர்களுக்கும் மட்டுமே உரியதல்ல இது. மனக்காட்சிப்படைப்பை நீங்கள் ஒரு கொள்கையாக வைத்திருந்தால், நீங்களும் அந்தப் பட்டியலில் சேர்ந்துவிடுவீர்கள் என்பது உறுதி!

சிறந்த ஊக்குவிப்புப் பேச்சாளரான சிக் சிக்லர் தான் நடத்திய ஒரு பயிலரங்கில் கலந்து கொண்ட ஒருவரைப் பற்றிய ஒரு கதையை இவ்வாறு தெரிவிக்கிறார். பயிலரங்கு நடந்து கொண்டிருந்தபோது அந்த நபர் எழுந்து நின்று, இதெல்லாம் வெறும் பிதற்றல் என்று உரத்தக் குரலில் கூறினார். அவரது எடை 205 கிலோவிற்கும் அதிகமாக இருந்தது. அவர் அங்கிருந்து சென்றிருப்பார். ஆனால் அசாத்தியப் பருமனான உடலைக் கொண்ட அவரால் அனைவரின் முன்னிலையிலும் எழுந்து செல்ல முடியவில்லை.

ஆனால், அவர் தன் வீட்டிற்குச் சென்று, தன்னை ஒல்லியானவராகப் பார்க்கத் துவங்கினார். தன் எடை 110 கிலோ என்பதாகவும், தான் கச்சிதமான உடலைப் பெற்றிருப்பதாகவும் தன் மனத்தில் காட்சிப்படுத்தத் துவங்கினார். அடுத்த ஆறு மாதங்களுக்குள் அவர் ஏராளமான எடையை இழந்திருந்தார்.

ஒருநாள் அவர் ஒரு கடையில் நின்று கொண்டிருந்தபோது ஒரு சிறுமி தன் தாயாரிடம், "அம்மா, அந்த குண்டு மாமாவைப் பாருங்கள்," என்று கூறினாள். வழக்கம்போல் அவர் திரும்பிப் பார்த்த போது, அவர் இதயம் பூரித்தது. ஏனெனில் அவள் தன்னைச் சுட்டிக்காட்டவில்லை, வேறொருவரைத்தான் தன் தாயாருக்குச் சுட்டிக்காட்டிக் கொண்டிருந்தாள் என்பதை அவர் கண்டார். அப்போது தான் வெற்றி பெற்றுவிட்டதை அவர் அறிந்து கொண்டார்.

முழுமையாக மனக்காட்சிப்படுத்துங்கள்

முழுமையாக மனக்காட்சிப்படுத்துவது முக்கியம் என்பதை நாம் புரிந்து கொள்ள வேண்டும்.

ஒலிம்பிக் போட்டியில் ஜெஸ்ஸி ஓவன்ஸின் சாதனையைத் தான் அடையப் போவதாக மனக்காட்சிப்படுத்தியதாகக் கார்ல் லூயிஸ் பத்திரிகையாளர்களிடம் தெரிவித்தார். மனக்காட்சியில் தான் கண்டதைப்போலவே ஒலிம்பிக்கில் ஓவன்ஸின் சாதனையை அவர் சமன்படுத்தினார். ஆனால் ஒலிம்பிக்கிற்குப் பிறகு வெகுசில விளம்பரதாரர்களே அவரை அணுகினர். பலருக்கு அவரது பெயர் ஏற்கனவே மறந்து போய்விட்டிருந்தது. அவர் வெறுமனே ஜெஸ்ஸி ஓவன்ஸின் சாதனையை எட்டுவதை மட்டுமே மனக்காட்சிப்படுத்தியிருந்தார். ஆனால் அதை அவர் முறியடிப்பதுபோல் கற்பனை செய்திருக்க வேண்டும். அப்போது ஓர் ஒலிம்பிக் சாதனையாளராக அவர் கருதப்பட்டிருப்பதோடு, அவருக்கு மிகப் பெரிய அளவில் அங்கீகாரங்களும் கிடைத்திருக்கும்.

முழுமையான மனக்காட்சிப்படைப்புக்கான சிறந்த எடுத்துக்காட்டு வால்ட் டிஸ்னி. திரைப்படங்களை உருவாக்குவதற்கு முன் டிஸ்னி அவற்றைத் தன் மனத்திரையில் கண்டார். ஒரு திரைப்படத்தைத் துவங்குவதற்கு முன்பே, மொத்தக் கதையையும் 'கதைச்சித்திரப் பலகை'யில் படைக்கும் கலையை உருவாக்கியவர்களில் அவரும் ஒருவர்.

ஒரு செயலில் இறங்குவதற்கு முன்பே அவர் அதைத் தன் மனக்கண்ணில் பார்த்தார். அனஹெம் என்ற இடத்தில் டிஸ்னிலேண்ட் உருவாவதற்கு முன்பே, அதற்கான நிலம் வாங்கப்படுவதற்கு முன்பே அவர் அது முழுமையடைந்துவிட்டதைத் தன் மனத்திரையில் பார்த்தார். ஃபுளோரிடா, ஜப்பான், மற்றும் பாரீஸில் டிஸ்னிலேன்டுகள் உருவாக்கப்படுவதையும் அவர் தன் மனக்கண்ணால் பார்த்தார். ஆனால் அவர் இறந்துபோய் பல வருடங்கள் கழித்துத்தான் அவை கட்டப்பட்டன.

சிறிய கனவுகளைக் காண்பதற்கு எவ்வளவு முயற்சி தேவையோ, பெரும் கனவுகளைக் காண்பதற்கு அதைவிட அதிகமாக ஒன்றும் தேவைப்படவில்லை

என்பதை அவர் மிகத் தெளிவாகப் அறிந்து வைத்திருந்தார். மனக்காட்சிப்படைப்பின் சக்தியை மற்றவர்களைவிட மிகத் தெளிவாகப் புரிந்து வைத்திருந்தார்.

உங்கள் சொந்த உலகத்தை நீங்கள்தான் உருவாக்குகிறீர்கள்

வால்ட் டிஸ்னி ஒவ்வொரு நாளும் பர்பாங்க் ஸ்டூடியோவில் தன் ஊழியர்கள் அனைவரையும் காலை ஏழரை மணிக்கு ஆஜராகச் செய்து, பின்வரும் வழக்கத்தைப் பின்பற்றச் செய்தார்: அவர்கள் தங்கள் நெற்றியின் இரண்டு பக்கங்களையும் சுட்டிக்காட்டி, "என் கற்பனைதான் என் யதார்த்தத்தை உருவாக்குகிறது," என்று கூறுவர்.

அவர் செய்தது முற்றிலும் சரியானது. இவ்வுலகில் உள்ள அனைத்திற்கும் நம் கற்பனைதான் காரணம். நாம் விமானத்தில் பறக்கிறோம், கார்களும் வீடுகளும் வைத்திருக்கிறோம், குளிர்சாதன வசதியைப் பெற்றிருக்கிறோம், மெத்தைகளில் படுத்துத் தூங்குகிறோம். இவற்றையெல்லாம் முதலில் நாம் மனக்காட்சிப்படுத்திப் பார்த்தோம், பிறகு அவற்றை நிஜமாக்கினோம்.

சாக்ரடீஸைவிட இதை மிகத் தெளிவாகப் பார்த்தவர்கள் யாரும் இருக்க முடியாது. அவர் ஏதன்ஸ் நகருக்கு வெளியே உட்கார்ந்து கொண்டு, முன்பின் அறிமுகமில்லாத நபர்களை வரவேற்பது அடிக்கடி நிகழ்ந்த ஒன்று. ஒருநாள் ஓர் அன்னியர் அவரிடம் வந்து, "நான் உங்கள் நகரத்தில் வாழ விரும்புகிறேன். இங்கு எப்படிப்பட்ட மக்கள் வசிக்கின்றனர்?" என்று கேட்டார்.

"நீங்கள் இப்போது எந்த நகரத்தில் இருந்து வருகிறீர்களோ, அந்த நகரத்தில் எப்படிப்பட்ட மக்கள் வாழ்கின்றனர்?" என்று சாக்ரடீஸ் கேட்டார்.

அதற்கு அந்த நபர், "அவர்கள் அவ்வளவு இனிமையானவர்கள் அல்ல என்று கூறலாம். அவர்கள்

ஏமாற்றுகின்றனர், திருடுகின்றனர். அதனால்தான் நான் அங்கிருந்து புறப்பட்டு வந்தேன்," என்று பதிலளித்தார்.

சாக்ரடீஸ் புத்திசாலித்தனமாக, "இங்கும் அதே நிலைமைதான். நீங்கள் வேறு நல்ல இடத்தைத் தேடிச் செல்வது நல்லது," என்று பதிலளித்தார்.

சிறிது நேரத்தில் அந்த வழியாக வந்த வேறொருவர், சாக்ரடீஸிடம் வந்து ஏதன்ஸ் நகரத்து மக்களைப் பற்றி விசாரித்தார். சாக்ரடீஸ் அவரிடம் அவரது நகரத்து மக்களைப் பற்றிக் கேட்டார். அதற்கு அவர், "அவர்கள் அற்புதமானவர்கள். அவர்கள் எப்போதும் ஒருவருக்கு ஒருவர் உதவி செய்து கொள்கின்றனர். அவர்கள் உண்மையானவர்கள், கடுமையாக உழைப்பவர்கள். ஆனால் உலகின் பிற பகுதிகளையும் நான் பார்க்க விரும்புகிறேன். அதனால்தான் இங்கு வந்தேன்," என்று பதிலளித்தார்.

இம்முறை சாக்ரடீஸ், "இங்கும் அதேபோலத்தான். நீங்கள் ஏன் நகருக்குள் சென்று பார்க்கக்கூடாது? இந்நகரம் நீங்கள் கற்பனை செய்து வைத்துள்ளபடியே இருப்பதை நீங்கள் காண்பீர்கள்," என்றார்.

நாம் எங்கு செல்கிறோமோ, நம் மனப்போக்குகள், யோசனைகள், மற்றும் நம் கற்பனையையும் நாம் உடனழைத்துச் செல்கிறோம்.

விஷயங்களைச் சரிப்படுத்துவது
நமது வேலையல்ல,
அவற்றைச் சரியான கண்ணோட்டத்தில்
பார்ப்பதுதான் நம் வேலை

மனக்காட்சிப்படைப்பிற்கான ஏழு நிலைகள்

மனக்காட்சிப்படைப்பு என்பது நம் மனத்திற்குள் பார்க்கும் ஒரு வழிமுறை. இது உங்கள் எதிர்காலத்தைப் படைப்பதற்கான சக்தி வாய்ந்த கோட்பாடுகளில்

ஒன்று. நோயாளிகளை ஆரோக்கியமானவர்களாகவும், குண்டானவர்களை ஒல்லியானவர்களாகவும், தோல்வியாளர்களை வெற்றியாளர்களாகவும் அது ஆக்குகிறது. அரசாங்கங்கள் தங்கள் பொருளாதார நிலைமையை மாற்றுவதற்கும் அது உதவுகிறது.

ஆபிரகாம் பீம் நியூயார்க் நகரின் மேயராக இருந்தபோது மனக்காட்சிப்படைப்பின் சக்தி தெளிவானது. மனக்காட்சிப்படைக்கும் சக்தி அவரிடம் இல்லாததுபோல் தோன்றியது. மார்க் விக்டர் ஹான்சன் திவாலான நாளன்று, நியூயார்க் நகரம் நெடுகிலும் பத்தொன்பதாயிரம் மக்களுக்கு வேலை போனது. நியூயார்க் நகரமே திவாலாகிக் கொண்டிருப்பதாக மேயர் பீம் அறிவித்தார். அத்தகைய சிந்தனையும் வார்த்தைகளும் முன்னேற்றத்தின் எதிரிகள்.

நியூயார்க் நகரம் கிட்டத்தட்ட திவாலானது. பிறகு அந்நகருக்கு ஒரு புதிய மேயர் நியமிக்கப்பட்டார். அவரது பெயர் எட்வர்டு கோச். வியாபாரங்கள் சிறப்பாகச் சென்று கொண்டிருந்ததாக அவர் கூறினார். வியாபாரங்கள் செழிப்பாக நடைபெற்று வருவதாக அவர் தன் மனக்கண்ணால் பார்த்தார். இருண்ட, நம்பிக்கையற்றச் சூழல்களைப் பார்ப்பதற்குப் பதிலாக, அவர் சாத்தியக்கூறுகள் பற்றி நேர்மறையாகச் சிந்தித்தார், நேர்மறையாக நடந்து கொண்டார். விரைவில் நியூயார்க் நகரம் மீண்டும் கொழிக்கத் துவங்கியது.

மனக்காட்சிப்படைப்பின் சக்திக்கு எல்லையே கிடையாது.

நாம் அனைவரும் ஓரளவுக்கு இயல்பாகவே மனக்காட்சிப்படைப்பில் ஈடுபடுகிறோம். கண்களை மூடிக் கொண்டு தங்கள் கார், வீடு, நாய்க்குட்டி போன்றவற்றை மனக்கண்ணில் பார்க்கும்படிப் பலரிடம் கேட்கப்பட்டால், அதைச் சுலபமாகவும் அதிக முயற்சியின்றியும் அவர்களால் செய்ய முடியும். பார்வையற்றவர்கள்கூடத் தங்கள் வாழ்வின் அனுபவங்களைத் தங்களால் பார்க்க முடிகிறது, உணர

முடிகிறது என்று கூறுகின்றனர். ஆனால் பெரும்பாலான மக்கள் எதிர்மறையான மனக்காட்சிப்படைப்பில் ஈடுபடுவதுதான் இதிலுள்ள பிரச்சனை. நாம் நேர்மறையான விளைவுகளைப் பெற விரும்பினால், நேர்மறையான மனக்காட்சிப்படைப்பில் ஈடுபட வேண்டும்.

ஒரு நேரத்தில் ஓர் எண்ணம் மட்டும்

ஆரோக்கியம், குடும்பம், பொருளாதாரம், சமூக வாழ்க்கை, கேளிக்கைகள், ஆன்மீக மற்றும் உளக் கூர்மை போன்ற, வாழ்வின் ஒவ்வோர் அம்சத்திலும் நாம் வளர்வதற்கும், உருவாவதற்கும், செழிப்புறுவதற்கும் உதவுகின்ற பெரும் மனக்காட்சிப்படைப்பு ஒன்றை நாம் உருவாக்குவது முக்கியம். அது ஒரு பழக்கமாக மாற வேண்டும். நேர்மறையாகச் சிந்திக்கவும், உணரவும், பார்க்கவும் நாம் பயிற்சி செய்ய வேண்டும்.

நம்மில் பலர் ஏற்கனவே மனக்காட்சிப்படைப்பில் ஈடுபட்டுள்ளோம், ஆனால் ஒரு மோசமான மனப் பழக்கத்தின் வடிவில் நாம் அதைச் செய்கிறோம். எடுத்துக்காட்டாக, கவலைப்படுதலைக் கூறலாம்.

உங்கள் மனத்தில் ஒரு நேரத்தில் ஒரே ஓர் எண்ணத்தை மட்டுமே உங்களால் நிலைப்படுத்த முடியும். எனவே, நேர்மறையாகவும், படைப்பு ரீதியாகவும், கற்பனை வளத்தோடும், ஆக்கபூர்வமாகவும் சிந்தியுங்கள்.

கவலை போன்ற ஒரு கெட்டப் பழக்கத்தை நீக்குவதற்கு, அதனிடத்தில் அதற்குப் பதிலாக ஒரு நல்ல பழக்கத்தை உருவாக்க வேண்டும். எடுத்துக்காட்டாக, ஒவ்வொரு சூழ்நிலையிலும் நீங்கள் அமைதியாகவும், நிதானத்தோடும், கண்ணும் கருத்துமாகவும் இருப்பதாக மனக்காட்சிப்படுத்துவது ஒரு நல்ல பழக்கம். நம் கற்பனை நமக்குச் சொந்தமானது என்பதால், நாம் மனது வைத்தால் அதை நம்மால் நேர்மறையாகவும் சரியாகவும் ஒழுங்குபடுத்த முடியும்.

மனக்காட்சிப்படைப்புச் செயல்முறை

மனக்காட்சிப்படைப்பில் ஈடுபடுவது சுலபம் மட்டுமல்ல, அது மிகவும் மகிழ்ச்சியானதும்கூட. உங்களுக்கும் உங்களுடைய சக மனிதர்களுக்கும் அற்புதமான வழிகளில் பயனளிக்கும் விதத்தில் எண்ணற்றச் சாத்தியக்கூறுகள் மற்றும் குறிக்கோள்களை உங்கள் வாழ்வில் நுழைப்பதற்கு நீங்கள் இதைப் பயன்படுத்தலாம். அதில் ஏழு நிலைகள் உள்ளன. அவற்றை இப்போது விரிவாகப் பார்க்கலாம்.

முதல் நிலை

ஆழ்ந்து சுவாசித்தல்: ஆசுவாசமான விழிப்பு நிலை

ஒரு நாற்காலியில் சௌகரியமாக அமர்ந்து கொள்ளுங்கள். பின்னணியில் நெஞ்சையள்ளும் இதமான இசை ஒலிக்கட்டும். சிறந்த இசை இந்த அனுபவத்தை ஆழமாக்கும், வளமாக்கும். உங்களால் முடிந்தால் பத்மாசன நிலையில் அமர்ந்து கொள்ளுங்கள். இந்த நிலையில் நீங்கள் கைதேர்ந்தவராகிவிட்டால், அமர்வதற்கு இதைவிடச் சிறந்த நிலை ஏதுமில்லை. இவ்வாறு அமரும்போது உடலின் இரத்த ஓட்டம் அதிகரிக்கிறது, மனம் சாந்தமடைகின்றது. இப்படி அமர்வது உங்களுக்குக் கஷ்டமாக இருந்தால், ஒரு நாற்காலியில் அமர்ந்து கொள்ளுங்கள் அல்லது முதுகு தரையில் படும்படிப் படுத்துக் கொள்ளுங்கள்.

படுத்துக் கொண்டு மனக்காட்சிப்படைப்பில் ஈடுபடுவதாக இருந்தால், நீங்கள் முழுமையாக அதைச் செய்து முடிக்கும் வரை தூங்காமல் பார்த்துக் கொள்ளுங்கள். மனக்காட்சிப்படைப்பு முடிந்தவுடன் நீங்கள் ஆழ்ந்து உறங்கலாம்.

சௌகரியமாக அமர்ந்து கொண்டவுடனோ அல்லது படுத்துக் கொண்டவுடனோ சுவாசிக்கத் துவங்குங்கள். இவ்வாறு ஆழ்ந்து சுவாசிப்பது உங்களை முழுமையாகவும் மொத்தமாகவும் ஆசுவாசப்படுத்தும்.

உங்கள் மூக்கின் வழியாக மெதுவாக மூச்சை உள்ளே இழுங்கள் (உங்கள் கவனம் உங்கள் சுவாசத்தின்மீது இருக்கட்டும்).

நீங்கள் மூச்சை உள்ளே இழுக்கும்போது, உள்ளே இழுக்கும் காற்றின் வாழ்வளிக்கும் ஆற்றலைக் கவனியுங்கள். அதன் சூட்சுமத்தை நீங்கள் புரிந்து கொள்ளும்போது, அது உங்களுக்கு வலு சேர்க்கும். அந்தக் காற்றைக் கொண்டு உங்கள் நுரையீரல்களை நிரப்புங்கள். முப்பது நொடிகள் அப்படியே மூச்சைப் பிடித்துக் கொண்டு, "நான் ஆசுவாசமாக இருக்கிறேன்," என்று மனத்திற்குள் சுயபிரகடனம் செய்யுங்கள். பிறகு வாய்வழியாக மூச்சை வெளியே விடுங்கள். பிறகு இன்னொரு முறை மூச்சை உள்ளே இழுங்கள். ஒவ்வொரு முறை இவ்வாறு செய்யும்போதும் அதை உங்கள் உடலின் ஆழத்திற்கு எடுத்துச் செல்லுங்கள். பெரும்பாலான மக்கள் மேலோட்டமாக சுவாசிக்கின்றனர். உங்கள் நுரையீரல்களை முழுவதுமாக நிரப்புங்கள்.

நீங்கள் மூச்சை உள்ளே பிடித்து வைத்திருக்கும் போது, "நான் பிறரை நேசிக்கிறேன், பிறரால் நேசிக்கப்படுகிறேன்," என்று சுயபிரகடனம் செய்யுங்கள். நீங்கள் சுவாசித்துள்ள பிராணவாயு உங்கள் ஆன்மாவிற்குப் புத்துணர்வளித்து, உங்கள் அன்பை வெளிக்கொணர்வதை நீங்கள் உணர வேண்டும்.

மூன்றாவது முறை மூச்சை உள்ளே இழுக்கும் போது, உங்கள் சுவாசம் உங்கள் உடலின் ஒவ்வோர் உயிரணுவையும் நிரப்புவதாக உணருங்கள். காற்றை உள்ளிழுத்து உங்கள் கால்விரல்கள்வரை கொண்டு சென்று, "நான் என்மீது பரிபூரண நம்பிக்கையுடன் இருக்கிறேன்," என்று அமைதியாக சுயபிரகடனம் செய்து, மூச்சை மெதுவாக வெளியே விடுங்கள்.

இதை நீங்கள் தினமும் பயிற்சி செய்து வந்தால், உங்கள் உடலும், மனமும், ஆன்மாவும் அற்புதமான வழிகளில் புத்துயிர் பெறத் துவங்கும். இப்போது இயல்பாக சுவாசியுங்கள். பிறகு இரண்டாவது நிலைக்குச் செல்லுங்கள்.

இரண்டாம் நிலை

உங்கள் கற்பனை மேடையை நோக்கி உங்கள் அகக்கண்களைத் திறந்திடுங்கள்

உங்கள் அகக்கண்தான் கற்பனையின் கண். வாழ்வின் அனைத்தும் இந்தப் பட்டறையில்தான் உருவாக்கப்படுகின்றன.

நன்றாகச் செயல்படக்கூடிய, எல்லையற்ற மனிதர்களாக நாம் வளர்ச்சி அடைவதற்கு நம் அகக்கண் திறந்திருப்பது இன்றியமையாதது. நம் அகக்கண் திறந்திருக்கும்போது, நம்மால் எதுவாகவெல்லாம் ஆக முடியுமோ அவற்றையெல்லாம் நம்மால் சுலபமாகப் 'பார்க்க' முடியும் அல்லது மனக்காட்சிப்படுத்த முடியும்.

முதலில், ஒரு பெரிய அரங்கத்தின் மேடையின்மீது நீங்கள் நிற்பதாகக் காட்சிப்படுத்துங்கள். உங்கள் உருவத்தைப் பார்ப்பதில் உங்களுக்குப் பிரச்சனை இருந்தால், உங்கள் புறக்கண்களை மூடுவதற்கு முன் உங்கள் மனத்திற்குப் பிடித்தமான உங்களுடைய ஒரு புகைப்படத்தைச் சற்று நேரம் பாருங்கள். நீங்கள் நடு மேடையில் நிற்பதைப் பார்வையாளர்களுள் ஒருவராக இருந்து பாருங்கள். இப்போது விளக்குகள் போடப்பட்டு, திரை விலக்கப்படுகின்றது. நீங்கள் உங்கள் நடிப்பைத் துவங்கலாம்!

நீங்கள் எதை விரும்புகிறீர்களோ, மேடையில் உள்ள உங்கள் உருவம் அதைப் பெற்றுவிட்டதாகவும், அதை ரசிப்பதாகவும் கற்பனை செய்யுங்கள். நீங்கள் ஒரு புதிய காரை விரும்பக்கூடும். உங்கள் அகக்கண் அந்தக் காரை அந்த மேடையின் நடுவில் கொண்டுவந்து நிறுத்தட்டும். மேடையில் நிற்கும் நீங்கள் அதைத் தொட்டுப் பார்த்து, தடவிக் கொடுத்து, அதன் பல்வேறு அம்சங்களைப் பார்த்து ரசிப்பதைப் பாருங்கள். மேடையில் உள்ள நீங்கள் அந்தக் காருக்குள் ஏறி அமர்ந்து, அந்தப் புதிய காரின் வாசனையை நுகர்வதைப் பாருங்கள். காரின் இஞ்சினைத் துவக்கி, ரேடியோவையும் போடுங்கள்.

ஸ்டியரிங் வீலைப் பிடித்து, ஆக்சிலரேட்டரை அழுத்தி உங்கள் புதிய காரில் பறந்து செல்லுங்கள்.

இந்த மேடை உத்தியில் நீங்கள் திறமை பெற்றுவிட்டால், திரைப்படங்களில் நீங்கள் உங்களை மனக்காட்சிப்படுத்தலாம். மேடையின் குறைபாடுகள் இப்போது மறைந்துவிடுகின்றன. உங்கள் கற்பனையைக் கொண்டு உங்கள் காரைப் பனிமலைகளைத் தாண்டியும் பசும்புல்வெளிகளின் ஊடாகவும் நீங்கள் ஓட்டலாம்.

இன்னோர் உத்தி, மேடையில் நடித்துக் கொண்டிருக்கும் உங்களது உருவத்துடன் நீங்கள் சென்று ஒன்றரக் கலப்பதுபோல் கற்பனை செய்வது. உளவியலாளர்கள் இதை 'ஒன்றுபட்ட' மனக்காட்சிப் படைப்பு என்று கூறுகின்றனர். இது முந்தைய மனக்காட்சிப்படைப்பைவிட அதிக சக்தி வாய்ந்தது. ஒலிகள், உணர்வுகள், வாசனைகள் ஆகியவற்றையும் சேர்த்துக் கொள்ளுங்கள். முடிந்த அளவு உங்கள் ஐம்புலன்களையும் ஈடுபடுத்துங்கள்.

மூன்றாம் நிலை

உங்கள் கடந்தகால அனுபவங்களைப் பயன்படுத்துங்கள்

நமக்கு விருப்பமான எதிர்காலத்தை நம்மால் மனக்காட்சிப்படுத்த முடியும் நிலைக்கு நாம் முன்னேறிவிட்டால், அடுத்த நிலைக்குச் செல்ல நாம் தயாராகிவிட்டோம் என்று அர்த்தம். இந்த நிலையில், நம் எதிர்காலத்தை உருவாக்குவதற்கு நம் கடந்தகால அனுபவங்களை நாம் உதவிக்கு அழைத்துக் கொள்ளலாம்.

நமது அனைத்து அனுபவங்களும் நம் மனத்தில் பதிவு செய்யப்பட்டுள்ளன. இதுதான் வியட்னாமில் ஏழு வருடங்கள் போர்க்கைதியாக இருந்த கேப்டன் காபியை உயிரோடு வைத்திருந்தது.

தான் விடுதலையானவுடன் தான் எவ்வாறு இருப்போம் என்று அவர் மீண்டும் மீண்டும்

மனக்காட்சிப்படுத்தத் துவங்கினார். பிடிபடுவதற்கு முன் தான் சுதந்திரமாக இருந்தபோது உள்ள காட்சிகளை அவர் தன் கடந்தகாலத்தில் இருந்து நினைவுகூர்ந்தார். இறுதியில் அவர் அவை இரண்டையும் ஒன்றாகக் கலந்தார். இந்த மனக்காட்சிப்படுத்துதலை அவர் தினமும் இரவு பகலாகச் செய்தார். உண்மையில் அவர் விடுதலையாகும்வரை, உயிரோடும் தெளிவான புத்தியோடும் இருப்பதற்கு அவர் இதைத் தொடர்ந்து செய்து வந்தார்.

அமெரிக்காவின்மீதும், அதன் போர்வீரர்கள்மீதும், கடவுள்மீதும், தன்மீதும் நம்பிக்கை இருப்பதாக அவர் தன் மனத்தில் காட்சிப்படுத்தினார். சிறையிலிருந்து தான் விடுவிக்கப்பட்டப் பிறகு இதைப் பற்றிப் பேசப் போவதாகவும் அவர் காட்சிப்படுத்தினார். அவர் ஓர் அற்புதமான பேச்சாளர். இன்று அவர் தன் பேச்சின் மூலம், அமைதிப்படைகளின் முக்கியத்துவத்தை மக்கள் புரிந்து கொள்வதற்கு உதவுகிறார்.

நாம் பிறந்த நாள் முதலாகப் பதிவு செய்யப்பட்டு வந்துள்ள நம் கடந்தகால அனுபவங்கள் மற்றும் நிகழ்வுகள் முழுவதையும் நினைவுகூர்வதற்கு நாம் நம் மனத்தைப் பயன்படுத்திக் கொள்ளலாம். நாம் மனக்காட்சிப்படுத்திக் கொண்டிருக்கும் இலக்கிற்கு அழகூட்டுவதற்கும், சக்தியளிப்பதற்கும், அதைத் திடப்படுத்துவதற்கும் நாம் இந்தப் பதிவுகளைப் பயன்படுத்திக் கொள்ளலாம். இது எளிதானது. உங்களது குறிப்பிட்ட இலக்கின்மீது நீங்கள் கவனத்தைக் குவிக்கும்போது, பொருத்தமான எண்ணங்களை மட்டும் உங்கள் மனத்திற்குள் அனுமதியுங்கள்.

நான்காம் நிலை

கடந்தகாலத்தை மாற்றுங்கள்

உங்களுக்கு ஒரு நற்செய்தி. உங்கள் மனத்தில் ஓடிக் கொண்டிருக்கும் திரைப்படம் உங்களுக்குப் பிடிக்கவில்லை என்றால், உங்களால் அதை மாற்ற முடியும்.

கடந்தகாலத்தில் நிகழ்ந்துள்ள எதையும் உங்களால் மீண்டும் உருவாக்க முடியும், அதன் திரைக்கதையை உங்களால் மீண்டும் திருத்தி எழுத முடியும். எடுத்துக்காட்டாக, மார்க்கும் அவரது மனைவியும் சமீபத்தில் பனிச்சறுக்கு விளையாடச் சென்றனர். மார்க்கின் மனைவிக்குக் கீழ்நோக்கிச் சறுக்கிச் செல்ல விருப்பம், ஆனால் சமதளத்தில் சறுக்கிச் செல்வது அவருக்கு அறவே பிடிக்காது. மார்க் இதற்கு நேரெதிரானவர். கீழ்நோக்கிச் சறுக்கிச் செல்ல அவருக்கு பயம். தான் ஏதேனும் ஒரு மரத்தில் சென்று மோதிவிடுவோம் என்று அவர் பயந்தார்.

கீழ்நோக்கிச் சறுக்கிச் செல்ல மார்க் முதலில் பயந்தாலும், அதை முயற்சித்துப் பார்ப்பதென்று தீர்மானித்தார். அவர் மலையுச்சியைச் சென்று அடைந்தவுடன், கவனக்குறைவாகத் தன் வலது நடைக்கட்டையைக் கடினமான பனியில் வேகமாக ஊன்றியதால் தலைகுப்புற விழுந்தார்.

மார்க் சமாளித்து எழுந்து நிற்பதற்கு உதவும் வகையில், அந்த லிஃப்ட் ஆப்பரேட்டர் பிற பனிச்சறுக்கு வீரர்கள் அனைவரையும் நடு வானில் அந்த லிஃப்டிற்குள்ளேயே நிறுத்தி வைத்தார். இது மார்க்கிற்குப் பெருத்த அவமானத்தை ஏற்படுத்தியது, அவரது மனத்தைக் காயப்படுத்தியது, ஏமாற்றத்தை விளைவித்தது. ஒருவழியாக அவர் எழுந்து நின்றாலும், அவரது பனிச்சறுக்குத் திறன் தரைமட்டமானது.

இதற்குள், எல்லாமே தவறாகப் போவதாக மார்க்கின் மனம் காட்சிப்படுத்தத் துவங்கியிருந்தது. அதனால் அவர் தட்டுத்தடுமாறி, பயத்தோடும், தயக்கத்தோடும், வியர்க்க விறுவிறுக்கப் பனியில் மெல்ல மெல்ல நடந்து மலையிலிருந்து கீழே வந்து சேர்ந்தார். இத்தனைக்கும் அவருக்குத் துணையாக ஓர் அனுபவமிக்கப் பயிற்சியாளர் அவருடனேயே வந்தார். அவரால் நிச்சயமாகச் செய்ய முடியும் என்று அவருக்கு வழி நெடுகிலும் உறுதியளித்துக் கொண்டே வந்தார் அந்தப் பயிற்சியாளர்.

அப்போது அவருக்கு நம்பிக்கையைவிட பயம் அதிகமாக இருந்தது. அது ஏன் என்று அவர் யோசித்தார். கொலராடோவின் எஸ்டெஸ் பார்க், கலிஃபோர்னியாவின் தாஹோ ஏரி, ஒரேகானின் ஹுட் மலை, அலாஸ்காவின் ஃபேர்பேங்க்ஸ், மற்றும் பல இடங்களில் அவர் பனிச்சறுக்கு செய்துள்ளார், அதுவும் சிறப்பாகவே செய்துள்ளார். அப்படி இருக்கும்போது, அவரால் கீழ்நோக்கிச் சறுக்கி வருவதைத் துவங்கக்கூட முடியாமல் போனதற்கு என்ன காரணம்?

கீழ்நோக்கிச் சறுக்கி வருவதில் கவனம் செலுத்துவதற்கு நாம் இங்கு குறிப்பிட்டுள்ள மனக்காட்சிப்படைப்பு உத்தியை மார்க் பயன்படுத்தினார். அவ்வாறு செய்தபோது, அவரது கடந்தகாலத்தின் பிற காட்சிகளும் தன் மனத்திற்குள் வர அவர் அனுமதித்தார். பல வருடங்களுக்கு முன்பு தன் வாழ்வில் நிகழ்ந்த ஒரு சம்பவம் தன் மனத்தில் தோன்றியதைக் கண்டு அவர் வியந்தார். ஏனெனில், அந்த சம்பவத்தைப் பற்றி அவருக்குத் துளிகூட நினைவிருக்கவில்லை. அவருக்கு மிகவும் நெருக்கமான ஒரு நபர் இவ்வாறு கீழ்நோக்கிச் சறுக்கி வந்தபோது ஒரு மரத்தில் மோதி விழுந்த காட்சியும், தலைமுதல் பாதங்கள்வரை கட்டுப் போடப்பட்டு அவர் படுத்திருந்த காட்சியும் அவர் மனத்தில் ஓடிக் கொண்டிருந்தன.

அவரது ஆழ்மனத்தில் இருந்த அந்த அனுபவம், கீழ்நோக்கிச் சறுக்குவதில் அவருக்கு அதிக பயத்தை ஏற்படுத்தி வைத்திருந்தது. அவர் தன் மனத்தில் இருந்த அந்தத் திரைப்படத்தைத் தன் கற்பனையால் முற்றிலுமாக அழித்தார்.

பிறகு அவர் வேறொரு காட்சியைக் கற்பனை செய்தார். சரிவுகளில் சறுக்கிச் செல்வதில் தான் ஒரு வல்லுனர் என்பதாக அவர் மனக்காட்சிப்படுத்தினார். தெளிவாகக் கற்பனை செய்தார். பிறகு, சமவெளிகளில் தான் மகிழ்ச்சியாகச் சறுக்கிச் சென்ற அனுபவங்கள் கொடுத்த உற்சாகத்தில் அவர் திளைத்தார். பிறகு, எவ்வித பயமும் இன்றி, அற்புதமாக, கச்சிதமாக, அதிக

உற்சாகத்துடன், துள்ளலுடன் கீழ்நோக்கிச் சறுக்கிச் செல்வதாக அவர் தன் மனத்தில் காட்சிப்படுத்தினார்.

பிறகு அதை அவர் நிஜத்தில் முயற்சித்துப் பார்த்தார். இம்முறை அவர் வெற்றி பெற்றார் என்பதில் உங்களுக்கு ஏதேனும் சந்தேகம் உள்ளதா?

அவரது மனத்தில் ஒரு கோல்ஃப் மைதானம்

தன் கோல்ஃப் விளையாட்டை மேம்படுத்த வேண்டும் என்று மேஜர் ஜேம்ஸ் நெஸ்மெத் கனவு கண்டார். அவர் தன் இலக்கை அடைவதற்கு ஒரு தனித்துவமான வழிமுறையை உருவாக்கியிருந்தார். அவர் இந்த வழிமுறையை உருவாக்குவதற்கு முன்புவரை ஒரு சராசரியான கோல்ஃப் வீரராகத்தான் இருந்தார். ஏழு வருடங்கள் அவர் கோல்ஃப் மட்டையைத் தொடாமல் இருந்தார். கோல்ஃப் மைதானத்தின் பக்கமும் அவர் தலைகாட்டவில்லை.

ஆனால் இந்த ஏழு வருட இடைவேளையின் போதுதான் தன் விளையாட்டை மேம்படுத்துவதற்கான ஓர் அற்புதமான உத்தியை அவர் உருவாக்கினார். ஏழு வருடங்களுக்குப் பிறகு அவர் முதன்முதலில் தன் கோல்ஃப் மட்டையைச் சுழற்றியபோது, அவரது விளையாட்டு சிகரத்தைத் தொட்டிருந்ததை அனைவரும் கண்டனர். கோல்ஃப் மட்டையைத் தொடாத ஒருவரால் எப்படி இவ்வளவு திறமையாக விளையாட முடிந்தது என்பதைக் கண்டு அவர்கள் அதிசயித்தனர்.

மேஜர் நெஸ்மெத்தின் இரகசியம் என்ன? மனக்காட்சிப்படைப்புதான்!

அந்த ஏழு வருடங்களை அவர் வட வியட்னாமில் ஒரு போர்க்கைதியாகக் கழித்திருந்தார். அந்த ஏழு வருடங்கள் முழுவதும், அவர் சுமார் நான்கரை அடி உயரமும் ஐந்தடி நீளமும் கொண்ட ஒரு குறுகலான கூண்டில் அடைக்கப்பட்டிருந்தார்.

அவர் சிறையில் இருந்த நாட்கள் நெடுகிலும் ஒருவரையும் பார்க்கவில்லை, ஒருவருடனும்

பேசவில்லை. உடல்ரீதியான எந்தவிதமான நடவடிக்கைகளிலும் அவர் ஈடுபடவில்லை. சிறையில் அடைபட்ட முதல் ஒருசில மாதங்களை, தான் விடுவிக்கப்படுவோம் என்ற நம்பிக்கையிலும் அது குறித்தப் பிரார்த்தனையிலும் அவர் கழித்தார். பிறகு, ஏதோ ஒரு வழியில் தன் மனத்தை ஈடுபடுத்த வேண்டும், இல்லையென்றால் தனக்குப் பைத்தியம் பிடித்துவிடும், தன் வாழ்வே போய்விடும் என்பதை அவர் உணர்ந்தார். அப்போதுதான் அவர் மனக்காட்சிப்படைப்பைக் கற்றுக் கொண்டார்.

தனக்கு மிகவும் பிடித்தமான கோல்ஃப் மைதானத்தை அவர் தன் மனத்தில் தேர்ந்தெடுத்து விளையாடத் துவங்கினார். ஒவ்வொரு நாளும் அவர் தன் கனவு மைதானத்தில் தொடர்ந்து விளையாடினார். சிறு சிறு விஷயங்களில்கூட அவர் கவனம் செலுத்தினார். கோல்ஃப் விளையாட்டிற்கான பிரத்யேக உடையைத் தான் அணிந்திருப்பதாக அவர் கற்பனை செய்தார். மரங்களின் நறுமணத்தையும், புதிதாக வெட்டப்பட்டுள்ள புல்லின் வாசனையையும் அவர் முகர்ந்து பார்த்தார். காற்று வீசும் வசந்தகாலம், மேகமூட்டத்துடன்கூடிய குளிர்காலம், இளஞ்சூடான காலை வேளைகளைக் கொண்ட வேனிற்காலம் என்று பல்வேறு பருவகாலங்களை அவர் அனுபவித்தார். கோல்ஃப் விளையாட்டின் ஒவ்வொரு விபரமும், புல்லின் ஒவ்வோர் இலையும், மரங்களும், பாடும் பறவைகளும், தாவித் திரியும் அணில்களும், கோல்ஃப் மைதானமும் அவரது கற்பனையில் முற்றிலும் யதார்த்தமாகின.

கோல்ஃப் மட்டையின் கைப்பிடி தனது கையில் இருப்பதாக அவரால் உணர முடிந்தது. மனத்திற்குள் அந்த மட்டையைச் சுழற்றிப் பயிற்சி செய்தபோது, தான் நிர்ணயித்து வைத்திருந்த குழிகளுக்குள் தான் அடித்தப் பந்து சென்று விழுவதாக அவர் கற்பனை செய்தார்.

சிறையில் இருந்தபோது அவருக்கு எந்த அவசரமும் இல்லை. செல்வதற்கு வேறு இடமும் இல்லை. எனவே தன் மனத்தில், நிஜ உலகில் செய்வதுபோல் பந்து

இருக்கும் இடத்திற்கு அடிமேல் அடி வைத்து நடந்து சென்றார். யதார்த்தத்தில் ஒரு விளையாட்டை விளையாடி முடிப்பதற்கு அவருக்கு எவ்வளவு நேரம் தேவைப்பட்டிருக்குமோ, அதே அளவு நேரம் அவர் தன் மனத்தில் கற்பனையாக விளையாடினார். அவர் எந்தச் சிறு விஷயத்தையும் விட்டுவைக்கவில்லை. அவரது ஒரு குறிகூடத் தப்பவில்லை.

வாரத்திற்கு ஏழு நாட்கள். ஒரு நாளைக்கு நான்கு மணிநேரம். ஏழு வருடங்கள். விடுதலையாகி வந்தவுடன் கோல்ஃபில் அவர் சாதனை படைத்தார்.

இது உண்மையிலேயே அவ்வளவு சுலபமான ஒன்றா?

நாங்கள் விவரித்துள்ள உத்தி குறித்துப் பரிச்சயம் இல்லாதவர்களுக்கு இது நம்ப முடியாத ஒன்றாகத் தோன்றலாம். உங்களுக்கும் அவ்வாறு தோன்றினால், சமீப காலமாகப் புகழ்பெற்று வரும் பின்வரும் எடுத்துக்காட்டைப் பாருங்கள்.

நாங்கள் இங்கு கூறுவது 'மீண்டும் பிறப்பதை'ப் பற்றியது. லியோனார்டு ஆர் மற்றும் சோன்ட்ரா ரே ஆகியோர் உருவாக்கிய ஓர் உளவியல் உத்தி இது. இந்த உத்தி உங்களை நீங்கள் பிறந்த நேரத்திற்குக் கூட்டிச் செல்லும். நமக்கு வலியோ, வருத்தமோ, வெறுப்போ, காயமோ, அல்லது வேதனையோ இருந்தால், நாம் மறுபிறவி எடுக்க உதவுபவர் அவற்றிலிருந்து நாம் விடுபட நமக்கு உதவுவார்.

ஒருமுறை ஹவாய் தீவில் மார்க் ஒரு சொற்பொழிவுச் சுற்றுப்பயணத்தில் ஈடுபட்டிருந்தபோது, அப்படிப்பட்ட ஓர் உதவியாளரை அழைத்து வருவதற்கு அவருடன் இருந்த சக பேச்சாளர்களில் ஒருவர் அனுமதி கேட்டார். மறுபிறவி எடுப்பதால் விளைந்துள்ள அபாரமான விளைவுகளைப் பற்றி மார்க் கேள்விப்பட்டிருந்தார். ஆனால் இது வெறும் உளவியல் மாயாஜாலமே தவிர வேறொன்றும் இல்லை என்று அவர் நினைத்திருந்தார். அந்த உத்தியை அவர் சந்தேகிக்கவும் செய்தார். ஆனால் அறுபது பேருடன்

சேர்த்துத் தானும் அந்த உத்தியை முயற்சிப்பதாக அவர் ஒப்புக் கொண்டார்.

ஒரு குழுவாக அவர்கள் ஆழ்ந்து சுவாசித்தனர். பிறகு, மறுபிறவி எடுக்கச் செய்பவரின் கவனமான கண்காணிப்பின்கீழ் அவர்கள் ஒவ்வொருவரும் தனித்தனியாக ஒரு மனவசிய நிலைக்குள் சென்றனர். ஒருசில வினாடிகளுக்குள் தான் கருவறையில் இருப்பதை மார்க்கால் காண முடிந்தது. தன் கற்பனையில் ஒரே நேரத்தில் இரண்டு திரைகளில் தன்னை அவர் கண்டார். இது அவருக்கு வியப்பை ஏற்படுத்தியது.

அவர் தன்னை வளர்ந்த மனிதனாகவும், தன் தாயின் கருவறைக்குள் இருந்த ஒரு குழந்தையாகவும் ஒரே நேரத்தில் பார்த்தார். மார்க்கை அவரது தாயார் இனிமையாகப் பிரசவித்திருந்தார். மார்க்கின் மூத்த சகோதரர் பிறந்தவுடன், அவரது தாயாரால் மீண்டும் கருத்தரிக்க முடியாதென்று மருத்துவர்கள் கூறினர். ஆனால் அவரது தாயார் மார்க்கையும் அவரது தம்பியையும் ஈன்றெடுத்தார். அவர் அவர்களை மிகவும் விரும்பினார். அவர்களை 'அதிசயக் குழந்தைகள்' என்று அவர் அழைத்தார்.

மார்க் மூன்று வயதுச் சிறுவனாக இருந்தபோது அவரது வாழ்வில் நிகழ்ந்த ஒரு சமயத்தை அவரது மனம் அவர் கண்முன் கொண்டு வந்தது. அது ஒரு ஞாயிற்றுக்கிழமை. அவரது தந்தையார் சொந்தமாக நடத்தி வந்த பேக்கரிக்கு அன்று ஒருநாள் மட்டும்தான் விடுமுறை என்பதால் அவரது தந்தை ஒரு சோபாவில் படுத்துக் கொண்டு மார்க்கைக் கட்டியணைத்துக் கொஞ்சிக் கொண்டு இருந்தார்.

அவர் பல காலம் பேக்கரியில் வேலை பார்த்ததால், முடக்குவாதம் அவரைத் தாக்கியிருந்தது. அது அவரை மிகவும் துன்புறுத்தியது. தன் தந்தையின்மீது இருந்த பரிவின் காரணமாக, மார்க் அவரிடம், "அப்பா, நீங்கள் இந்த நோயால் கஷ்டப்பட வேண்டாம். நான் அதை உங்களிடமிருந்து எடுத்துக் கொள்கிறேன்," என்று

கூறினார். இளமையின் அறியாமையில், அந்த நோய் ஒருநாள் தனக்கு வரப் போவதாக அவர் ஆழமாக நம்பினார். மறுபிறவி நிலையில் அவர் அதைப் பார்த்தபோது, அவரது உடலில் வியர்வை பெருக்கெடுத்தது.

மறுபிறவி எடுக்க உதவிக் கொண்டிருந்தவர்களில் ஒருவர் ஒரு குளிர்ந்த துவாலையை மார்க்கிடம் கொடுத்து, "அதை விடுவித்துவிடுங்கள். அது உங்களைவிட்டு நிரந்தரமாக விலகிச் செல்லட்டும். அது ஒழிந்துவிட்டது," என்று தொடர்ந்து கூறினார். மார்க் அவர் கூறியபடி செய்தார். நோய் குறித்த எண்ணத்தைத் தன் ஆழ்மனத்தில் இருந்து மார்க் ஒழித்துக் கட்டினார்.

மறுபிறவி உத்தியை நம்பிக்கையான, நாணயமான, கெடுநோக்கு இல்லாதவர்கள் மட்டுமே செய்ய வேண்டும். நீங்கள் இந்த மனக்காட்சிப்படைப்பு உத்தியைப் பயன்படுத்துவதாக இருந்தால், உங்களுக்குள் இருக்கும் தடைகளை உடைத்தெறிவதற்கு உங்களைச் சரியாக வழிநடத்தக்கூடிய ஒரு வல்லுனரின் உதவியை நாடுங்கள்.

திரைக்கதையை மீண்டும் எழுதுவதற்கான ஓர் உச்சகட்ட உதாரணம் இந்த மறுபிறவி எடுத்தல் உத்தி. நாங்கள் பரிந்துரைத்துள்ள வழிமுறையைக் கொண்டு ஒரு குறிப்பிட்ட அளவுக்கு நமக்கு நாமே இதைச் செய்து கொள்ள முடியும். உங்கள் மனத்தில் உள்ள ஓர் எதிர்மறையான நிகழ்ச்சியைக் கண்டுபிடித்து, அதன் திரைக்கதையை மாற்றி எழுதுங்கள். மார்க்கிற்கு இது வேலை செய்தது. உங்கள் இலக்குகளை அடைய உங்களுக்கும் இது வேலை செய்யும்!

ஐந்தாம் நிலை

உங்களது அனைத்துப் புலன்களையும் பயன்படுத்துங்கள்

உங்கள் கற்பனையில் நீங்கள் ஒரு நிகழ்ச்சியை முதன்முறையாக உருவாக்கும்போதோ அல்லது மறுஉருவாக்கம் செய்யும்போதோ, ருசித்தல், நுகர்தல்,

பார்த்தல், கேட்டல், தொடுதல் ஆகிய அனைத்துப் புலன்களையும் அதில் ஈடுபடுத்துங்கள்.

உங்களது அனைத்துப் புலன்களையும் நீங்கள் தனித்தனியாகப் பயன்படுத்துவதை உறுதி செய்து கொள்ளுங்கள். பார்த்தல் என்று வரும்போது, உங்கள் கற்பனைத் திரையை ஒரு பெரிய வெள்ளித்திரைபோல் கற்பனை செய்து கொள்ளுங்கள். நவீன அறிவியலின் அசாத்தியத் தொழில்நுட்பத்துடன்கூடிய ஒரு திரையாக அதைக் காட்சிப்படுத்துங்கள். மிகத் துல்லியமான நவீன ஒலியமைப்புகளையும் கற்பனை செய்து கொள்ளுங்கள்.

வாசனைகள் உங்கள் மூக்கைத் துளைக்கட்டும். அதைத் தொட்டு உணருங்கள். அது சாப்பிடக்கூடிய பொருளாக இருந்தால், அதை ஆற அமர்ந்து நன்றாக ருசித்துப் பாருங்கள்.

இப்போது அனைத்துப் புலன்களையும் ஒன்று திரட்டி நீங்கள் கற்பனை செய்து கொண்டிருப்பதைப் பற்றிய ஒரு முழுமையான அனுபவத்தைப் பெறுங்கள். புதிதாகத் தயாரிக்கப்பட்டக் கேரட் ஜூஸை நீங்கள் பருகுவதாகக் கற்பனை செய்து கொண்டிருக்கிறீர்கள் என்றால், அதன் வாசனையை முகர்ந்து பாருங்கள், ருசியை ரசித்து அனுபவியுங்கள். அந்த அடர்ந்த ஆரஞ்சு வண்ணத்தைப் பாருங்கள். அது உங்கள் தொண்டைக்குள் இறங்குவதை உணருங்கள். உங்கள் ஒவ்வோர் உயிரணுவிற்கும் அது புத்துணர்வு அளிப்பதை உணருங்கள்.

நீங்கள் முதன்முறையாக இதைப் பயிற்சி செய்பவராக இருந்தால், உங்களது எந்தப் புலன் அதிக உணர்வுமிக்கது என்பதைத் தீர்மானித்துக் கொண்டு அதிலிருந்து துவங்குங்கள். எடுத்துக்காட்டாக, தொடுதலை உணர்வது உங்களுக்குச் சுலபமானதாக இருந்தால், உங்கள் இலக்கைப் பிரதிபலிக்கும் ஏதோ ஒரு படத்தையோ அல்லது வேறு ஏதேனும் ஒன்றையோ நீங்கள் உங்கள் கையில் பிடித்திருக்கும்போது, சூரிய ஒளி உங்கள் முகத்தை முத்தமிடுவதைப்போல் உணரத் துவங்குங்கள்.

ஆறாம் நிலை

விளைவை மனத்தில் வைத்துத் துவங்குங்கள்

உங்கள் மனக்கண்ணைப் பயன்படுத்தும்போது, நீங்கள் அடைய விரும்பும் விளைவின்மீது முதலில் கவனம் வைத்துச் செயல்படுங்கள். பிறகு மற்ற இடைப்பட்ட நிலைகளுக்கு உங்களுடைய கவனத்தை விரிவுபடுத்திக் கொள்ளுங்கள்.

ஒலிம்பிக் போட்டியில் தங்கப் பதக்கம் வெல்ல வேண்டும் என்பது மேரி லூ ரெட்டனின் கனவாக இருந்தது. அதை அவள் மிகவும் விரும்பினாள். தன் மனக்கண்ணில் முழுமையாக அதைப் பார்க்கவும் செய்தாள். டாக்டர் டென்னிஸ் வெயிட்லியுடன் உட்கார்ந்து தன் மனக்காட்சிப்படைப்பை அவள் விரிவாக எழுதினாள். அந்த மனக்காட்சிப்படைப்பை மட்டும் அவள் பத்தாயிரம் முறைகளுக்கு மேல் செய்திருந்ததாகக் கூறப்படுகிறது. தான் ஆசுவாசமாக இருப்பதாக அவள் தன் அகக்கண்ணில் பார்த்தாள். அவள் தனக்குத் தானே, "தங்கப் பதக்கத்தைப் பெறுவது என் உரிமை," என்று கூறிக் கொண்டாள். அவள் ஒவ்வொரு சிறு விஷயத்தையும் விலாவாரியாக மனக்காட்சிப்படுத்தினாள். "'பார்' விளையாட்டில் நான் நேர்த்தியாகவும் லாவகமாகவும் செயல்படுவதை நான் காண்கிறேன். போட்டியில் வெற்றி பெற்றக் களிப்புடன் என் கைகள் இரண்டையும் மேலே தூக்கி என் மகிழ்ச்சியை நான் வெளிப்படுத்துவதை என்னால் காண முடிகிறது. ஆனந்தக் கண்ணீர் கண்களில் வழிய என் அம்மா அங்கு நின்று கொண்டிருப்பதை நான் பார்க்கிறேன். எனக்குப் பத்துக்குப் பத்து மதிப்பெண்கள் கிடைத்துள்ளதை அங்குள்ள அறிவிப்புப் பலகை காட்டுகிறது. பார்வையாளர்கள் அனைவரும் எழுந்து நின்று எனக்கு உரக்கக் கைதட்டுவதை நான் காண்கிறேன். முப்பது லட்சம் டாலர்களுக்கு ஒரு நிறுவனம் என்னுடன் ஒப்பந்தம் செய்து கொள்வதை நான் காண்கிறேன்," என்றாள் அவள்.

அவளது மையக் கவனம் உயரமான 'பார்'களைக் கடப்பதில் இருந்தது. ஆனால் அவள் தன் கற்பனையை இரு வழிகளிலும் விரிவுபடுத்தி, ஒட்டுமொத்தக் காட்சியையும் தன் மனக்கண்ணில் கண்டாள். பின்னர் அவள் உண்மையிலேயே ஒலிம்பிக் போட்டியில் பங்குகொண்டு தங்கம் வென்றது, அவளுக்குத் தன் மனக்கண்ணில் ஏற்கனவே தான் பத்தாயிரம் முறைகள் செய்திருந்ததை மீண்டும் செய்வதுபோல் இருந்தது.

ஏழாம் நிலை

நிறைவு

ஒரு மனக்காட்சிப்படைப்பு ஆக்கபூர்வமாக இருக்க வேண்டும் என்றால், அதை நிறைவு செய்யும்போது சம்பிரதாயமாக நிறைவு செய்ய வேண்டும். நீங்கள் மனக்காட்சிப்படைப்பில் ஈடுபடும் ஒவ்வொரு முறையும், நீங்கள் எப்படிக் கற்பனை செய்திருந்தாலும் சரி, ஒரே மாதிரியாகத்தான் அதை நிறைவு செய்ய வேண்டும். அது ஆசுவாசமானதாகவும் உத்வேகமளிப்பதாகவும் இருக்க வேண்டும். அது நம்மை ஊக்கப்படுத்தி உயர்த்த வேண்டும். அதே சமயம், ஒரு சிலிர்ப்பூட்டும் அனுபவத்தை நாம் நிறைவு செய்துள்ளோம் என்பதை அது நமக்குத் தெளிவாக உணர்த்த வேண்டும்.

"நான் நினைத்தபடியே நடக்கட்டும். இந்த முடிவு எனக்கு மகிழ்ச்சியைத் தருகிறது. இறைவா, உனக்கு நன்றி," என்று நீங்கள் நிறைவு செய்ய வேண்டும் என்று நாங்கள் பரிந்துரைக்கிறோம்.

4

சுயபிரகடனம் செய்யுங்கள்

நீங்கள் தற்போது இருக்கும் இடத்தில் இருப்பதற்குக் காரணம் நீங்கள் அங்கு இருக்க விரும்புவதுதான். வேறு ஏதேனும் ஓர் இடத்தில் நீங்கள் இருக்க விரும்பினால், நீங்கள் மாறுவீர்கள்.

உலகின் மிகவும் புகழ்பெற்றக் குத்துச் சண்டை வீரர்களில் ஒருவரான முகமது அலி புகழ் பெறுவதற்கு முன், உலகம் அவருடைய பெயரையும் உருவத்தையும் தெரிந்து கொள்வதற்கு முன், குத்துச் சண்டையில் தனக்கென்று ஓரிடத்தை உருவாக்குவதற்குப் போராடிய வீரர்களில் அவரும் ஒருவர்.

பல வருடங்களுக்கு முன்பு, "நான்தான் தலைசிறந்த வீரன்!" என்ற மூன்றே மூன்று வார்த்தைகள் ஒரு செய்தித்தாளின் விளையாட்டுப் பகுதியில் தலையங்கமாக வெளிவந்தன.

சன்னி லிஸ்டன் என்பவரோடு முதன்முறையாகப் போட்டியிடுவதற்கு முன்பு கேசியஸ் கிளே என்ற இளம் குத்துச் சண்டை வீரர் இவ்வார்த்தைகளைப் பத்திரிகை

நிருபர்களிடம் கூறினார். அந்த நேரத்தில், அவர் இவ்வாறு மார்தட்டியதைப் பத்திரிகைகள் ஏளனம் செய்தன. ஆனால் அவர் வெற்றி பெற்றப் பிறகு, அனைவரும் அவர்மீது கவனம் செலுத்தினர். அவர் வெற்றி பெற்றதோடு மட்டுமல்லாமல், அவர் அதைக் கணிக்கவும் செய்திருந்தார்.

பின்னாளில் முகமது அலி என்று தன் பெயரை மாற்றிக் கொண்ட கேசியஸ் கிளே, உலக சுற்றுப்பயணம் மேற்கொண்டபோதுகூட, “நான்தான் தலைசிறந்த வீரன்!” என்று கூறிக் கொண்டே இருந்தார். பின்னர், போட்டியின் எந்தச் சுற்றில் தன் எதிராளியைத் தான் வெற்றி கொள்ளப் போகிறோம் என்பதையும் அவர் கணிக்கத் துவங்கினார். வெறும் ஒரு போட்டியிலோ அல்லது இரண்டு போட்டிகளிலோ மட்டுமல்லாமல், எல்லாப் போட்டிகளிலும் அவர் தன் வெற்றியைச் சரியாகக் கணித்தார்.

அவரால் எப்படி அதைச் செய்ய முடிந்தது? எதிர்காலத்திற்குள் நுழைந்து சென்று அங்கு என்ன நடக்கப் போகிறது என்பதைத் தெரிந்து கொள்ளும் மாயசக்தி ஏதேனும் அவரிடம் இருந்ததா? நமக்குப் புரியாத ஏதோ ஒன்றை அவர் புரிந்து வைத்திருந்தாரா?

ஆம்! முகமது அலிக்கு உதவிய அந்த மாயசக்தியின் பெயர் சுயபிரகடனம். சுயபிரகடனம் என்பது உங்களுக்கு நீங்களே கூறிக் கொள்ளும் வார்த்தைகள். அவற்றை நீங்கள் நம்புகிறீர்கள், அவற்றைப் பற்றியே சிந்திக்கிறீர்கள். அதன் விளைவாக அவை உண்மையாகின்றன.

சுயபிரகடனத்தைப் புரிந்து கொள்ளுதல்

“நான் சிறந்தவன்” அல்லது “நான் கிட்டத்தட்டச் சிறந்தவன்” அல்லது “அடுத்த வருடம் நான்தான் சிறந்த வீரனாகத் திகழ்வேன்” என்று முகமது அலி கூறவில்லை. அவர் மிகவும் தெளிவாக, “நான்தான் தலைசிறந்த வீரன்!” என்று கூறினார். அவ்வாறு கூறியபோது அவர் ஒரே நேரத்தில் மூன்று விஷயங்களைச் சாதித்தார்:

முதலில், எதை நோக்கி வேலை செய்ய வேண்டும் என்பதை அவர் தன் ஆழ்மனத்திற்குத் தெரிவித்தார். ஆழ்மனத்தைப் பொறுத்தவரை, அதற்கு நிகழ்காலம் மட்டுமே தெரியும். எனவே அலி தன்னை அங்கேயே அப்போதே வரையறுத்துக் கொண்டிருந்தார். இதன் விளைவாக, எதை நம்ப வேண்டும் என்பதை அவர் தன் ஆழ்மனத்திற்குத் தெரிவித்துக் கொண்டிருந்தார்.

இரண்டாவதாக, தன் சுயபிரகடனத்தை அவர் பிறர் முன்னிலையில் சத்தமாகக் கூறியதன் மூலம், இனி தன்னால் பின்வாங்க முடியாது என்பதையும் தன் ஆழ்மனத்திற்குத் திட்டவட்டமாகத் தெரிவித்துக் கொண்டிருந்தார். அவர் அதைப் பிரகடனப்படுத்தி விட்டார். இனி அவர் அதை நிரூபித்துக் காட்ட வேண்டும்.

மூன்றாவதாக, உலகச் சாம்பியன் பட்டத்தை வென்றதன் மூலம், தான் கூறியதை அவர் மெய்ப்பித்துக் காட்டினார். மற்றவர்களையும் தன்மீது நம்பிக்கை கொள்ளச் செய்தார். இதன் மூலம், ஓர் எதிராளியை மூன்றாவது சுற்றில் தான் தோற்கடிக்கப் போவதாக அவர் அறிவித்தபோது, அந்த எதிராளி இந்தப் பிரகடனத்தைச் செவிமடுப்பதை அலி உறுதி செய்து கொண்டார். மூன்றாவது சுற்று வந்தபோது, தான் தோற்கடிக்கப்படுவதற்காக அந்த எதிராளி காத்துக் கொண்டிருந்தார். அவர் பிரகடனம் செய்வது நிச்சயமாக நடக்கும் என்று அவரது எதிராளிகள்கூட நம்பும் அளவுக்கு முகமது அலியின் சுயபிரகடனம் சக்தி வாய்ந்ததாக இருந்தது. அவ்வாறே அது நடக்கவும் செய்தது. அவர் மனரீதியாகத் தன் எதிராளிகளைத் தோற்கடித்தார்.

வாய்வழி சுயபிரகடனங்களைத் தவிர முகமது அலி வேறு விதமான சுயபிரகடனங்களையும் பயன்படுத்தினார். போட்டி துவங்குவதற்கு முன் விதிமுறைகள் அறிவிக்கப்படும்போது, வைத்த கண் வாங்காமல் தன் எதிராளியைப் பார்ப்பதும், இரண்டு சுற்றுகளுக்கு நடுவே மூலையில் இருக்கும் தன் இருக்கையில் அமராமல் இருப்பதும் அவர்

பயன்படுத்திய இருவேறு உத்திகள். இவை கூடுதல் சுயபிரகடனங்கள் ஆகும். இவை தன்னை யாரும் வெல்ல முடியாது என்று அவருக்கும் அவரது எதிராளிக்கும் எடுத்துரைத்தன.

முகமது அலியின் குத்துச் சண்டைத் திறமை மிகவும் குறிப்பிடத்தக்கதாக இருந்தாலும், அவரது உளவியல் திறமை அதைவிடச் சிறப்பாக இருந்தது. மனத்தைப் பயன்படுத்திக் குத்துச் சண்டையிட்ட ஒரு பெரும் வீரர் அவர். அனைத்துச் செயல்பாடுகளும் முதலில் மனத்தில் வெற்றி பெற வேண்டும், பிறகு யதார்த்தத்தில் அவை வெற்றி பெறும்.

எதிர்மறையான வாசகங்களைக் கூறாமல் இருப்பதன் முக்கியத்துவம்

சுயபிரகடனம் என்பது ஒரு நம்பிக்கை வாசகம். அது இல்லாமல் இருக்கும்பட்சத்தில், மற்றவர்கள் கூறுவதை உண்மை என்று நம் ஆழ்மனம் ஏற்றுக் கொண்டுவிடும். ஆழ்மனம் பயிற்றுவிக்கப்பட்டு இருக்காததால், அதில் போடப்படும் எதையும் அது நம்பிவிடுகிறது என்பது நாம் அறிந்ததுதான். அது எதிர்மறையான விமர்சனங்களைக் கேட்க நேர்ந்தால், உடனே எதிர்மறையாகச் சிந்திக்கத் துவங்கிவிடுகிறது. நாம் விழிப்புணர்வின்றியும், பாதுகாப்பின்றியும், உறுதியின்றியும், ஆதரவற்றும் இருக்கிறோம் என்று நம் ஆழ்மனத்திடம் கூறப்பட்டால், அது அதை நம்புகிறது. இதனால் நாம் அந்த நம்பிக்கைக்கு ஏற்ப நடந்து கொள்கிறோம்.

எதிர்மறையான எதிர்பார்ப்புகளுக்கான ஒரு சிறந்த எடுத்துக்காட்டு, 1984ம் ஆண்டு நடந்த ஒலிம்பிக் போட்டியில் கலந்து கொண்ட மேரி டெக்கரைப் பற்றியது. அவள் ஒரு சிறந்த ஓட்டப் பந்தய வீராங்கனை. உலகின் மிகச் சிறந்த வீராங்கனைகளில் ஒருத்தியும்கூட. பெண்களுக்கான தடகளப் போட்டியில் அமெரிக்காவின் மாபெரும் நம்பிக்கை நட்சத்திரமாக விளங்கியவள் அவள். ஆனால் ஒலிம்பிக் போட்டிக்கு

முன்பு நடந்த உரையாடல்களின்போதெல்லாம், அவள் "நான் ஒரு துரதிர்ஷ்டசாலி, நான் ஒரு துரதிர்ஷ்டசாலி," என்று கூறிக் கொண்டே இருந்தாள்.

தான் என்ன செய்து கொண்டிருக்கிறோம் என்பதை அவள் அறிந்திருக்கவில்லை. அவள் அதிக அழுத்தத்திற்கு ஆளாகியிருந்தாள் என்பதில் எந்த சந்தேகமும் இல்லை. ஆனால் அவள் தன் ஆழ்மனத்திற்கு எதிர்மறையான கருத்துக்களைக் கொடுத்துக் கொண்டிருந்தாள். கடைசியில் ஒலிம்பிக் போட்டியில் அவள் ஒரு துரதிர்ஷ்டசாலிபோலத்தான் காணப்பட்டாள்.

வெளிமனத்தின் ஊடாகக் கொடுக்கப்படும் எதிர்மறையான வாசகங்கள், ஆழ்மனத்தில் இருந்து எதிர்மறையான விளைவுகளைப் பெற்றுத் தரும். 'காரணமும், அதனால் ஏற்படும் விளைவும்' என்ற பழைய விதி இது. பிரச்சனை என்னவென்றால், நம்மில் பலர் விளைவுகளை மட்டுமே பார்க்கிறோம். நம் ஆழ்மனம் நமக்குக் கொடுத்துள்ள விடையை மட்டுமே கவனிக்கிறோம். விஷயங்கள் தவறாகப் போனாலோ அல்லது நாம் தோற்றுப் போனாலோ விளைவை மட்டுமே நாம் பார்க்கிறோம். அந்த விளைவு ஏற்படுவதற்கு ஒரு காரணம் இருந்துள்ளது என்பதை நாம் ஒருபோதும் உணர்வதே இல்லை.

நீங்கள் இதுவரை நம்பிக்
கொண்டிருந்தவற்றையே இனியும் நம்பிக்
கொண்டிருந்தால், இதுவரை நீங்கள் பெற்று
வந்துள்ளவற்றையே இனியும் பெறுவீர்கள்.

இது தொடர்பாக நாங்கள் எங்கள் பயிலரங்கில் கூறும் ஒரு சிறிய கதையை இங்கே கூற விரும்புகிறோம். ஒரு புத்தமடத்தில் சேர்ந்த ஒரு புதிய, இளம் துறவியைப் பற்றிய கதை இது. இந்த மடத்தில், அனைத்துத்

துறவிகளும் மௌனம் காக்க வேண்டும் என்று உறுதி எடுத்துக் கொள்ள வேண்டியிருந்தது. ஒவ்வொரு வருடத்தின் முடிவிலும் ஒவ்வொரு துறவியும் தலைமைத் துறவியிடம் இரண்டு வார்த்தைகள் பேசுவதற்கு அனுமதி கொடுக்கப்பட்டிருந்தது.

முதல் வருட முடிவில், அந்தப் புதிய துறவி என்ன கூற விரும்புகிறார் என்று தலைமைத் துறவி அவரிடம் கேட்டார். அந்த இளம் துறவி, "கடினமான படுக்கை," என்று பதிலளித்தார்.

தலைமைத் துறவி தலையாட்டிவிட்டுத் தன் வழியே சென்றுவிட்டார்.

இரண்டாவது வருடத்தின் முடிவில் மீண்டும் அந்தத் துறவிக்குப் பேசுவதற்கு வாய்ப்புக் கொடுக்கப்பட்டபோது, "மோசமான உணவு," என்று பதிலளித்தார்.

தலைமைத் துறவி தலையாட்டிவிட்டுத் தான் வந்த வழியே மீண்டும் சென்றுவிட்டார்.

மூன்றாவது வருடத்தின் முடிவில் மீண்டும் அந்தத் துறவி தானாகவே தலைமைத் துறவியிடம் சென்று, "நான் விலகுகிறேன்," என்று கூறினார்.

அதைக் கேட்டத் தலைமைத் துறவி, "நீ இங்கிருந்து விலகிச் செல்வதில் வியப்பேதும் இல்லை. நீ எப்போது வாயைத் திறந்தாலும் குறைகள் மட்டுமே அதிலிருந்து வெளிவந்தன," என்று கூறினார்.

தோல்விக்கான காரணம் வெளிமனத்திடமிருந்து ஆழ்மனத்திற்குச் சென்ற எதிர்மறையான யோசனைகளே. நீங்கள் எப்போதும் எதிர்மறையாகவே சிந்தித்துக் கொண்டும், பேசிக் கொண்டும், நடந்து கொண்டும் இருந்தால், எதிர்மறையான விளைவுகளைக் கொடுப்பதற்கு நீங்கள் உங்கள் ஆழ்மனத்தைத் தயார்படுத்துகிறீர்கள். நீங்கள் நேர்மறையாகச் சிந்தித்துக் கொண்டும், பேசிக் கொண்டும், நடந்து கொண்டும் இருந்தால், நேர்மறையான விளைவுகளைக் கொடுப்பதற்கு அதை நீங்கள் தயார்படுத்துகிறீர்கள். இது அவ்வளவு எளிதான ஒன்று.

நம்பிக்கை

"மனம் எதை உருவாக்கி நம்புகிறதோ, அதை அது நிச்சயம் அடைந்தே தீரும்," என்று நெப்போலியன் ஹில் கூறியுள்ளார். உங்கள் இலக்குகளை நீங்கள் அடைய விரும்பினால், உங்களால் முடியும் என்று முதலில் நீங்கள் நம்ப வேண்டும். வெறும் வார்த்தைகளால் அவ்வாறு கூறினால் போதாது. அதற்குப் பின்னால் உள்ள கோட்பாடு இதுதான்: உங்கள் நம்பிக்கைகள் உங்கள் நடவடிக்கைகளைத் தீர்மானிக்கின்றன, உங்கள் நடவடிக்கைகள் உங்கள் விளைவுகளைத் தீர்மானிக்கின்றன. சரியான, சிறந்த நடவடிக்கைகளை மேற்கொள்ளுங்கள், அப்போது சரியான, சிறந்த விளைவுகள் உங்களுக்குக் கிடைக்கும்.

சாதிப்பதற்குத் தேவை ஆத்மார்த்தமான நம்பிக்கை. ஆனால் அப்படிப்பட்ட நம்பிக்கைகளை எவ்வாறு உருவாக்குவது? முந்தைய இரண்டு அத்தியாயங்களில் பார்த்ததுபோல், முதலில் நாம் நம் இலக்கை எழுதிக் கொள்ள வேண்டும். பிறகு அந்த இலக்கை மனக்காட்சிப்படுத்திப் பார்க்க வேண்டும். இறுதியில், அந்த இலக்கை அடைவதற்கான நமது திறமைமீது நமக்கு நம்பிக்கையை உருவாக்குவதற்கு நாம் சுயபிரகடனம் செய்ய வேண்டும். சுயபிரகடனம்தான் நம்பிக்கைக்கான கதவைத் திறக்கும் திறவுகோல்.

மீண்டும் மீண்டும் நம்மிடம் கூறப்பட்டுள்ள ஒன்றை நாம் நம்புகிறோம் என்பது இன்னோர் உண்மை. திரும்பத் திரும்பக் கூறப்படும் விஷயத்தின் மதிப்பு அதிகரிக்கிறது. அதை நாம் உரக்கக் கூறும்போது, குறைந்தது ஒரு நபராவது அதைக் கேட்க நேரிடுகிறது — அது நம் சொந்த ஆழ்மனம்தான். நாம் சுயபிரகடனம் செய்வதை நம் ஆழ்மனம் கேட்கும்போது, "எஜமான் கூறுவது சரியாகத்தான் இருக்க வேண்டும்," என்று அது நினைக்கிறது.

வேறு யாரோ ஒருவரின் முன்னிலையில் நாம் பிரகடனம் செய்யும்போது, நம் ஆழ்மனத்தை நாம் கட்டாய நிலைக்குத் தள்ளுகிறோம். "ஆஹா, நீ

உண்மையிலேயே உன்னை இதற்கு அர்ப்பணித்து விட்டாய். இதை நீ நிறைவேற்றாவிட்டால், மற்றவர்கள் முன்னிலையில் நீ ஒரு முட்டாளைப்போல் காட்சி அளிப்பாய், தர்மசங்கடத்திற்கு ஆளாவாய். இப்போது நான் செயலில் இறங்கி, உன்னைக் காப்பாற்றியாக வேண்டும். நான் என் வேலையை உடனே துவங்க வேண்டும்," என்று அது திட்டமிடுகிறது.

சுயபிரகடனத்தின் சக்தி உங்களுக்குப் புரிகிறதா? உண்மையிலேயே நம்மால் முடியும் என்று அது நம் ஆழ்மனத்தைக் கட்டாயமாக நம்ப வைக்கிறது.

எவ்வாறு சுயபிரகடனம் செய்ய வேண்டும்

எதிர்காலத்தில் நாம் மகத்துவத்தை அடைவதற்கும், நம் ஆற்றலை முழுமையாகப் பயன்படுத்துவதற்கும் சுயபிரகடனம் எவ்வளவு இன்றியமையாதது என்பதை நாம் புரிந்து கொண்டோமானால், "எவ்வாறு சுயபிரகடனம் செய்ய வேண்டும்?" என்ற கேள்வி அடுத்து எழும்.

கீழ்க்கண்ட உத்தியைப் பயன்படுத்துமாறு நாங்கள் எங்கள் பயிலரங்குகளில் பரிந்துரைக்கிறோம். நீங்களும் இதை அப்படியே பின்பற்றலாம். அது உங்களுக்குப் பழக்கமாகும்வரை அதை நீங்கள் முதலில் தனியாகச் செய்யலாம். பிறகு, பிறர் முன்னிலையில் அதைச் செய்வது உங்களுக்கு சௌகரியமாகத் தெரியும்.

1. முதலில் நீங்கள் எழுந்து நிற்க வேண்டும். எழுந்து நிற்பது உங்கள் ஒட்டுமொத்த விழிப்புணர்வையும் எச்சரிக்கையடையச் செய்யும். ஏதேனும் முக்கியமான ஒரு வேலையைச் செய்யும்போது, அதை எழுந்து நின்று செய்யுமாறு மக்களுக்கு நாங்கள் பரிந்துரைக்கிறோம். எடுத்துக்காட்டாக, ஒரு தொலைபேசியில் பேசுவதைக் கூறலாம். அடுத்த முறை நீங்கள் தொலைபேசியில் பேசும்போது, உட்கார்வதற்குப் பதிலாக நின்று கொண்டே பேசுங்கள். அதே சமயம், உங்கள் பேச்சை நீங்கள் கவனியுங்கள். உங்கள் ஆற்றல் அதிகரித்து இருப்பதையும், அதிக உற்சாகமும் சக்தியும்

உங்களுக்குள் ஊற்றெடுப்பதையும் நீங்கள் காண்பீர்கள். உங்களுடைய உயர்ந்த ஆற்றல் மறுமுனையில் உங்களுடன் பேசிக் கொண்டிருப்பவர்களைப் பெரும் ஆச்சரியத்திற்கு உள்ளாக்கும்.

2. சுயபிரகடனம் செய்யும்போது, உங்கள் ஆட்காட்டி விரல் மற்றும் நடுவிரலின் முனைகளை உங்கள் நெஞ்சின் நடுவில் வைத்துக் கொள்ளுங்கள். இது தொடுதல் என்னும் புலனை ஈடுபடுத்துகிறது. உங்கள் உடலில் உங்கள் ஆட்காட்டி விரலுக்குத்தான் தொடுதல் உணர்வு அதிகம். அதுதான் நம் மனத்திற்கான வாசல். ஆட்காட்டி விரல் எதைத் தொடுகிறதோ, அதை நாம் பார்க்கிறோம். நடுவிரல் ஆட்காட்டி விரலுக்குக் கூடுதல் சக்தியளிக்கிறது. இவை இரண்டையும் நம் நெஞ்சுக்கு நேராக அழுத்தி வைக்கும்போது, நாம் நம்மைப் பற்றிப் பேசுகிறோம் என்பது சந்தேகமின்றி நமக்குத் தெரிந்துவிடும். இவ்வாறு செய்வதன் மூலம் நாம் நம் முழு கவனத்தையும் அதில் ஈடுபடுத்துகிறோம்.

3. இறுதியாக, இவ்வாறு நீங்கள் உங்கள் இதயத்தில் உங்கள் விரல்களை அழுத்தி வைக்கும்போது, ஒரு சுயபிரகடன வாசகத்தைக் கூறுங்கள். அதைச் சத்தமாகவும் தெளிவாகவும் கூறுங்கள். உங்கள் குரலில் தடுமாற்றம் ஏதும் ஏற்படாமல் பார்த்துக் கொள்ளுங்கள். நீங்கள் கூறுவது உண்மை என்பதை உணர்ந்து, அதை ஆத்மார்த்தமாகக் கூறுங்கள்.

"நான் மிகச் சிறந்தவனாக இருக்க முயற்சிக்கப் போகிறேன்," அல்லது "நான் அழகாக இருக்க முயற்சிக்கப் போகிறேன்," அல்லது "நான் வெற்றி பெற முயற்சிக்கப் போகிறேன்," என்று ஒருபோதும் கூறாதீர்கள். ஏனெனில், முயற்சி என்று எதுவும் கிடையாது. ஒன்று, நீங்கள் செய்வீர்கள் அல்லது செய்ய மாட்டீர்கள். சராசரியாக இருக்க சுயபிரகடனம் செய்வதற்கும், சிறந்தவனாக இருக்க சுயபிரகடனம் செய்வதற்கும் ஒரே அளவு சக்தியும் நேரமும்தான் தேவை. அப்படியிருக்கும்போது, ஏன் சராசரியான விளைவுகளைக் குறித்து சுயபிரகடனம் செய்ய வேண்டும்?

சுயபிரகடனங்கள் நீளமானதாகவோ அல்லது ஜோடனையுடனோ இருக்க வேண்டிய அவசியமில்லை. எளிமைதான் இங்கு சிறந்தது. அவை நிகழ்காலத்தில் இருக்க வேண்டும், எதிர்காலத்தில் அல்ல. ஆழ்மனம் எதிர்காலத்தில் இயங்குவதில்லை, நிகழ்காலத்தில்தான் அது இயங்குகிறது என்பதை நினைவில் கொள்ளுங்கள்!

நீங்கள் சுயபிரகடனம் செய்யும்போது, எவ்வளவு உறுதியான நம்பிக்கையுடன் செய்ய முடியுமோ அந்த அளவு உறுதியான நம்பிக்கையுடன் செய்யுங்கள். வார்த்தைகளில் தடுமாற்றம் ஏற்படுவதாக நீங்கள் உணர்ந்தால், மீண்டும் முதலில் இருந்து துவங்குங்கள். முடிந்தால் உரத்தக் குரலில் கத்தி சுயபிரகடனம் செய்யுங்கள். உங்கள் ஆழ்மனத்திற்குக் கேட்கும் அளவுக்கு உரத்தக் குரலில் கூறுங்கள்.

அடிக்கடி செய்யுங்கள்

நீங்கள் எவ்வளவு அதிகமாக சுயபிரகடனம் செய்கிறீர்களோ, உங்களுடைய ஆழ்மனம் அவ்வளவு விரைவாகச் செயலில் இறங்கி உங்களுக்கு வேண்டிய விளைவுகளைப் பெற்றுத் தரும். உங்கள் மனத்தை நீங்கள் பயிற்றுவிக்க வேண்டும், அது உங்களைக் கட்டுப்படுத்த ஒருபோதும் அனுமதிக்காதீர்கள்.

உங்களைத் தொட்டு,
"என்னுள் மகத்துவம் ஒளிந்திருக்கிறது.
நான் மகத்தானவன். நான் என் மகத்துவத்தைச்
செயல்படுத்துகிறேன்," என்று கூறுங்கள்.

ஒரு விஷயத்தைப் பத்தாயிரம் முறைகள் கூறும்போது அது நம் எதிர்காலத்தை வடிவமைக்கும் ஒரு மந்திரமாகிவிடுகிறது என்று பண்டைய இந்தியச் சிந்தனை ஒன்று கூறுகிறது. நீங்கள் தொடர்ந்து சுயபிரகடனம் செய்து வரும்போது, நீங்கள் உங்களோடு

மெல்ல மெல்ல ஐக்கியமாவதை உணர்வீர்கள். உங்கள் உட்குரல் உங்களுக்குத் தெளிவாகக் கேட்கத் துவங்கும். உங்கள் எதிர்காலத்தையும் உங்களால் உணர முடியும். 'சிக்கன் சூப் ஃபார் த சோல்' என்ற எங்கள் புத்தகம் 15 லட்சம் பிரதிகள் விற்பனையாகும் என்று நாங்கள் சுயபிரகடனம் செய்தோம். இப்போது அது அந்த எண்ணிக்கையையும் தாண்டி விற்பனையாகிக் கொண்டிருக்கிறது.

உங்கள் ஆழ்மனம் கிளிப்பிள்ளைபோல், "நீங்கள்தான் மிகச் சிறந்தவர்," என்று உங்கள் சுயபிரகடனத்தைத் தொடர்ந்து கூறிக் கொண்டே இருக்கும். தொடர்ந்து செய்யப்படும் சுயபிரகடனங்கள் எதிர்மறையான, ஆக்கபூர்வமற்ற, சுயஅழிவுக்கு இட்டுச் செல்லுகின்ற பழைய எண்ணங்களை அடியோடு பிடுங்கி எறிந்துவிடும்.

எதை சுயபிரகடனம் செய்ய வேண்டும்

எப்படி சுயபிரகடனம் செய்ய வேண்டும், எப்போது அதைச் செய்ய வேண்டும் என்பதை நாம் இதுவரை பார்த்தோம். அடுத்து, "எதை சுயபிரகடனம் செய்ய வேண்டும்?" என்ற கேள்விக்கு நாம் விடை காணலாம்.

இது ஒருவருடைய தனிப்பட்ட விருப்பத்தேர்வு. அது உண்மையிலேயே உங்கள் நோக்கம் மற்றும் இலக்குகளைச் சார்ந்தது.

உங்கள் நெஞ்சைத் தொட்டு, "என்னிடம் மாபெரும் திறமை உள்ளது. அதை நான் இப்போது என் உயரிய நலனுக்காகப் பயன்படுத்துகிறேன்," என்று கூறுங்கள்.

முதலில் உங்களது முக்கியமான சுயபிரகடனத்தை நீங்கள் உருவாக்க வேண்டும். எளிமையான, நேர்மறையான, சுருக்கமான, ஆக்கபூர்வமான

சுயபிரகடனத்தை உருவாக்குங்கள். அது உங்கள் மனத்திற்குள் தொடர்ந்து ஓடிக் கொண்டிருக்கும் விதத்தில், மீண்டும் மீண்டும் சொல்வதற்குச் சுலபமானதாக இருக்க வேண்டும். பின்னர், தேவைக்கேற்ப அவ்வப்போது சில புதிய சுயபிரகடனங்களைச் சேர்த்துக் கொள்ள வேண்டும்.

காலையில் எழுந்தவுடன் செய்வதற்கு சௌகரியமான ஒரு சுயபிரகடனத்தை உருவாக்கிக் கொள்வது ஒரு நல்ல யோசனை. படுக்கையைவிட்டு எழுந்து நேராகக் கண்ணாடியின் முன்னால் போய் நின்றால் உங்கள் தோற்றம் உங்களுக்கே பிடிக்காமல் போகக்கூடும். கலைந்த தலை, தூங்கி வழியும் முகம், தலையணையும் போர்வையும் முகத்தில் ஏற்படுத்தியுள்ள பதிவுக் கோடுகள். நம்மிடமிருந்து ஒரு பெருமூச்சு மட்டுமே வெளிவரும்.

மிகவும் வெளிப்படையாகத் தெரியும் விஷயங்களுக்கு நாம் அடிபணிந்தால், நம் ஆழ்மனத்திடம் நாம் என்ன கூறிக் கொண்டிருப்போம்? நாம் வசீகரமானவர்கள் அல்ல என்ற தகவலை நாம் அதற்குக் கொடுக்கிறோம். நம்மைப் பற்றிய எதிர்மறையான கருத்துக்களை நாமே நம் ஆழ்மனத்திற்குக் கொடுக்கிறோம். இந்த எதிர்மறை விமர்சனம் அன்றைய நாள் முழுவதிலும் எப்படிப்பட்டத் தாக்கத்தை ஏற்படுத்தப் போகிறது? நாம் எப்படிப்பட்ட விளைவுகளைப் பெறப் போகிறோம்? நேர்மறையான விளைவுகளை நோக்கி நம் ஆழ்மனம் செயலில் இறங்குமா அல்லது நம்முடைய எதிர்மறையான எண்ணத்திற்கு ஏற்ற விளைவைப் பெற்றுத் தர முற்படுமா?

இதற்கு ஒரு மாற்று வழி உள்ளது. காலையில் எழுந்தவுடன், கண்ணாடியில் உங்கள் முகத்தைப் பார்த்து, புன்னகைத்தபடியே, “நீ சிறந்தவன்,” என்று கூறுங்கள். உங்கள் நெஞ்சைத் தொட்டு, “என்னிடம் மாபெரும் முன்னோக்குகள் உள்ளன. அவற்றை நான் யதார்த்தமாக்குகிறேன்,” என்று கூறுங்கள். அது ஒன்றும் அவ்வளவு கடினமான செயலல்ல.

இப்புத்தகத்தைப் படிப்பதை ஒருகணம் நிறுத்தி வைத்துவிட்டு, ஆழ்ந்து சுவாசியுங்கள். பிறகு புன்னகை புரியுங்கள். உங்கள் ஒட்டுமொத்த உணர்வு நிலையையும் இது எவ்வாறு மாற்றுகிறது என்பதைப் பாருங்கள். யாரோ ஒருவர் அல்லது ஏதோ ஒன்று உங்களை மகிழ்ச்சிப்படுத்த வேண்டும் என்று காத்திருக்காதீர்கள். மகிழ்ச்சியாக இருக்க வேண்டும் என்று இக்கணமே தீர்மானித்துக் கொள்ளுங்கள். இது உங்கள் விருப்பத்தேர்வு. வெறுமனே புன்னகை சிந்துங்கள், அவ்வளவுதான். இது நீங்கள் நினைப்பதைவிட எளிது.

ஒவ்வொரு நாளையும் ஒரு புன்னகையுடன் துவக்குங்கள். கண்ணாடியில் உங்கள் முகத்தைப் பார்த்துப் புன்னகை பூத்து உங்கள் நாளைத் துவக்குங்கள். “ஹலோ, நான் உன்னை நேசிக்கிறேன். நம் இருவருக்கும் இன்றைய நாள் சிறப்பானதாக அமைய உள்ளது,” என்று கூறுங்கள். பிறகு அதே மனநிலையுடன் உங்கள் அலுவல்களில் ஈடுபடுங்கள். சிறந்த விளைவுகளைப் பெறப் போகிறோம் என்ற நம்பிக்கையுடன் உங்கள் வேலையில் இறங்குங்கள்.

நாம் நம்மிடம் கேட்க வேண்டிய கேள்வி, “என்னைப் பற்றி நான் என்ன கூறிக் கொண்டிருக்கிறேன்?” என்பதுதான். நான் என்னை ஊக்குவிக்கிறேனா? எனக்கு உத்வேகம் அளிக்கிறேனா? வீட்டைவிட்டு வெளியே செல்வதற்கு முன் உங்களை மெச்ச வேண்டிய முதல் நபர் நீங்கள்தான். நீங்கள் உங்களை மெச்சினால், உலகம் உங்களை மெச்சும்.

தினமும் காலையில் தன் ஊழியர்கள் ஒவ்வொருவரும், “நான் அற்புதமாக உணர்கிறேன், நான் ஆரோக்கியமாக உணர்கிறேன், நான் மகிழ்ச்சியாக உணர்கிறேன்,” என்று கூற வேண்டும் என்று கோடீஸ்வரத் தொழிலதிபரான கிளெமன்ட் ஸ்டோன் உத்தரவிட்டார். பெரும் சாதனைகளையும் பொருளாதார வெற்றிகளையும் அடைவதற்கு அந்த மூன்று சுயபிரகடனங்களைப் பயன்படுத்த அவர் தனது பல்லாயிரக்கணக்கான விற்பனையாளர்களைப் பயிற்றுவித்திருந்தார்.

சுயபிரகடனம் செய்வதற்கு ஏற்ற மற்றொரு சமயம் நம் குளியல் நேரம். குளிக்கும்போது நாம் சில சமயம் பாடுவோம், அல்லது ஏதேனும் ஒரு பாடலை முணுமுணுப்போம். அதோடு கூடவே, நம்மையே நாம் அரவணைத்துக் கொண்டு, நம் உடலின் ஒவ்வோர் உறுப்பும் எவ்வளவு அற்புதமானது என்று நாம் ஏன் அவற்றிடம் கூறக்கூடாது? எடுத்துக்காட்டாக, உங்கள் உடலில் ஒவ்வோர் உறுப்பிடமும் ஆரோக்கியத்தை சுயபிரகடனம் செய்யுங்கள். "மனமே, நீ அற்புதமானவன், சுலபமாகவும் பயனுள்ள வகையிலும் செயல்படுத்தப்படக்கூடிய பல லாபகரமான யோசனைகள் உன்னிடம் உள்ளன," என்று கூறுங்கள். நீங்கள் இவ்வாறு செய்வதை யாரும் பார்க்கப் போவதில்லை. நம் ஆழ்மனத்தைத் தவிர இது வேறு யாருக்கும் தெரியப் போவதுமில்லை. இது நம்முடைய தனிப்பட்ட ஊக்குவிப்பு நேரம். உங்கள் தலைமுடியைத் தொட்டு, "எவ்வளவு அடர்த்தியான, அழகான முடி," என்று கூறுங்கள். உங்கள் முகத்தைத் தொட்டுப் பார்த்து, "என் முகம் அழகானது, மிருதுவானது," என்று கூறுங்கள். குளித்து முடித்துவிட்டு வெளியே வரும்போது நீங்கள் சிங்கம்போல் கர்ஜிப்பீர்கள்.

இது உண்மையிலேயே வேலை செய்கிறதா?

நிச்சயமாக வேலை செய்கிறது. 'யுவர் எர்ரோனியஸ் ஸோன்ஸ்' மற்றும் பல வெற்றிகரமான புத்தகங்களை எழுதிய திரு. வெயின் டயர், அவரது புத்தகம் எதுவும் பிரசுரமாவதற்கு வெகு காலம் முன்பே, புனித ஜான்ஸ் பல்கலைக்கழகத்தில் தன்னுடன் பணியாற்றி வந்த பிற பேராசிரியர்களிடம், "சிறப்பாக விற்பனையாகக்கூடிய பல நல்ல புத்தகங்களை நான் எழுதப் போகிறேன்," என்று கூறியிருந்தார். அதைக் கேட்டு அவர்கள் சிரித்தனர். ஆனால் இன்றுவரை அவர் எழுதியுள்ள புத்தகங்கள் ஆறு கோடிக்கும் அதிகமான பிரதிகள் விற்பனையாகியுள்ளன.

உங்கள் நெஞ்சைத் தொட்டு, "பரிணமித்துக் கொண்டிருக்கும் என் செழிப்பை நான் பார்க்கிறேன். அதை உணர்கிறேன். அதை நம்புகிறேன். அதை அடைவதற்குத் தேவையான நடவடிக்கைகளையும் நான் மேற்கொள்கிறேன்," என்று கூறுங்கள்.

லூ ஹோல்ட்ஸ் போன்ற சிறந்த விளையாட்டுப் பயிற்றுவிப்பாளர்கள் தங்கள் குழுவில் உள்ள வீரர்களைச் 'சாம்பியன்' என்றுதான் எப்போதும் அழைக்கின்றனர். தடகள வீரர்கள் அனைவரும் சாம்பியன்கள் என்பதால் அவர்கள் அவ்வீரர்களை அவ்வாறு அழைக்கின்றனரா? நிச்சயமாக இல்லை. ஆனால் வெளிமனம் எதைச் செவிமடுக்கிறதோ, ஆழ்மனம் அதன்மீது நடவடிக்கை எடுக்கிறது என்பதை அந்தப் பயிற்றுவிப்பாளர்கள் அறிந்துள்ளனர். தோற்றுக் கொண்டிருக்கும் அணிகளைத் தேர்ந்தெடுத்து, இரண்டு வருடங்களுக்குள் லூ ஹோல்ட்ஸ் அவற்றை முதல் நிலையில் வெற்றி பெறும் அணிகளாக மாற்றுகிறார்.

உங்கள் நெஞ்சைத் தொட்டு, "நான் ஒரு தலைசிறந்த வெற்றியாளன்," என்று கூறுங்கள்.

உங்கள் இலக்குகளை சுயபிரகடனம் செய்யுங்கள்

சுயபிரகடனம் உங்களுடைய ஒட்டுமொத்த ஆளுமையின்மீது மட்டும் தாக்கத்தை ஏற்படுத்துவது இல்லை, உங்களுடைய குறிப்பிட்ட இலக்குகளின்மீதும் அது வேலை செய்யும். எடுத்துக்காட்டாக, பதினேழு வயதில் வெயின் கிரெட்ஸ்கி ஒரு தலைசிறந்த விளையாட்டு வீரராக இருந்தார். ஐஸ் ஹாக்கி,

கால்பந்து ஆகிய இரண்டு விளையாட்டுகளையும் விளையாடும் வாய்ப்பு அவருக்குக் கிடைத்தது. அவர் ஹாக்கியை மிகவும் நேசித்தார்.

அவர் தொழில்முறையாக ஹாக்கி விளையாட முயற்சித்தபோது, "நீ வெறும் 78 கிலோ எடைதான் இருக்கிறாய். நீ அவ்வளவு வலிமையானவன் அல்ல. ஒரு சராசரி ஹாக்கி வீரர் 102 கிலோவிற்கும் அதிகமான உடல் எடையைப் பெற்றிருக்க வேண்டும். உன்னால் இங்கு தாக்குப்பிடிக்க முடியாது," என்று அவரிடம் கூறப்பட்டது.

உங்கள் நெஞ்சைத் தொட்டு, "நான் உண்மையிலேயே ஆரோக்கியமாக உணர்கிறேன்," என்று கூறுங்கள்.

கிரெட்ஸ்கி வெறுமனே, "ஹாக்கிப் பந்து எங்கே செல்கிறதோ நான் அங்கே செல்கிறேன்," என்று சுயபிரகடனம் செய்தார்.

அவர் தன் விளையாட்டிற்குத் தன்னை முழுமையாக அர்ப்பணித்துக் கொண்டார். அவர் ஐஸ் ஹாக்கியின் மிக மதிப்பு வாய்ந்த விளையாட்டு வீரராகத் தொடர்ந்து ஏழு முறை தேர்ந்தெடுக்கப் பட்டார். ஹாக்கியில் மாபெரும் சாதனைகளைப் படைத்து இன்று அவர் பலகோடி டாலர்களுக்கு அதிபதியாக உள்ளார். அவரது சுயபிரகடனம் எளிமையாகவும் தெளிவாகவும் இருந்தது. அது அவரை வெற்றி ஏணியின் உச்சத்திற்குக் கொண்டு சென்றது.

மற்றவர்களைப் பாராட்டுங்கள்

பாராட்டுவதற்கு எந்தவிதமான செலவும் ஆகாது, ஆனால் அதன் பலன்கள் அளவிடற்கரியவை. வேறொரு மனிதரை நீங்கள் பாராட்டும்போது நீங்கள்

அவரது சுயமதிப்பை உயர்த்துகிறீர்கள். பதிலுக்கு அவர் உங்களைப் பாராட்டுவார். அப்போது ஏராளமான வெகுமதிகள் உங்களுக்குக் கிடைக்கும். நீங்கள் உண்மையாகப் பாராட்டினால், மற்றவர்கள்மீது தாக்கத்தை ஏற்படுத்துவதற்கான மிக எளிய, மிகவும் பயனுள்ள வழி இது என்பதைக் கண்டறிவீர்கள்.

பிறரை நாம் மூன்று வழிகளில் பாராட்டலாம். முதலாவது, ஒருவருடைய தோற்றத்தைப் பாராட்டுவது. ஆண்டாண்டு காலமாக ஆண்கள் பெண்களை இவ்வாறுதான் பாராட்டி வந்துள்ளனர். இரண்டாவது வழி, ஒருவருடைய புத்திசாலித்தனம், திறமை போன்ற மனரீதியான மதிப்பீடுகளைப் பாராட்டுவது.

இந்த இரண்டு வழிகளுமே மட்டுப்படுத்தப் பட்டவை. எல்லோரையும் அவர்களது தோற்றம் அல்லது மனரீதியான மதிப்பீடுகள் குறித்து நம்மால் பாராட்ட முடியாது. அப்படி வலிந்து செய்தால் நாம் உண்மையற்றவர்களாக ஆகிவிடுவோம். மற்றவர்களைப் பாராட்டுவதற்குச் சிறப்பான மூன்றாவது வழி ஒன்று உள்ளது. அவர்களுடைய பண்புநலன்கள், சாதனைகள், மற்றும் நடவடிக்கைகளுக்காக நாம் அவர்களைப் பாராட்டலாம்.

ஒவ்வொருவரிடமும் அவர்கள் வெளிப்படுத்தும் சில முக்கியமான பண்புநலன்கள் உள்ளன. அவர்கள் வேடிக்கையானவர்களாக, உண்மையானவர்களாக, துணிச்சல் மிக்கவர்களாக, ஒழுக்கமானவர்களாக, ஒழுங்குமுறையுள்ளவர்களாக, அன்பு நிறைந்தவர்களாக, பரிவு மிக்கவர்களாக, அர்ப்பணிப்புடையவர்களாக, அல்லது விடாமுயற்சி கொண்டவர்களாக இருக்கக் கூடும். அல்லது நேர்மையானவர்களாக, ஒழுக்கம் நிறைந்தவர்களாக இருக்கக்கூடும். அல்லது நேரடியாகப் பேசுபவர்களாக, சவால்களை எதிர்கொள்பவர்களாக, அல்லது விலங்குகளை நேசிப்பவர்களாக இருக்கக்கூடும். இந்தப் பண்புநலன்களுக்காக நாம் மற்றவர்களைப் பாராட்டும்போது, அவர்களை நாம் ஆத்மார்த்தமாக அங்கீகரிக்கிறோம். மற்றவருக்கு நம்மால் கொடுக்கக் கூடிய மிகவும் சக்திவாய்ந்த சுயபிரகடனம் இதுதான்.

ஒரு பணித்திட்டத்தை ஒரு நபர் வெற்றிகரமாக நிறைவேற்றியுள்ளார், ஒரு குழந்தை சைக்கிள் ஓட்டக் கற்றுக் கொண்டுள்ளது, ஒரு நண்பர் நன்றாகப் பனிச்சறுக்கு விளையாடுகிறார். இவர்களுடைய சாதனைகளுக்காக இவர்களை நாம் பாராட்டலாம். இது அவர்களுடைய சுயமதிப்பை உயர்த்தும்.

நீங்கள் சந்திக்கும் ஒவ்வொருவரையும் பாராட்டுங்கள். இனிமையான ஏதேனும் ஒன்றை அவர்களிடம் கூறுங்கள். அது அவர்களுடைய முன்னேற்றத்திற்குப் பெருமளவு உதவும். அதோடு, நேர்மறையான மற்றும் உங்களால் நினைத்தறிய முடியாத பல வழிகளில் அது உங்களிடம் திரும்பி வரும்.

உங்கள் நெஞ்சைத் தொட்டு, "நான் ஒரு முக்கியமான நபர். நான் மிக அற்புதமாக உணர்கிறேன்," என்று கூறுங்கள்.

விளைவுகள்

நமது இலக்குகளை எழுதிக் கொள்வதன் மூலமும், சுயபிரகடனம் மற்றும் மனக்காட்சிப்படுத்துதலின் சக்தியின் மூலமும், நம்மால் அற்புதமான விளைவுகளைப் பெற முடியும். கீழே ஒருசில சக்திமிக்க சுயபிரகடனங்கள் கொடுக்கப்பட்டுள்ளன:

நான் இப்போது செழிப்பாக இருக்கிறேன்.

நான் இப்போது மகிழ்ச்சியாக இருக்கிறேன்.

நான் இப்போது ஆரோக்கியமாக இருக்கிறேன்.

நான் இப்போது மற்றவர்களை நேசிக்கிறேன்,
மற்றவர்கள் என்னை நேசிக்கின்றனர்.

நான் இப்போது அழகாக இருக்கிறேன்.

நான் இப்போது ஆனந்தமாக இருக்கிறேன்.

நான் இப்போது மனஅமைதியுடன் இருக்கிறேன்.

நான் இப்போது வெற்றிகரமாக இருக்கிறேன்.

நான் இப்போது செல்வந்தனாக இருக்கிறேன்.

நான் இப்போது நட்பாக இருக்கிறேன்.

நான் இப்போது தன்னம்பிக்கையுடன் இருக்கிறேன்.

சுயபிரகடனங்களும், முன்பு நாங்கள் குறிப்பிட்டு இருந்த பிற உத்திகளும் நம்மைப் பற்றி நாம் கொண்டுள்ள நம்பிக்கைகள், அனுமானங்கள், மற்றும் அபிப்பிராயங்களை மாற்றுவதற்கு நமக்கு உதவுகின்றன. நமது மூளையில் உள்ள கோடானு கோடி உயிரணுக்களை ஒரு நோக்கத்துடன் ஒரே திசையில் இயங்கச் செய்வதற்கு இவை நம்மை அனுமதிக்கின்றன. நம் ஆழ்மனம் நம்மைப் பரிபூரணமாக மாற்றும் ஒரு செயலில் ஈடுபடுகிறது.

உங்கள் நெஞ்சைத் தொட்டு,
"நான் மிகச் சிறந்தவன்,"
என்று கூறுங்கள்.

சுயபிரகடனம் செய்வதற்கு நீங்கள் பழகிவிட்டால், அதை அடிக்கடியும் இலகுவாகவும் உங்களால் செய்ய முடியும்.

நீங்கள் வசீகரத் தோற்றம் கொண்டவரல்ல, நண்பர்களைப் பெறுவதில் உங்களுக்குச் சிரமம் இருக்கிறது, மற்றவர்களுக்கு உங்களைப் பிடிக்கவில்லை என்று உங்களைப் பற்றி நீங்கள் ஒரு நம்பிக்கையைக் கொண்டிருக்கிறீர்கள் என்று வைத்துக் கொள்வோம். நீங்கள் பின்பற்ற வேண்டிய வழிமுறை இதுதான்:

முதலாவது அம்சம்

ஓர் இலக்கை நிர்ணயிப்பதன் மூலம் மாற்றத்தைத் துவக்குங்கள். மற்றவர்களால் நேசிக்கப்பட வேண்டும், கொண்டாடப்பட வேண்டும் என்பது உங்கள் இலக்காக இருக்கலாம். அல்லது உங்களுடைய கனவுக் காதலரைக் கண்டுபிடிப்பது உங்கள் இலக்காக இருக்கலாம். உங்கள் இலக்கைத் தெளிவாக எழுதி வைத்துக் கொள்ளுங்கள்.

இரண்டாவது அம்சம்

உங்கள் இலக்கை நீங்கள் அடைந்துவிட்டதாக மனத்தில் காட்சிப்படுத்துங்கள். கடந்த அத்தியாயத்தில் நாங்கள் கொடுத்துள்ள மனக்காட்சிப்படைப்பின் ஏழு நிலைகளையும் பயன்படுத்துங்கள். நீங்கள் எப்படிப்பட்டவராக இருக்க வேண்டும் என்று நீங்கள் விரும்புகிறீர்களோ, அப்படிப்பட்ட நபராக உங்களை உங்கள் மனக்கண்ணில் பாருங்கள். பரிவையும், தோழமையையும், அன்பையும் வெளிப்படுத்துவதாக ஒரு நடிகர் நடித்திருப்பதை ஒரு திரைப்படத்தில் நீங்கள் பார்த்திருக்கக்கூடும். உங்கள் மனத்தில் நீங்கள் அந்த நடிகராக மாறலாம். உங்கள் காதலரோடு நீங்கள் ஓர் அழகிய தீவில் இருப்பதாகக் கற்பனை செய்யலாம். எல்லோரும் உங்களுடன் தோழமையாக இருக்கிறார்கள், அன்பை வெளிப்படுத்துகிறார்கள். அனைவருடனும் பேசுவதற்கு உங்களுக்கு நேரம் போதவில்லை என்னும் அளவுக்கு உங்களுக்கு ஏராளமான நண்பர்கள் இருக்கிறார்கள். அவர்கள் அனைவரும் உங்களுடன் இருக்கப் பிரியப்படுகிறார்கள், உங்கள் கவனத்தை ஈர்க்க முயற்சிக்கிறார்கள், உங்களது அறிவார்ந்த ஆலோசனையைப் பெற விரும்புகிறார்கள். உங்களால் முடிந்த அளவு, உங்களது கற்பனைச் சிறகை விரியுங்கள். இன்னும் ஆழ்ந்த தாக்கத்தை ஏற்படுத்த விரும்பினால், ஒலி மற்றும் தொடு உணர்ச்சிப் பரிமாணங்களையும் சேர்த்துக் கொள்ளுங்கள்.

நீங்கள் உண்மையிலேயே அப்படிப்பட்ட ஓர் இடத்தில் நண்பர்கள் புடைசூழ இருந்தால் எந்த வார்த்தைகளையும் ஒலிகளையும் செவிமடுப்பீர்களோ அவற்றைக் கேளுங்கள். நீங்கள் ஹவாய் தீவில் இருந்தால், அலைகளின் சத்தத்தையும், ஹவாய் இசையையும், உங்களது உரையாடல்களையும் கேளுங்கள். இவை அனைத்தும் இக்கணம் நிகழ்ந்து கொண்டிருந்தால் உங்களுக்கு எப்பேற்பட்ட உணர்வு ஏற்படுமோ அந்த உணர்வைப் பற்றிச் சிந்தியுங்கள். உங்கள் உடல் முழுவதிலும் அந்த உணர்வை உணருங்கள்.

மூன்றாவது அம்சம்

நீங்கள் விரும்பும் விளைவுகளை சுயபிரகடனம் செய்யுங்கள். நீங்கள் தூங்கச் செல்வதற்கு முன்பு, குறிப்பிட்ட ஒருசில சுயபிரகடனங்களைக் கூறுங்கள்:

நான் ஜீவனுடன் இருக்கிறேன்.

நான் எல்லோருடனும் சகஜமாகக் கலந்து பழகுகிறேன்.

நான் தோழமையாக இருக்கிறேன்.

நான் நடுநிலையுடன் இருக்கிறேன்.

நான் அழகாக இருக்கிறேன்.

நான் வசீகரமாக இருக்கிறேன்.

என்னிடம் ஈர்க்கப்படும் மக்களை நான் சந்திக்கிறேன்.

ஒவ்வோர் இரவும் தூங்கச் செல்வதற்கு முன் இந்த சுயபிரகடனங்களைக் கூறுங்கள். ஒரு கடற்கரையை மென்மையாகத் தழுவிச் செல்லும் அலைகளைப்போல் இவை உங்களைத் தழுவட்டும். இவை உங்களுக்கு இயல்பாக வரும்வரை, உங்களுடன் ஒன்றரக் கலக்கும்வரை ஒரு மாதத்திற்கு இவற்றைப் பயிற்சி செய்யுங்கள். அப்போது இவை நாள் முழுவதும்

தாமாகவே உங்களுக்குள் ஒலித்துக் கொண்டிருக்கும். வானொலியில் நீங்கள் கேட்ட மிகப் பிரபலமான ஒரு பாடலைப்போல இவை உங்களுக்குள் ரீங்காரமிட்டுக் கொண்டிருக்கும். இவை அனைத்தும் உங்கள் மனத்திற்குள் நிகழும்.

இவை அனைத்தும் நிகழும்போது, நீங்கள் உங்கள் இலக்கை நோக்கி வெகுதூரம் முன்னேறியிருப்பீர்கள். உங்கள் ஆழ்மனத்திற்குத் தகவல் அனுப்பப்பட்டு, நீங்கள் மேற்கொள்ளும் ஒவ்வொரு நடவடிக்கையிலும் அது பிரதிபலித்து, மற்றவர்களிடமிருந்து பொருத்தமான பதில் நடவடிக்கையை அது பெற்றுத் தரும். நீங்கள் யாராக ஆக வேண்டும் என்று விரும்புகிறீர்களோ, அந்த நபராக மாறுவீர்கள்.

சுயபிரகடனம் நிச்சயமாக வேலை செய்கிறது. உண்மையில், அதுதான் பிரபஞ்சத்தில் உள்ள மிகவும் சக்தி வாய்ந்த ஆற்றல். முகமது அலியும் பிறரும் இதைப் பயன்படுத்தி அற்புதமான விளைவுகளைப் பெற்றதுபோல், இதைக் கொண்டு, நீங்கள் விரும்பும் அற்புதமான விளைவுகளை உங்களாலும் பெற முடியும்.

5

சமநிலையைத் தக்கவைத்துக் கொள்வதுதான் வாழ்க்கை

"நான் ஒரு வாழ்க்கைக் கலைஞன்;
என் வாழ்க்கைதான் என் கலைப் படைப்பு."

– சுசூகி

ஒரு சர்க்கஸில் அந்தரத்தில் இறுக்கமாகக் கட்டப்பட்டுள்ள ஒரு கயிற்றின்மேல் நடக்கும் ஒருவரைக் கற்பனை செய்து கொள்ளுங்கள். நிலமட்டத்திலிருந்து பல அடிகள் மேலே கட்டப்பட்டு இருக்கும் ஒரு கயிற்றின்மீது அவர் நிற்கிறார். ஒரு முனையிலிருந்து மறுமுனைக்குச் செல்வதுதான் அவரது நோக்கம். தான் கீழே விழுந்துவிடாமல் இருப்பதற்கும்,

தன்னைச் சமநிலையில் வைத்துக் கொள்வதற்கும் அவர் ஒரு நீளமான கம்பைக் கையில் வைத்துள்ளார். ஆனால் அவர் வெறுமனே நடக்கவில்லை. தன் தோள்களில் ஒரு நாற்காலி சமநிலையில் இருக்கும்படி அவர் தாங்கிப் பிடிக்கிறார். அதில் ஓர் இளம் பெண் அமர்ந்திருக்கிறாள். அவளும் தன் தலையின்மீது ஒரு கம்பைச் சமநிலையில் வைத்துக் கொண்டிருக்கிறாள். அந்தக் கம்புக்கு மேல் ஒரு தட்டு வைக்கப்பட்டுள்ளது.

கயிற்றின்மேல் நடக்கும் கலைஞர், தனக்கு மேலே உள்ள அனைத்தும் சீராக வைக்கப்பட்டிருக்கும்வரை தன் நடையைத் துவங்க மாட்டார். எல்லாம் சரியாக வைக்கப்பட்டவுடன்தான் அவர் தன் காலை மெதுவாகவும் எச்சரிக்கையாகவும் முன்னெடுத்து வைப்பார்.

எப்போதேனும் ஏதேனும் ஒன்று தன் சமநிலையிலிருந்து பிறழத் துவங்கினால், மீண்டும் அவை அனைத்தும் கச்சிதமான சமநிலைக்கு வரும்வரை அவர் காத்திருக்க வேண்டும். அதுவரை அந்த இடத்திலிருந்து அவரால் நகர முடியாது. கயிற்றின்மீது நடக்கும் ஒரு கலைஞருக்குச் சமநிலைதான் எல்லாமே. தன் சமநிலையை இழந்தால், நிச்சயமாக அவர் கீழே விழுந்துவிடுவார்.

இறுக்கமான கயிற்றின்மீதான வாழ்க்கை

எல்லாவற்றையும் சமநிலையில் வைத்திருக்க நாம் மேற்கொள்ளும் ஒரு முயற்சிதான் வாழ்க்கை என்று கூறலாம். எப்போது வேண்டுமானாலும் அந்தச் சமநிலை மாறி நாம் கீழே விழுந்துவிடக்கூடும். நாம் நம் நோக்கத்தை நெஞ்சில் சுமந்து கொண்டு, நம் இலக்குகளை அடைவதற்கு முன்னேறிச் செல்ல முயற்சித்துக் கொண்டே இருக்கிறோம். அதே நேரத்தில், நம் வாழ்வின் அனைத்து அம்சங்களையும் சமநிலையில் வைத்துக் கொள்ளவும் நாம் முயற்சிக்கிறோம்.

சமநிலையிலிருந்து பிறழ்தல்

பணத்தைப் பொறுத்தவரை நம்மில் பலர் சமநிலையில் இல்லை. நம்மிடம் போதுமான பணம் இல்லையென்றால், நம் வாழ்க்கை ஒரு பண வேட்டையாக மாறிவிடுகிறது. நம் நிதி நிலைமையை மேம்படுத்துவதற்கு நாம் தொடர்ந்து நம் ஆற்றல்களை அனைத்தையும் அர்ப்பணித்துக் கொண்டிருக்கிறோம். இதன் விளைவாக, நமது குடும்பம், நண்பர்கள், ஆன்மீக மற்றும் உளத் தேவைகள், மற்றும் நமது ஆரோக்கியம் ஆகியவற்றின்மீது நாம் தேவையான அளவு கவனம் செலுத்துவதில்லை. அதோடு, நமது வாழ்வின் நோக்கங்களை நோக்கி நாம் முன்னேறுவதும் நின்றுவிடுகிறது என்பது முக்கியமாக நீங்கள் கவனிக்க வேண்டிய விஷயம். நமது நிதி நிலைமை சீராக இருந்தால்தான் நம்மால் நம் வாழ்வின் பிற அம்சங்களின்மீது நம் ஆற்றல்களை அர்ப்பணிக்க முடியும் என்றும், நம் வாழ்வின் நோக்கத்தை நோக்கிப் பயணிக்க முடியும் என்றும் நாம் ஆணித்தரமாக நம்புகிறோம்.

நம்முடைய வாழ்வின் பிற அம்சங்கள் இணக்கமின்றி இருக்கக்கூடும். அது நம் வாழ்க்கைத் துணைவருடனான ஒரு மோசமான உறவாக இருக்கலாம். ஆன்மீகரீதியாக நாம் வெறுமையாக உணர்வது நம்மை உள்ளூர அரித்துக் கொண்டு இருக்கலாம். சமூக அளவில் நாம் விரும்பும் அளவிற்கு, நமக்கு அவ்வளவாக மக்கள் தொடர்பு இல்லாமல் இருக்கலாம். அல்லது நாம் ஏதாவது ஒரு தீவிரமான நோயால் அவதிப்பட்டுக் கொண்டிருக்கலாம். நம் வாழ்வின் ஏதேனும் ஓர் அம்சம் அதிகப்படியான ஆற்றலை நம்மிடமிருந்து உறிஞ்சினால், பிற அம்சங்களை நாம் காவு கொடுக்க வேண்டியிருக்கும். இது நம்மை நிலைதடுமாறச் செய்துவிடும். ஒரு சமநிலை எட்டப்படாதவரை வாழ்வின் இறுக்கமான கயிற்றின்மீது நம்மால் முன்னேறிச் செல்ல முடியாது.

சமநிலையை அடைதல்

நம் வாழ்வைச் சமநிலைக்குக் கொண்டு வருவதுதான் நமது முன்னுரிமையாக இருக்க வேண்டும். நம்மிடம் இருந்து மிக அதிகமான ஆற்றலை உறிஞ்சும் பகுதிகளை நாம் கவனமாகக் கையாண்டு, அவற்றுக்குக் கொடுக்க வேண்டிய இடத்தை மட்டுமே கொடுத்து, நம் வாழ்வின் அனைத்துப் பகுதிகளுக்கும் நம்முடைய ஆற்றல் ஓரளவு சமமாகக் கிடைக்கும் வண்ணம் அவற்றை ஒழுங்கமைக்க வேண்டியது அவசியம்.

ஆனால் இது தானாக நிகழ்வதில்லை. ஒரு சமநிலையான வாழ்க்கையை அடைவது என்பது நாம் ஒவ்வொருவரும் ஒவ்வொரு நொடியாக, ஒவ்வோர் எண்ணமாக, ஒவ்வோர் உணர்வாகத் தொடர்ந்து மேற்கொள்ளும் ஒரு விருப்பத்தேர்வு. நம் வாழ்வின் ஒவ்வோர் அம்சத்தையும் மதிப்புமிக்கதாக நம்மால் உருவாக்க முடியும்.

மற்றவர்களால் இதை நமக்குச் செய்ய முடியாது என்பதை நீங்கள் புரிந்து கொள்ள வேண்டும். நமக்கான வேலையை நாம்தான் செய்ய வேண்டும். நமக்காக வேறு யாரோ ஒருவரால் சிந்திக்கவோ, சுவாசிக்கவோ, உணரவோ, பார்க்கவோ, அனுபவிக்கவோ, அல்லது அன்பு செலுத்தவோ முடியாது. நம் வாழ்வின் பல்வேறு அம்சங்களையும் நாம்தான் சமநிலையில் வைக்க வேண்டும்.

மதிப்பீடு செய்தல்

முதலில் நாம் எப்படி இருக்கிறோம் என்பதை மதிப்பீடு செய்வது முக்கியம். நம் வாழ்வில் நாம் தொடர்ந்து சமநிலையில் வைத்துக் கொள்ள வேண்டிய அம்சங்களை நாம் கணக்கில் எடுத்துக்கொள்ள வேண்டும். கீழ்க்காணும் அம்சங்கள் அவற்றில் அடங்கும்:

திருமணம் மற்றும் குடும்பம்

பொருளாதாரம்

ஆரோக்கியம் மற்றும் கட்டுக்கோப்பான உடல்
சமூகத் தொடர்புகள்
உணர்ச்சிரீதியான வளர்ச்சி
ஆன்மீக வளர்ச்சி
மன வளர்ச்சி

இப்பகுதிகள் அனைத்திற்கும் நம்மால் போதுமான ஆற்றலைக் கொடுக்க முடிகிறதா? அல்லது ஏதோ ஒரு பகுதி அதிக ஆற்றலை உறிஞ்சிக் கொள்வதால், பிற பகுதிகள் நம் கவனிப்பிற்காக ஏங்குகின்றனவா?

சாதித்தல்

தன் வாழ்க்கையைச் சமநிலையில் கொண்டு வருவதற்குத் தன் வாழ்நாள் முழுவதும் உழைத்த ஒரு நபர் நடிகர் சில்வஸ்டர் ஸ்டலோன். இறுக்கமான கயிற்றின்மீது சமநிலையில் நடக்கக் கற்றுக் கொண்டு உள்ளவர்களுக்கான ஓர் அற்புதமான எடுத்துக்காட்டு அவர்.

குழந்தைப் பருவத்தில் அவர் மிகவும் தனிமையில் வளர்ந்தார். உணர்ச்சிரீதியாக அவர் மிகவும் பாதிப்புக்கு உள்ளாகியிருந்தார். அவர் ஒரு பள்ளியிலிருந்து மற்றொரு பள்ளிக்குச் செல்வதும் வெளியேறுவதுமாக இருந்தார். டிரெக்சல் பல்கலைக்கழகத்தில் அவரைச் சீர்தூக்கிப் பார்த்து, எதிர்காலத்தில் அவர் லிஃப்ட்டைப் பழுது பார்ப்பவராக ஆவார் என்று கணித்தனர். அவரது தந்தை அவரை எப்போதும் அடித்து வளர்த்தார். 'உனக்கு மூளைதான் இல்லை, உடலையாவது வளர்த்துக் கொள்' என்று ஸ்டலோனின் தந்தை ஸ்டலோனுக்கு எப்போதும் அறிவுறுத்தி வந்தார். ஸ்டலோன் இந்த வசனத்தைப் பின்னாளில் ராக்கி திரைப்படத்திலும் பயன்படுத்தினார்.

அவர் நடிப்பதென்று தீர்மானித்தபோது, பொருளாதார அம்சத்தில் துவங்கி உணர்ச்சிரீதியான அம்சம்வரை அவரது வாழ்வின் பல்வேறு அம்சங்கள் சமநிலையிலிருந்து பிறழ்ந்தன. இச்சமநிலையின்மைகள்

ஆரம்பத்தில் அவருக்குத் தோல்வியை விளைவித்தன. அவர் நடிக்கத் துவங்கியபோது தோல்விக்குமேல் தோல்வியைத் தழுவினார். ஆனால் கற்றுக் கொள்வதில் அவர் தீவிரமாக ஈடுபட்டார். ஒரு பத்திரிகையில் ஸ்டலோன் இவ்வாறு எழுதியிருந்தார்: "துவக்கத்திலேயே நடிப்பில் வெற்றி பெற்றிருந்தால், நான் எழுத முயற்சித்திருக்கவே மாட்டேன். இறுதியில், நடிப்பைவிட எழுதுவதில் எனக்கு அதிக ஆர்வம் ஏற்பட்டுவிட்டது. வெற்றி என்பது தோல்வியைக் கட்டுப்படுத்துவதில் உள்ளது. என் தோல்வியின் மூலம் என் பிரச்சனைகளுக்குத் தீர்வு கண்டு ஹாலிவுட்டிற்குள் முழுமையாகக் காலடி எடுத்து வைக்க நான் பல்வேறு வழிகளைக் கண்டறிந்தேன். நான் முதலிலேயே நடிகனாக வெற்றியைச் சுவைத்திருந்தால், ஒரு குறிப்பிட்ட நிலையோடு அது நின்று போயிருக்கும். ஒருவேளை நான் ஒரு குணச்சித்திர நடிகனாக மட்டுமே இருந்திருக்கக்கூடும்."

காலப்போக்கில், உணர்ச்சிரீதியாகவும், உளரீதியாகவும், உடல்ரீதியாகவும் சமநிலையில் எவ்வாறு இருப்பது என்பதை அவர் கற்றுக் கொண்டார். பிறகு ஒருநாள் இரவு, குத்துச் சண்டை வீரரான முகமது அலிக்கும் சக வீரரான சக் வெப்னருக்கும் இடையே நடந்த போட்டி ஒன்றைக் கண்டார். வெற்றி பெற வாய்ப்பே இல்லாதவராகக் கருதப்பட்ட வெப்னர் உலகக் குத்துச் சண்டை சாம்பியனான முகம்மது அலிக்கு ஈடு கொடுத்துச் சண்டையிட்டுக் கொண்டிருந்ததைப் பார்த்துக் கொண்டிருந்த பார்வையாளர்கள் அவரை உற்சாகப்படுத்தியதை ஸ்டலோன் கண்டார். இதனால் ஊக்குவிக்கப்பட்ட சில்வஸ்டர் ஸ்டலோன், 'ராக்கி' என்ற திரைப்படத்தின் திரைக்கதையை மூன்றரை நாட்களில் ஒரே மூச்சில் எழுதி முடித்தார். தன்னைக் கதாநாயகனாகப் போட்டுப் படம் எடுத்தால்தான் தன் கதையை விற்கப் போவதாக ஸ்டலோன் தன்னை நாடி வந்த தயாரிப்பாளர்களிடம் தெரிவித்தார். முதலில் பல தயாரிப்பாளர்கள் அவரது கோரிக்கைக்குச் செவி

சாய்க்கவில்லை. ஆனால் பின்னாளில் ஸ்டலோன் கதாநாயகனாக நடித்து ராக்கி திரைப்படம் வெளியாகி உலக அளவில் 10 கோடி டாலர்களை வசூலித்துக் கொடுத்தது.

ஸ்டலோனின் நிதிநிலைமை பாதுகாப்பாக ஆன பிறகும்கூட, அவரது வாழ்வின் பிற அம்சங்களில் சமநிலையின்மை தொடர்ந்து நீடித்தது. அவரது வாழ்வில் அவருக்குப் போதுமான அன்பு கிடைக்கவில்லை. அவரது திருமணம் விவாகரத்தில் முடிந்தது. பின்னர் அவர் தனக்கென்று ஆன்மீக நம்பிக்கைகளையும் உருவாக்கிக் கொண்டார்.

அவரது தனிப்பட்ட மாற்றத்திற்குப் பல வருடங்கள் பிடித்தன. ஆனால் இறுதியில் அது அவருடைய வாழ்வில் சமநிலையை மீட்டுக் கொடுத்து, தன்னிகரற்ற வெற்றியை அவருக்குப் பெற்றுக் கொடுத்தது. இன்று அவர் திரைத் துறையில் பல்வேறு அவதாரங்களை எடுத்துப் பன்மடங்கில் சாதனை புரிந்து வருகிறார். சமநிலையற்ற வாழ்க்கையைச் சமநிலையுள்ள ஒரு வாழ்க்கையாக மாற்ற முழுமுயற்சி எடுத்து அதில் வெற்றியும் பெறும்போது எப்படிப்பட்ட சாதனைகளை நிகழத்தலாம் என்பதற்கு ஒரு வாழும் எடுத்துக்காட்டாக ஸ்டலோன் விளங்குகிறார்.

6

அன்பு எனும் அமுது

"வாழ்க்கை என்பது ஒரு பல்சுவை விருந்து. அதை ருசிக்கத் தெரியாதவர்கள் பட்டினி கிடந்து சாகின்றனர்."

– ஆன்டி மேம்

அன்பின்மைதான் ஒரு மனிதனுக்கு ஏற்படக்கூடிய அதிக அச்சுறுத்தும் விஷயங்களில் ஒன்று. மகிழ்ச்சியாக, ஆரோக்கியமாக இருக்கும் ஒரு நபரிடம் காட்டப்பட்டு வரும் அன்பு திடீரென்று நிறுத்தி வைக்கப்பட்டால், அவர் நொறுங்கிப் போவார்.

நாம் அனைவரும் உயிர் வாழ்வதற்கு அன்பு தேவை. பிறந்தது முதலாகவே குழந்தைகளைக் கையில் தாங்கிப் பிடிப்பதும், கொஞ்சுவதும், அரவணைத்துக் கொள்வதும், தழுவுவதும் அவற்றின் வளர்ச்சிக்கு இன்றியமையாதவை என்பதைப் பல ஆய்வுகள் நமக்குக் காட்டியுள்ளன. அந்த அன்பின் வாயிலாக அவர்கள்

வளர்ந்து, பருவமடைந்து, பக்குவமடைந்து, ஆரோக்கியமான இளைஞர்களாக உருவாகின்றனர். அந்த அன்பு இல்லாவிட்டால், உளரீதியாகவும், உடல்ரீதியாகவும், ஆன்மீகரீதியாகவும் அவர்கள் நலிந்து போய்விடுகின்றனர். இன்னும் சிலர் மடிந்தே போய்விடுகின்றனர்.

சுயமதிப்பு

நாம் பெரியவர்களாக வளர்ந்த பிறகும் அன்பின் தேவை குறைந்துவிடுவதில்லை. சொல்லப் போனால், அந்தத் தேவை இன்னும் அதிகரிக்க மட்டுமே செய்கின்றது. ஏனெனில், அன்பு சுயமதிப்போடு தொடர்புடையது. நீங்கள் உங்களை எவ்வாறு மதிக்கிறீர்கள் என்பதோடு சம்பந்தப்பட்டது.

பணத்தையும் புகழையும் தாண்டி, நடிகர்கள் ரசிகர்களின் அன்பிற்காக ஏங்குகின்றனர். தொண்ணூறு வயதைத் தாண்டிய பாப் ஹோப் என்னும் நடிகர், தன் ரசிகர்கள் தன்மீது காட்டும் அன்பிற்காகத் தொடர்ந்து நடித்துக் கொண்டிருக்கிறார். பெரும் பண வீழ்ச்சி ஏற்பட்டக் காலத்திலிருந்தே அவரிடம் பணத்திற்கு எவ்விதக் குறைச்சலுமில்லை. உண்மையில், அவரிடம் பற்றாக்குறையாக இருந்தது அன்பு மட்டும்தான்.

நாம் தகுதியானவர்கள் என்று அன்பு நம்மிடம் கூறுகிறது. அது நம்முடைய சுயமதிப்பையும் நன்னம்பிக்கையையும் ஊட்டி வளர்க்கிறது. நாம் நேசிக்கப்படுகிறோம் என்பது நமக்குத் தெரிந்திருக்கும் போது, நம்மையும் மிஞ்சி நம்மால் செயல்பட முடியும். நாம் நேசிக்கப்படவில்லை என்ற சந்தேகம் நமக்கு ஏற்பட்டால், நம் செயல்பாட்டின் தரம் கணிசமாகக் குன்றிவிடும்.

தன்னை நேசிக்கும், தனக்கு ஆதரவு காட்டும் வாழ்க்கைத் துணைவரோ அல்லது துணைவியோ வீட்டில் இருக்கிறார் என்ற நம்பிக்கை ஒரு தொழிலதிபருக்கு இருக்கும்போது, அவர் தன் தொழிலில் சிறப்பாகச் செயல்படுவார். ஆனால் தான்

மிகவும் நம்பும் அன்பு பறிபோய்விட்டதை அவர் திடீரென்று கண்டறிந்தால், வேலையில் அவருடைய செயல்பாட்டின் தரம் பெருமளவு குறைந்துவிடும்.

பொருளாதாரரீதியாகப் பெரும் வெற்றி பெற்றுள்ள ஒரு கணவன், தன் மனைவி தன்னைவிட்டு விலகப் போகிறாள் என்பதைத் தெரிந்து கொள்ளும்போது என்ன நிகழ்கிறது என்பது குறித்து ஒருகணம் சிந்தித்துப் பாருங்கள். அப்போதுகூட தான் அவளது அன்பிற்கு முறையான அங்கீகாரம் கொடுக்கவில்லை என்பதை அவன் உணர்வதில்லை. ஆனால் அவள் காட்டிய அன்பைப் பாதுகாப்பதற்கும், அவளுக்கு வெகுமதி அளிப்பதற்கும் தொழில் உலகில் தனிப்பட்ட முறையில் தான் பெற்றுக் கொண்டிருக்கும் வெற்றி போதுமானது என்றுதான் அவன் நினைக்கிறான்.

திடீரென்று அந்த அன்பு அவனிடமிருந்து பறிக்கப்படுகிறது. அன்பு இல்லாமல் அவனால் தூங்க முடியவில்லை, சாப்பிட முடியவில்லை, சிந்திக்க முடியவில்லை, வேலையில் ஒழுங்காகச் செயல்பட முடியவில்லை. திடீரென்று பறிக்கப்படும் அன்பு, உடலுக்கும் மனத்திற்கும் அதிர்ச்சியை ஏற்படுத்தி, அவனைச் செயல்படவிடாமல் தடுக்கின்றது.

தொடர்ந்து நாம் உச்சகட்ட நிலையில் செயல்பட வேண்டுமென்றால், நமக்கு உச்சகட்ட அன்பு கட்டாயமாகத் தேவைப்படுகிறது. நாம் நேசிக்கப் படுகிறோம் என்ற உத்தரவாதம் நமக்குத் தொடர்ந்து தேவைப்படுகிறது. அது நம் சுயமதிப்பை அதிகரிக்கிறது.

எடுத்துக் கொள்பவர்கள்

எல்லோருக்கும் அன்பு தேவைப்படுவதால், சிலர் அதை வலுக்கட்டாயமாக எடுத்துக் கொள்ள முயற்சிக்கின்றனர். பதிலுக்கு அன்பு செலுத்தாமல் அதை மற்றவர்களிடமிருந்து கட்டாயமாகக் கேட்கின்றனர். நாங்கள் எப்படிப்பட்ட மக்களைப் பற்றிப் பேசிக் கொண்டிருக்கிறோம் என்பது உங்களுக்குத் தெரியும் என்று நாங்கள் நம்புகிறோம்.

அவர்கள், "நீ ஏன் என்னைத் தொலைபேசியில் அழைக்கவில்லை? உன் அழைப்பு வரும் என்று நான் இவ்வளவு நேரமாகக் காத்துக் கொண்டிருக்கிறேன்," என்று நம்மிடம் கூறக்கூடும். பிறருக்குத் தாங்கள் தேவை என்ற அறிதலில் இருந்து வரும் அன்பு உணர்வை இவர்கள் விரும்புகின்றனர்.

ஓர் உரையாடலைத் தானே முழுமையாக ஆக்கிரமித்துக் கொள்ளும் மனிதர்களை நீங்கள் சந்தித்திருப்பீர்கள். நீங்களும் அவரும் ஓர் உரையாடலில் ஈடுபடத் துவங்கும்போது, முதலில் பரஸ்பரம் இருவரும் ஒருவர் மாற்றி ஒருவர் பேசிக் கொண்டிருப்பீர்கள். உங்களில் ஒருவர் பேசும்போது அடுத்தவர் கேட்டுக் கொண்டிருப்பார். ஆனால் மெல்ல மெல்ல, அந்த உரையாடல் ஒருதலைபட்சமானதாக மாறி, மொத்த நேரமும் அவரே பேசிக் கொண்டிருப்பார். தனது வேலை எவ்வளவு சிறப்பானது, தன் குழந்தைகள் எவ்வளவு புத்திசாலிகள், தன் புதிய கார் எவ்வளவு விலையுயர்ந்தது போன்ற கதைகளை அவர் திரும்பத் திரும்பப் பேசிக் கொண்டு, உங்களைப் பேச விடாமல் தானே மொத்த உரையாடலையும் ஆக்கிரமித்துக் கொண்டிருப்பார். அவர் தன்னைப் பற்றியும் தன் பெருமைகளைப் பற்றியும் பேசிக் கொண்டு, நீங்கள் அவரது பேச்சை மெச்சுகிறீர்கள் என்பதை உறுதி செய்வதற்காக மட்டும் உங்களை நோக்கி அவ்வப்போது பார்த்துக் கொண்டிருப்பதால், விரைவில் நீங்கள் சுருதியிழந்துவிடுகிறீர்கள்.

வருத்தத்திற்குரிய இம்மக்கள் மிகவும் குறைவான சுயமதிப்பைக் கொண்டுள்ளதால், தங்களை மெச்சுமாறு பிறரைக் கட்டாயப்படுத்தும் நிலைக்குச் செல்கின்றனர். தங்கள்மீது செலுத்தப்பட்டுவரும் அன்பு நிரந்தரமாக விலக்கிக் கொள்ளப்பட்டுவிடும் என்று அவர்கள் பயப்படுகின்றனர். இதன் விளைவாக, தங்களைப் பற்றிப் பேச அவர்கள் இன்னும் கடினமாக முயற்சிக்கின்றனர். இறுதியில் அவர்கள் தொந்தரவைத் தாங்க முடியாமல், யாராலும் அவர்களோடு நட்பாக இருக்க முடியாமல் போய்விடுகிறது.

போதுமான அன்பு கிடைக்காதபோது, அது துயரத்திற்கு இட்டுச் செல்கிறது. நரம்புக் கோளாறு, மனநோய் ஆகியவை அடிக்கடி அன்பின் பற்றாக்குறையால் விளைகின்றன. 87 சதவீத உடல் உபாதைகள் போதுமான அன்பு கிடைக்காத காரணத்தால் ஏற்படுவதாக ஆய்வுகள் தெரிவிக்கின்றன.

நம்மிடம் அன்பு இல்லாதபோது, நமது சீர்தூக்கிப் பார்க்கும் திறன் தடுமாறுகிறது. நாம் தகுதி அற்றவர்களாகவும் திறனற்றவர்களாகவும் ஆகிறோம். நாம் நம்மை விலக்கிக் கொண்டு ஒரு கூண்டிற்குள் அடைபட்டுக் கொள்கிறோம். நமது சுயமதிப்பும் தன்னம்பிக்கையும் குன்றிவிடுகின்றன. நமது பயங்கள் அதிகரிக்கின்றன. இறுதியில் அன்பின் இழப்பு, பித்துப் பிடிக்கும் நிலைக்கு நம்மை இட்டுச் செல்கிறது.

இதற்கான தீர்வு, அதிக அன்புதான். அதிக அன்பு நம் வாழ்விற்குள் வருவதற்கு, அதிக அன்பை நாம் வெளியே அனுப்புவதுதான் ஒரே வழி.

கொடுப்பவர்கள்

அன்பைப் பெறுவது மிகவும் எளிதான ஒன்று. நாம் ஒவ்வொருவரும் அபரிமிதமான அன்பில் திக்குமுக்காடாமல் இருப்பது ஆச்சரியமான விஷயம். கோடிக்கணக்கான மக்கள் நம்மீது அன்பு செலுத்துவதற்காகக் காத்துக் கொண்டிருக்கின்றனர். நாம் கேட்பதற்காக அவர்களது அன்பு காத்துக் கொண்டிருக்கிறது. கேள்வியை எவ்வாறு உருவாக்க வேண்டும் என்பது மட்டும்தான் நமக்குத் தெரிந்திருக்க வேண்டும். அன்பைப் பெறுவதற்கான ஒரே வழி அதைக் கொடுப்பதுதான். வாழ்க்கை, கொடுப்பவருக்குக் கொடுக்கிறது, எடுப்பவரிடமிருந்து பறித்துவிடுகிறது.

அன்பைக் கொடுப்பதற்கான ஒரு வாய்ப்பை இழப்பது, அன்பைப் பெறுவதற்கான ஒரு வாய்ப்பை இழப்பதற்குச் சமம்.

அன்பின் பற்றாக்குறையை நீங்கள் எப்போதேனும் உணர்ந்தால், போதுமான அன்பு உங்களுக்குக் கிடைக்கவில்லை என்ற உணர்வு உங்களுக்கு ஏற்பட்டால், முதலில் நீங்கள் உங்களை மற்றவர்களுக்குக் கொடுங்கள். அப்போது அன்பு வெள்ளம் உங்களை நோக்கிப் பாய்ந்து வரும்.

ஜாக் கேன்ஃபீல்டின் பேச்சைக் கேட்ட ஒருவர் அவருக்கு ஒரு வாழ்த்து அட்டையை அனுப்பியிருந்தார். "நான் உங்களுக்குக் கொடுக்கும் அன்பு இரண்டாம்பட்சமானது, ஏனெனில் முதலில் நான் அதை ஏற்கனவே அனுபவித்துவிட்டேன்," என்று அதில் எழுதப்பட்டு இருந்தது.

"என்னையே நான் எவ்வாறு கொடுப்பது?" என்று மக்கள் எங்களிடம் அடிக்கடிக் கேட்கின்றனர். உலக அளவில் இதற்கான ஒரு சிறந்த எடுத்துக்காட்டு அன்னை தெரேசா. வெறுமனே கைகளைப் பற்றிக் கொள்வது, அரவணைத்துக் கொள்வது, அடுத்தவர்கள் வருத்தத்திலும் பிரச்சனையிலும் நோயிலும் உழலும்போது அவர்களுக்கு ஆறுதலாக இருப்பது ஆகியவற்றின் மூலம் அவர் எளிமையாகத் தன் பரிவையும் அன்பையும் வெளிப்படுத்தினார்.

அன்பு உத்திகள்

அன்பு நம் நலனுக்கு அவசியம் தேவை. அது நம்மை ஆதரிக்கிறது, ஊக்குவிக்கிறது. அது நம்மை வாழ வைக்கிறது. வளர்வதற்கான நம்பிக்கையைக் கொடுக்கிறது. உண்மையில், அன்பு என்பது வளர்ச்சிக்கான ஆகாரம். நாம் நமக்கென்று எப்படிப்பட்ட இலக்குகளை நிர்ணயித்திருந்தாலும் சரி, நமது வாழ்வின் நோக்கம் எதுவாக இருந்தாலும் சரி, நம்மிடம் போதுமான அன்பு இல்லாதவரை, நம் வாழ்வில் எதுவுமே சரியாக நடைபெறாமல் இருப்பதை நான் காண்போம். நமது அன்புத் தேவைகள் நிறைவேற்றப்பட்டால்தான், நமது வாழ்வின் பிற அம்சங்கள் சமநிலைக்கு வரும்.

நமக்கு விருப்பமான, தேவையான, தகுதியான அன்பை நாம் பெறுவதற்கு உதவும் ஏழு அன்பு உத்திகளை நாங்கள் உருவாக்கியுள்ளோம். நீங்கள் தேடிக் கொண்டிருக்கும் அன்பை இவை உங்கள் வாழ்வில் நிச்சயமாகக் கொண்டு வரும் என்று நாங்கள் நம்புகிறோம்.

அன்பு உத்தி 1: அரவணைத்தல்

நாங்கள் அரவணைத்தலை ஆதரிக்கிறோம். மார்க்கும் அவரது மனைவியும் தேசிய அளவில் இதைப் பற்றி ஒரு கணக்கெடுப்பு நடத்தியதில், 83 சதவீத மக்களுக்கு, அவர்கள் வளர்ந்து வந்த காலத்தில் ஒரு நாளைக்கு ஓர் அரவணைப்பிற்கும் குறைவாகவே கிடைத்துள்ளது என்பதைக் கண்டறிந்தனர். நம்மில் 99 சதவீதத்தினர், இதுவரை நமக்குக் கிடைத்து வந்துள்ள அரவணைப்புகளைவிட அதிகமான அரவணைப்புகள் வேண்டும் என்று விரும்புகிறோம். மற்றொரு நபருக்கு உடனடியாக அன்பைக் கொடுப்பதற்கும், அவரிடம் இருந்து உடனடியாக அன்பைப் பெறுவதற்குமான ஒரு சிறந்த வழி அரவணைத்தல்தான்.

உளவியல்ரீதியாகச் சமநிலையில் இருப்பதற்கு ஒருவருக்கு ஒரு நாளைக்குப் பல அரவணைப்புகள் தேவை என்று சின்சினாட்டி நகரத்தில் தாங்கள் நடத்தி வரும் சுயமதிப்பு மையத்தில் டாக்டர் பில் மெக்ரேனும் டாக்டர் டீன் மெக்ரேனும் கண்டறிந்தனர். நமது பொதுவான பராமரிப்பிற்குக் குறைந்தபட்சம் நான்கு அரவணைப்புகளும், நமது வளர்ச்சிக்குப் பன்னிரண்டு அரவணைப்புகளும் தேவை என்று அவர்கள் கூறுகின்றனர்.

அரவணைப்பதற்கு சங்கோஜப்படுவதிலிருந்து மீண்டு வருதல்

அரவணைத்தலைப் பொறுத்தவரை, நமது கலாச்சாரத்தில், அவ்வளவாகப் பரிச்சயமில்லாத இருவர் கட்டித் தழுவிக் கொள்வது சமூகத்தால்

பொதுவாக அங்கீகரிக்கப்படுவதில்லை, குறிப்பாக, இரு ஆண்கள் அதில் ஈடுபடும்போது. அரவணைப்பு என்பது பாலியல்ரீதியான ஒரு வெளிப்பாடு இல்லை என்ற போதிலும், சில மக்கள் அதை இன்னும் தீண்டத்தகாத ஒன்றாகத்தான் கருதுகின்றனர்.

மார்க் ஒருமுறை கனடாவின் கேல்கரி நகரில் ஐநூறு பேருக்கு மத்தியில் பேசிக் கொண்டிருந்தார். அவர்களில் பெரும்பாலானோர் ஆண்கள். "உங்களுக்கு ஆட்சேபனை இல்லையென்றால், இந்த நிகழ்ச்சி முடிந்ததும் நான் உங்கள் அனைவரையும் ஒவ்வொருவராக அரவணைத்துக் கொள்ள விரும்புகிறேன்," என்று மார்க் கூறினார்.

அதேபோல் நிகழ்ச்சி முடிந்த பிறகு, உரை நிகழ்ந்த அறைக்கு வெளியே அவர் ஒவ்வொருவராக அரவணைத்துக் கொண்டிருந்தார். அப்போது சுமார் ஆறரை அடி உயரம் கொண்ட நபர் ஒருவர் அங்கு வந்து கொண்டிருந்தார். மார்க் அவரை இழுத்து அரவணைத்து "நீங்கள் இந்த அரவணைப்பை விரும்புகிறீர்களா?" என்று கேட்டார். நிகழ்ச்சியில் கலந்து கொண்டிராத அந்த நபர் சற்று ஆச்சரியப்பட்டார். ஏனெனில் அவர் வெறுமனே அவ்வழியாகச் சென்று கொண்டிருந்தார் என்பதையும், அரவணைப்பைப் பெறுவது அவரது நோக்கமல்ல என்பதையும் மார்க் உணர்ந்தார். அப்போது அந்நபர், "நீங்கள் என்னை அரவணைப்பதற்கு முன் எனக்கு அதில் விருப்பம் இருக்கவில்லை. ஆனால் இப்போது அதை நான் விரும்புகிறேன் என்று நினைக்கிறேன்," என்று கூறினார்.

அரவணைப்பை நம் எல்லோராலும் ஏற்றுக் கொள்ள முடியும், அதைப் பற்றிய நம் சங்கோஜங்களை நாம் கடந்துவிட்டால். அரவணைப்பு அனுபவம் பெரும்பாலான மக்களுக்குப் பொதுவாக ஆச்சரியத்தை ஏற்படுத்துகிறது. ஒரு பயிலரங்கில் கலந்து கொள்ளும் அனைவரும் இதைச் செய்கின்றனர் என்பது, குறைந்தபட்சம் அக்கணத்தில் பலருக்கு ஏற்படும் அழுத்தத்தைக் குறைக்கிறது. அது உடனடியாக

ஏற்படுத்தும் நெருக்கம் இதமானதாகவும் இனிமையானதாகவும் உள்ளது. பொதுவாக அரவணைப்பில் ஈடுபடாதவர்கள், அந்த அனுபவத்திற்குப் பிறகு, அன்பை இவ்வடிவில் பெறுவதையும் கொடுப்பதையும் தாங்கள் விரும்புவதை உணர்கின்றனர்.

முறையாக எவ்வாறு அரவணைக்க வேண்டும்

எவ்வாறு அரவணைக்க வேண்டும் என்று எல்லோருக்கும் தெரியும், அப்படித்தானே? அரவணைக்காமலேயே இருப்பதைவிட ஏதோ ஒரு விதத்தில் அரவணைப்பது சிறந்தது என்பதில் சந்தேகமில்லை. ஆனால் சில அரவணைப்புகள் மற்றவற்றைவிட அதிகப் பலனளிப்பவை. சிலர் அதில் வல்லவர்கள். சற்று முயற்சித்துப் பயிற்சி செய்தால், உங்களாலும் அதில் சிறப்புற முடியும்.

1. உங்களைவிட உயரம் குறைந்த ஒருவரை நீங்கள் அரவணைப்பதாக இருந்தால், உங்கள் கால் முட்டுக்களை வளைத்து, நீங்கள் உங்களைச் சற்றுக் குள்ளமாக்கிக் கொள்ளுங்கள். இது அடுத்தவர்மீது நீங்கள் கொண்டுள்ள கரிசனத்தைக் காட்டும்.

   சிறு குழந்தைகளை அரவணைக்கும்போது அவர்களுடைய உயரத்தை அனுசரித்து, மண்டியிட்டு அமர்ந்து அவர்களை அரவணையுங்கள். சிறுமிகளுக்குக் கிடைக்கும் அரவணைப்பில் ஆறில் ஒரு பங்கு அரவணைப்பே சிறுவர்களுக்குக் கிடைப்பதாக ஆய்வுகள் தெரிவிக்கின்றன. சிறுவர்களைப் பாகுபடுத்திப் பார்க்காதீர்கள். அவர்களையும் தாராளமாகக் கட்டித் தழுவுங்கள். ஏனெனில், அவர்களுக்கும் அரவணைப்புத் தேவை. சக்கர நாற்காலியில் இருக்கும் நபர்களை நீங்கள் எதிர்கொள்ள நேர்ந்தால், அவர்களையும் அரவணையுங்கள். அவர்களை மக்கள்

பெரும்பாலும் புறக்கணிக்கின்றனர் அல்லது மறந்துவிடுகின்றனர்.

2. நீங்கள் அரவணைப்பில் ஈடுபட்டுள்ளபோது உங்கள் இதயத்தைத் திறந்து வையுங்கள். உங்கள் இதயத்தில் இருந்து அரவணையுங்கள். நீங்கள் கட்டித் தழுவும் நபரின்மீது அன்பைப் பொழியுங்கள்.

3. கைகளால் அரவணைத்தப் பிறகு உங்கள் கண்களால் அரவணையுங்கள். நீங்கள் சற்று முன் அரவணைத்த நபரின் கண்களை ஆழ ஊடுருவிப் பார்த்து, உங்கள் மனத்திற்குள், "நன்றி, நான் உங்களை நேசிக்கிறேன்," என்று கூறுங்கள். அல்லது உங்கள் உணர்வுக்குப் பொருத்தமான வேறு எதையேனும் கூறுங்கள்.

   ஒருசிலரால் மட்டுமே கண்களைக் கொண்டு நன்றாகத் தொடர்பை ஏற்படுத்த முடியும். நீங்கள் அதில் சிறந்து விளங்குவதற்குத் துணிச்சலாக முயற்சித்துப் பாருங்கள். நீங்கள் ஆரத் தழுவும் கண்களின் ஆன்மாவைத் தொடுங்கள். மென்மையான, அன்பான, ஏற்றுக் கொள்ளும் தன்மை கொண்ட கண்களால் தழுவப் பயிற்சி செய்யுங்கள். வித்தியாசத்தை உங்களால் உணர முடியும். அது அடுத்தவரிடம் தூண்டும் நல்விளைவையும் பாருங்கள்.

அரவணைப்பதற்கான இந்த உத்திகளைக் கற்றுக் கொள்வது உங்களுக்கு எண்ணற்ற வெகுமதிகளைப் பெற்றுத் தரும். நீங்கள் எவ்வளவு அதிகமாக அரவணைக்கிறீர்களோ, அவ்வளவு அதிகமாக உங்கள் சுயமதிப்பு வளரும். மனித வாழ்விற்கும் நேசத்திற்கும் அரவணைத்தல் எவ்வளவு முக்கியத்துவம் வாய்ந்தது என்பது குறித்தப் புதிய விழிப்புணர்வு உங்களுக்கு ஏற்படும்.

தலைசிறந்த அரவணைப்பாளர்கள்

அரவணைத்தலை ஒரு கலை என்று ஏற்றுக் கொண்டால், அதைப் பயிற்சி செய்து, அதன் உத்திகளில் கைதேர்ந்தவராகியுள்ள பல விற்பன்னர்கள் உள்ளனர். ‘லிவ்விங், லவ்விங், அன்ட் லர்னிங்’ என்ற புத்தகத்தின் ஆசிரியரும், எங்கள் நண்பருமான லியோ புஸ்கேலியா, அரவணைப்பதில் கைதேர்ந்த வல்லுனர். உலகின் தலைசிறந்த அரவணைப்பாளராக இருந்ததற்காக உலக கின்னஸ் புத்தகத்தில் அவரது பெயர் இடம்பெற்று உள்ளது. அவர் தன் பயிலரங்கு முடிந்தவுடன், அவரைத் தொட விரும்புபவர்களைப் பொறுமையாக அரவணைத்து, அன்பு காட்டி, அக்கறை செலுத்தி, அவர்கள் கூறுவதைக் கவனித்துக் கேட்கத் தயாராக நிற்பது அவரது வழக்கம். பல சமயங்களில் இது ஐந்தாறு மணிநேரங்கள்வரைகூடத் தொடரும். மக்கள் அரவணைப்பிற்காக ஏங்கி நிற்பதாலும், அவர் அவர்களது மனங்களை அரவணைப்பின் தேவையின்மீது குவிக்கச் செய்வதாலும், வரிசையில் பொறுமையாகக் காத்திருந்து அவர்கள் அவரிடமிருந்து அரவணைப்பைப் பெற்றுச் செல்கின்றனர்.

தாய்மார்கள் தலைசிறந்த அரவணைப்பாளர்கள். தங்கள் குழந்தைகள் அற்புதமாக உணரும்வரை அவர்களால் அவர்களைக் கட்டியணைத்து அன்பைப் பொழிய முடியும். நாம் மட்டும் என்ன? வளர்ந்த குழந்தைகள்தானே? நம் தாயார் நமக்குக் கொடுத்த அரவணைப்பு நாம் குழந்தைகளாக இருந்தபோது நமக்கு எந்த அளவு தேவைப்பட்டதோ, இப்போதும் அதே அளவு தேவைப்படுகிறது என்பது உண்மைதான்.

குடும்பத்திற்குள் அரவணைப்பு

உங்களுடன் வசிக்கும் உங்கள் நெருங்கிய குடும்ப உறுப்பினர்களை அரவணைக்க வேண்டும் என்பதை நினைவில் கொள்ளுங்கள். நீங்கள் ஓர் அரவணைப்புப் பரிசோதனையில் ஈடுபட்டிருப்பதாகவும், அடுத்த

முப்பது நாட்களுக்கு அவர்கள் உங்களுடன் ஒத்துழைக்க வேண்டும் என்றும் அவர்களிடம் கேட்டுக் கொள்ளுங்கள். முப்பது நாட்களுக்குப் பிறகு, அவர்கள் என்றென்றைக்கும் அரவணைப்பில் ஈடுபடுவர்.

குழந்தைகளின் மொழி வளர்ச்சியிலும் அறிவு வளர்ச்சியிலும் அரவணைப்பு நேர்மறையான விளைவுகளை ஏற்படுத்துகின்றது என்று ஆய்வுகள் தெரிவிக்கின்றன. அரவணைப்பில் ஈடுபடும் இருவரிடத்திலும் நல்ல மாற்றங்களும் குணமாதல்களும் நிகழ்கின்றன.

அரவணைக்கத் துணியுங்கள்

அரவணைத்தல் என்பது பாலியல்ரீதியான ஒரு நடவடிக்கை அல்ல என்பதை நினைவில் கொள்ளுங்கள். நீங்கள் ஒருவரை அரவணைக்கும்போது அப்படிப்பட்ட எந்த உணர்வும் வெளிப்படுத்தப்படுவது இல்லை. மனித நேசத்தைப் பற்றிய ஒரு வெளிப்பாடாகத்தான் அதை நீங்கள் செய்கிறீர்கள்.

நீங்கள் ஒருவரை அரவணைக்குமுன் அவரது அனுமதியைக் கேட்டுக் கொள்ளுங்கள். சிலர் தங்கள் குழந்தைப் பருவத்திலோ அல்லது வளர்ந்த பிறகோ பாலியல்ரீதியான மற்றும் உடல்ரீதியான துன்பத்திற்கு ஆளாகியிருந்தால், மற்றவர்களை அரவணைப்பது அவர்களுக்குக் கடினமானதாக இருக்கக்கூடும். எனவே அரவணைப்பதற்கு முன் எப்போதும் ஒருவரது அனுமதியைப் பெறுவது சிறந்தது. நீங்கள் கேட்டால் தொண்ணூறு சதவீத மக்கள் சரியென்று கூறுவர்.

எனவே அரவணைக்கத் துணிவு பூணுங்கள். ஒரு நாளைக்குப் பன்னிரண்டு முறை அரவணையுங்கள். உங்களுக்குத் தேவைப்படும்போது தைரியமாக அதைக் கேட்டுப் பெறுங்கள். அதிக விழிப்புணர்வு கொண்ட பெற்றோர்கள், தங்கள் குழந்தைகளுக்கு மறுஉத்தரவாதம் தேவை என்பதை உணர்ந்தால், உடனடியாக அவர்களாக முன்வந்து, “எனக்கு ஓர் அரவணைப்பு வேண்டும்,” என்று கூறுவர். இப்போது அக்குழந்தை

மனமுவந்து அரவணைக்கும். அதைவிட மிக முக்கியமாக, தனக்கு வேண்டிய அரவணைப்பை அது பெறும். இது உளரீதியாகவும் உணர்ச்சிரீதியாகவும் அக்குழந்தைக்குப் புத்துணர்ச்சி அளித்து, திறந்த மனத்துடன் முன்னேறுவதற்கு அந்த இளம் பிஞ்சிற்கு வலுவூட்டும்.

அன்புக் குறிப்புகள்

அன்புக் குறிப்புகளை எழுதி அனுப்புவதை நாங்கள் ஊக்குவிக்கிறோம். அதைப் பெறுபவரை இது ஆச்சரியத்திற்கு உள்ளாக்குகிறது. ஒருவருக்கு நம் அன்பைத் தெரிவிப்பதற்கான சிறந்த வழி இது. மக்கள் அவற்றைப் பெறும்போது, இதமாகவும் தாங்கள் நேசிக்கப்படுவதாகவும் உணர்வதால், அந்த அன்பை நமக்குத் திருப்பிக் கொடுப்பதற்கு அவர்கள் துடித்துக் கொண்டிருப்பர்.

நாம் நேரில் இல்லாவிட்டாலும்கூட, நமது அன்புக் குறிப்புகள் நம் அன்பை ஒருவருக்குத் தொடர்ந்து தெரிவித்துக் கொண்டே இருக்கும். அவற்றை எழுதுவதற்கு நாம் நேரம் எடுத்துக் கொண்டதை, அவற்றைப் பெறும் நபர்கள் பாராட்டுவர்.

அன்புக் குறிப்புகளை அனுப்புவதற்கு எது உகந்த நேரம்

உங்களால் முடிந்தபோதெல்லாம் அவற்றை அனுப்புங்கள். அன்புக் குறிப்பு ஒன்றை அனுப்புவதற்கு மிகவும் உகந்த நேரங்களில் ஒன்று, வெளியூர்ப் பிரயாணத்திற்காகத் தன் பெட்டியில் தனக்குத் தேவையான பொருட்களை எடுத்து வைக்க ஒருவருக்கு நீங்கள் உதவும் சமயம். அவருக்குத் தெரியாமல் அவரது சட்டைப் பாக்கெட், பர்ஸ், அல்லது காலுறைக்குள் ஒரு குறிப்பை நீங்கள் எழுதி வைக்கலாம். அவரை ஆச்சரியப்படுத்தும் ஓர் இடத்தில் அதை மறைத்து வையுங்கள்.

எங்களுக்குத் தெரிந்த ஒரு பெண்மணி, ஒவ்வொரு நாளும் தன் பதினான்கு வயது மகளுக்கு ஓர் அன்புக் குறிப்பை எழுதி வெவ்வேறு இடங்களில் வைப்பார். ஒருநாள் அவள் காலையில் எழுந்ததும் பார்ப்பதற்காகக் குளியலறைக் கண்ணாடியில் ஒட்டி வைப்பார். வேறொரு நாள் அவள் பள்ளிக்குக் கொண்டு செல்லும் சாப்பாட்டுப் பாத்திரத்தில் போட்டு அனுப்புவார் அல்லது அவளது புத்தகங்களில் ஏதேனும் ஒன்றில் ஒளித்து வைப்பார். ஆனால் ஒவ்வொரு நாளும் அவர் இதைத் தவறாமல் செய்வார்.

அவர் எழுதும் சில குறிப்புகள் இவ்வாறு அமைந்திருக்கும்: "எனக்கு உன்னுடைய நகைச்சுவை உணர்வு மிகவும் பிடிக்கும்." "நேற்றிரவு நாயைக் குளிப்பாட்டித் துடைத்துவிட்டு எனக்கு ஒரு வேலையை மிச்சப்படுத்தியதற்கு நன்றி." அல்லது, "நீ என் வயிற்றில் பிறந்தது குறித்து நான் மகிழ்ச்சியடைகிறேன். உன்னைப் பற்றி நினைக்கும் ஒவ்வொரு சமயமும் என் இதயத்திற்குள் நான் புன்னகைக்கிறேன்."

ஒருநாள் ஏதோ ஒரு பொருளைத் தேடுவதற்காக அவர் தனது மகளின் அறைக்குள் சென்றுவிட்டுத் திரும்பும் வழியில், அவள் தன் அறைக் கதவின் பின்புறத்தில் தான் அவளுக்கு அனுப்பியிருந்த ஐம்பது குறிப்புகளை ஒட்டி வைத்திருந்ததைக் கண்டார். அவரது மகள் தன் அறையைவிட்டு வெளியேறும் ஒவ்வொரு முறையும், தான் எவ்வளவு நேசிக்கப் படுகிறோம், பாராட்டப்படுகிறோம் என்பதை அவை அவளுக்கு நினைவூட்டுகின்றன. எப்பேற்பட்ட அற்புதமான உத்தி இது! நீங்களும் ஏன் இன்று இரவிலிருந்து அதைத் துவங்கக்கூடாது ?

அதோடு, நீங்கள் பெறும் அன்புக் குறிப்புகளையும் கடிதங்களையும் பாதுகாத்து வையுங்கள். என்றேனும் ஒருநாள் நீங்கள் அவற்றை எடுத்துப் படிக்கும்போது, அவை உங்களுக்குள் தூண்டும் நினைவுகள் தரும் மகிழ்ச்சியில் திக்குமுக்காடிப் போவீர்கள்.

முக்கியமான அன்புக் குறிப்புகள்

ஒருசிலருக்கு அனுப்பப்படும் அன்புக் குறிப்புகளை மிகவும் முக்கியமானவையாகக் கருதலாம். ஏனெனில் அன்பிற்காக ஏங்குபவர்களுக்கு அனுப்பப்படுபவை இவை: நமக்குப் பாடம் கற்றுக் கொடுத்த ஆசிரியர்கள், இராணுவத்தில் பணியாற்றுபவர்கள், தங்கள் வயதான காலத்தில் யாருடைய உதவியும் இன்றித் தன்னந்தனியாக வாழ்க்கை நடத்தும் நம் வயதான பெற்றோர்கள் அல்லது தாத்தாக்கள் மற்றும் பாட்டிகள்.

இவர்களது மரணம் பொதுவாக அவர்களது வீட்டிலேயே சம்பவிக்கும். ஏதோ ஒரு நோயின் காரணமாக அவர்கள் இறந்து போனதாக மரணச் சான்றிதழ் தெரிவிக்கும். ஆனால் உண்மையில் அவர்கள் இறந்து போனது உடைந்துபோன ஓர் இதயத்தால்தான்.

அவர்களுடைய நண்பர்களில் பலர் இறந்து போயிருப்பர். அதனால் அவர்களைச் சுற்றி உள்ள உலகத்தில் அவர்களுக்கு வெகுசில தொடர்புகளே இருக்கும். நடு இரவில் திடீரென்று கண்விழித்துத் தங்கள் தனிமையை நினைத்து அவர்கள் மனமொடிந்து போகக்கூடும். தங்களைப் பற்றி இனி யாருக்கும் அக்கறை இல்லை என்ற உணர்வு ஏற்பட்டு, வாழ்க்கையின் போக்கிலிருந்து அவர்கள் வெகுதூரம் விலகிச் சென்றிருப்பர்.

இப்படிப்பட்ட நேரங்களில்தான் அவர்கள் நாம் ஒரு மாதத்திற்கு முன்பு அனுப்பிய, தாங்கள் ஏற்கனவே இருபது அல்லது முப்பது முறை படித்துவிட்ட ஒரு கடிதத்தை மீண்டும் எடுத்துப் படிப்பர். நாம் எப்படி இருக்கிறோம், நம் குழந்தைகள் (அவர்களது பேரக் குழந்தைகள்) என்ன செய்து கொண்டு இருக்கின்றனர், நாம் அவர்களைப் பார்க்க எப்போது வரத் திட்டமிட்டுள்ளோம் (அது ஆறு மாதங்களுக்குப் பிறகு இருந்தாலும் சரி) போன்ற விஷயங்கள் அடங்கிய, நம் அன்பை வெளிக்காட்டும் ஒரு கடிதத்தை அவர்கள் மீண்டும் மீண்டும் படிப்பார்கள். இந்தக் கடிதம்தான் இரவு பகலாக அவர்களை வாழ வைத்துக்

கொண்டிருக்கின்றது. மீண்டும் மீண்டும் எடுத்துப் படிக்கப்பட்டுக் கொண்டாடப்பட்டதால் கண்ணீர்க் கறைகளுடனும், கிழிந்து போயும், ஒட்டப்பட்டும் இருந்த பல கடிதங்களை நாங்கள் பார்த்துள்ளோம்.

தங்கள் பெற்றோர்களுக்கு ஓர் அன்புக் கடிதத்தை எழுதுமாறு நாங்கள் மக்களை எப்போதும் கேட்டுக் கொள்கிறோம். ஒருவேளை உங்களுடைய பெற்றோர் உயிருடன் இல்லை என்றால், வேறு யாரேனும் ஓர் உறவினர் அல்லது கடந்த காலத்தில் உங்களுக்கு ஆதரவு காட்டிய யாரோ ஒரு வயதானவருக்கு ஒரு கடிதத்தை எழுதுமாறு நாங்கள் பரிந்துரைக்கிறோம். இலக்கணப் பிழை, சொற்பிழை, சந்திப் பிழை ஆகியவற்றைப் பற்றி நீங்கள் கவலைப்பட வேண்டியதில்லை. அவர்களுக்கு அவற்றைப் பற்றி எவ்விதப் பிரக்ஞையும் இருக்காது. நம் இதயத்திலிருந்து அவர்கள் இதயத்திற்கு நம் அன்பை வெளிப்படுத்த வேண்டியதுதான் நம் வேலை. நாம் என்ன கூற வருகிறோம் என்பதை அவர்கள் புரிந்து கொள்வார்கள். அன்பிற்கு இரண்டு அம்சங்கள் உள்ளன; ஒன்று கொடுப்பது, மற்றொன்று மன்னிப்பது. மன்னித்தல் என்பது கடினமான அன்பு என்று ஜான் பிராட்ஷா கூறுகிறார். உங்கள் சொந்த இதயம் மற்றும் உணர்வுகளின் காயங்களை ஆற்றிக் கொள்வதற்காக இவ்விரண்டு வகையான கடிதங்களையும் எழுதுங்கள்.

இக்குறிப்பை எழுதுவதற்கு அதிக நேரம் ஆகாது, வெறும் ஐந்து நிமிடங்களுக்கும் குறைவாகவே தேவை. இதை எழுதுவதற்கு நமக்கு அதிகமாக எந்தச் செலவும் இல்லை. ஆனால் அதைப் பெறுபவர் அதை மிகவும் மெச்சுவார். இறுதியில், அதிலிருந்து நமக்கு ஏராளமான வெகுமதிகள் கிடைக்கும்.

'நான் உன்னை நேசிக்கிறேன்,' என்று கூறுங்கள்

நாம் ஒரு நபரிடம் சென்று, "நான் உன்னை நேசிக்கிறேன்," என்று நேரடியாகக் கூற முடியாது. அவர்கள் நம் உள்நோக்கைச் சந்தேகிக்கக்கூடும். இதன் விளைவாக நம்மை உதாசீனப்படுத்தக்கூடும். ஆனால்

ஒரு நபரிடம் "நான் உன்னை நேசிக்கிறேன்," என்று கூறுவதற்குப் பல வழிகள் இருக்கின்றன.

நாம் கூறுபவற்றைக் கனிவோடும் பரிவோடும் கூறுவது இதற்கான ஒரு சிறந்த வழி. ஏதேனும் ஒரு மோசமான செய்தியை ஒரு நபரிடம் கூறுவதற்கு முன் எப்போதும் ஏதேனும் நேர்மறையான ஒரு விஷயத்தைக் கூறுமாறு டேல் கார்னகி பரிந்துரைக்கிறார். ஏனெனில், நேர்மறையான விமர்சனம் அன்பிலிருந்து பிறக்கிறது. எனவே நாம் அவர்களுக்கு மோசமான செய்திகளைக் கொடுத்தாலோ அல்லது அவரைத் திருத்த முயற்சித்தாலோகூட, நாம் அவர்களைத் தாக்கவோ அல்லது எந்தவிதத்திலும் காயப்படுத்தவோ முயற்சிக்கவில்லை என்பதை அடுத்தவர்கள் புரிந்து கொள்வார்கள்.

அன்புடன் பேசுங்கள்

சக மனிதர்களிடம் உரையாடும்போது, நாம் அவர்களிடம் மென்மையாகவும் பரிவாகவும் பேசினால், அவர்கள் நமக்கு அன்னியர்களாக இருந்தாலும் சரி அல்லது நெருங்கிய உறவினர்களாக இருந்தாலும் சரி, நாம் அவர்களுக்கு அன்பைக் கொடுக்கிறோம் என்பதைப் புரிந்து கொள்வார்கள். துரதிர்ஷ்டவசமாக, இது ஒரு விதியாக இருப்பதற்குப் பதிலாக, விதிவிலக்காக இருக்கிறது.

நாங்கள் இருவரும் அதிகமாகப் பிரயாணம் செய்வதால், மூன்றில் இரண்டு பகுதி நேரம் நாங்கள் உணவகங்களில்தான் சாப்பிடுகிறோம். அவ்வாறு செய்யும்போது, மற்றவர்கள் நடந்து கொள்ளும் விதத்தைப் பார்ப்பதற்கு எங்களுக்கு ஏராளமான நேரம் இருக்கிறது.

திருமணமான தம்பதியர் உணவருந்துவதை நாங்கள் அடிக்கடிப் பார்த்திருக்கிறோம். அவர்களுக்குத் திருமணமாகி எத்தனைக் காலம் ஆகியிருந்தாலும் சரி, அவர்கள் இருவரும் திருமண பந்தத்தில் இணைந்து இருப்பதால், அவர்கள் கண்களிலும், அசைவுகளிலும்,

வார்த்தைகளிலும் அன்பு இருக்கும் என்று நீங்கள் அனுமானிக்கக்கூடும்.

ஆனால் அனேக தம்பதியர், கடுமையான வார்த்தைகளாலும் மோசமான விமர்சனங்களாலும் ஒருவரை ஒருவர் காயப்படுத்திக் கொள்வதை நாங்கள் அடிக்கடிப் பார்க்கிறோம். அவர்களது வார்த்தைகள் கூரிய கத்திகளைப்போல் அடுத்தவரது இதயத்தைக் கிழிப்பதாக உள்ளன. அவர்களது உறவில் அன்பு மறைந்துபோய் பகைமை விசுவரூபம் எடுத்துள்ளது தெளிவாகத் தெரிகிறது. இவை அனைத்தையும் மாற்றுவதற்கு ஒருசில அன்பான வார்த்தைகள் போதுமே என்று நாங்கள் எப்போதுமே நினைப்போம். அவர்கள் இருவருக்கிடையே முன்பொரு சமயம் நிலவிய அன்பை மீண்டும் தூண்டி விடுவதற்கு "நான் உன்னை நேசிக்கிறேன்," என்ற மூன்று வார்த்தைகள் போதும்.

வேறு எந்தவொரு விஷயத்தையும்விட நாம் பேசும் வார்த்தைகள் நம்மைப் பற்றி மற்றவர்களுக்கு அதிகமாக எடுத்துரைக்கும். அவை நேர்மையானவையாகவும் அன்பானவையாகவும் இருந்தால், மற்றவர்கள் அதைக் கவனித்துக் கேட்பார்கள். அது அவர்களது வளர்ச்சிக்கு உதவும். பின்னொரு நாள் அந்த அன்பு நம்மிடம் பன்மடங்கில் திரும்பி வரும்.

வாழ்க்கையை நீங்கள் எவ்வாறு
நடத்துகிறீர்களோ, அவ்வாறே
வாழ்க்கையும் உங்களை நடத்தும்.

மற்றவர்களுடன் பேசும்போது ஒரு நேர்மறையான மனப்போக்குடன் இருப்பது, உடனுக்குடன் இல்லாவிட்டாலும்கூட, காலப்போக்கில் நமக்கு ஏராளமான வெகுமதிகளைப் பெற்றுத் தரும். எங்களது மிக நெருங்கிய நண்பர்களில் ஒருவரான அல் சைசரின் வாழ்க்கையில் ஏற்பட்ட ஒரு சம்பவம் இக்கருத்தை நிரூபிக்கிறது. ஒரேகான் மாநிலத்தின் போர்ட்லேன்ட்

நகரில் சைசர் வாழ்ந்து வருகிறார். ஒரு வெள்ளிக்கிழமை காலையில், அந்த வாரம் முழுவதும் தன் தொழிலில் நல்ல லாபம் கிடைத்ததற்காகத் தனக்குத் தானே வெகுமதி அளித்துக் கொள்வதென்று அவர் தீர்மானித்தார். (நீங்கள் ஏதேனும் ஒரு குறிப்பிட்ட விஷயத்தை மிகச் சிறப்பாகச் செய்திருக்கிறீர்கள் என்றால், உடனடியாக உங்களுக்கு நீங்களே வெகுமதி அளித்துக் கொள்ளுமாறு நாங்கள் பரிந்துரைக்கிறோம்.)

போர்ட்லேன்டில் டெய்சீஸ் என்ற ஓர் அற்புதமான உணவகம் உள்ளது. சைசர் அங்கு செல்வதென்று தீர்மானித்தார். அவர் அங்கு சென்றடைந்தபோது, அந்த உணவகத்தில் உட்கார இடம் கிடைக்கவில்லை. அதுபோக, உள்ளே செல்வதற்காக மக்கள் மிக நீண்ட வரிசையில் காத்துக் கொண்டிருந்தனர். எனவே அவர் பணம் செலுத்துமிடத்தில் போய் அமர்ந்தார்.

அவருக்குப் பக்கத்தில் ஒரு நபர் சோகமாக அமர்ந்திருந்தார். ஆனால் தான் தொந்தரவு செய்யப்பட விரும்பவில்லை என்பது அவரது முகத்தில் நன்றாகத் தெரிந்தது. சைசரிடம் எப்போதும் உற்சாகம் பொங்கி வழியும். சைசர் அந்த நபரிடம் பேச்சுக் கொடுத்து, ஒருவழியாக அவரது மௌனத்தைக் கலைத்தார். அவர்கள் இருவரும் சேர்ந்து இரண்டு மணிநேரம் உணவருந்தினர். அதிக நேரமாகிவிட்டதை உணர்ந்த சைசர் தனக்கு வேறு பிற வேலைகள் இருப்பதாகக் கூறி, அந்த நபருக்குத் தன் பிசினஸ் கார்டைக் கொடுத்துவிட்டு, பதிலுக்கு அவர் கொடுத்த கார்டைப் பெற்றுக் கொண்டு அங்கிருந்து சென்றார். அவரை மீண்டும் தான் சந்திப்போம் என்று சைசர் ஒருபோதும் எதிர்பார்க்கவில்லை.

அதற்கடுத்த வாரம் புதன்கிழமையன்று, அதே நபர் சைசரின் அலுவலகத்திற்கு வந்து, தன் வாழ்க்கையைக் காப்பாற்றிக் கொடுத்ததற்காக சைசரிடம் கண்ணீர் மல்க நன்றி கூறினார். சைசர் திடுக்கிட்டார். அந்த நபர் தன் கதையைக் கூறினார்.

முந்தைய வாரம் வெள்ளிக்கிழமையன்று அவர்கள் இருவரும் சேர்ந்து காலை உணவருந்துவதற்கு முன்,

அந்த நபர் தன் மருத்துவரைப் பார்த்துவிட்டு நேராக அந்த உணவகத்திற்கு வந்திருந்தார். அவரது எக்ஸ்ரே படம் அவருக்குத் தீராத வியாதி ஒன்று இருப்பதைக் காட்டியதாக அவரது மருத்துவர் கூறியிருந்தார். அந்த நோய் விரைவில் அவரது உயிரைப் பறித்துவிடும் என்றும், அதன் முற்றிய நிலையில் அவர் அதீத வலியில் துன்புற வேண்டியிருக்கும் என்றும் அந்த மருத்துவர் தெரிவித்திருந்தார். இதைக் கேட்ட அவர், உடனடியாகத் தற்கொலை செய்து கொள்ளத் தீர்மானித்தார். ஆனால் இறப்பதற்கு முன் ஒருமுறை நன்றாக உணவருந்த வேண்டும் என்று விரும்பி அவர் அந்த உணவகத்திற்கு வந்திருந்தார். அங்குதான் அவர் சைசரைப் பார்த்தார். சைசர் அவருடன் பரிவோடும் பாசத்தோடும் பேசியது அவரது மனத்தை மாற்றியது. தான் தற்கொலை செய்து கொள்ளப் போவதில்லை, தன் குழந்தைகளையும் மனைவியையும் தவிக்க விட்டுவிட்டுச் செல்வதில்லை என்று அவர் தீர்மானித்தார்.

இந்த புதன்கிழமை காலையில், மீண்டும் அவர் தன் மருத்துவரிடம் சென்றார். வேறொரு நபரின் எக்ஸ்ரே இவருடையது என்று தவறுதலாக அந்த மருத்துவர் இவரிடம் கொடுத்திருந்தார் என்பதை அவர் அப்போது தெரிந்து கொண்டார். அவருக்கு இருந்தது சாதாரண வியாதிதான், உயிரைப் பறிக்கும் ஒன்றல்ல. சைசர் மட்டும் அங்கு இருந்திருக்கவில்லை என்றால், இந்நேரம் அவர் தற்கொலை செய்து கொண்டிருந்திருப்பார். அதை நினைத்துதான் அவர் அழுது கொண்டிருந்தார்.

நாம் பேசும் ஒரு கனிவான வார்த்தை அடுத்தவருடைய வாழ்வில் எப்படிப்பட்டத் தாக்கத்தை ஏற்படுத்தும் என்று நம்மால் ஒருபோதும் கூற முடியாது.

அன்புடன் நடந்து கொள்ளுங்கள்

வார்த்தைகளைவிட நம் செயல்கள் நம்மைப் பற்றி அதிகமாக மற்றவர்களுக்குத் தெரிவிக்கும். “நான் உன்னை நேசிக்கிறேன்” என்று ஒருவரிடம் கூறிவிட்டு, பிறகு அதற்குப் புறம்பான ஏதோ ஒரு காரியத்தை நாம்

அவருக்குச் செய்தால், நம் நடவடிக்கைகள் அவருக்கு நம்முடைய உண்மையான சொரூபத்தை வெளிப்படுத்திவிடும். எனவேதான், நம் பேச்சும் செயலும் எப்போதும் ஒன்றுபோல் இருக்க வேண்டும்.

இதற்கான கச்சிதமான எடுத்துக்காட்டு, பல வருடங்களுக்கு முன் ஆன்ட்ரூ கார்னகியின் வாழ்வில் நடந்த ஓர் உண்மைச் சம்பவம். அமெரிக்காவின் மாபெரும் கோடீஸ்வரர்கள் மற்றும் கொடை வள்ளல்களில் ஒருவர் ஆன்ட்ரூ கார்னகி.

நியூயார்க் நகரில் ஒரு மழை நாளில், கலைந்த தலையுடனும் சீர்குலைந்த ஆடையுடனும் ஒரு வயதான பெண்மணி தன்னை மழையில் இருந்து காத்துக் கொள்ளவும் உதவி கேட்கவும் ஒரு பல்பொருள் அங்காடிக்குள் நுழைந்தார். ஆனால் அவரிடம் சல்லிக்காசுகூட இல்லாததாலும், அவர் தொப்பலாக நனைந்திருந்ததாலும் யாரும் அவரைக் கண்டு கொள்ளவில்லை.

ஆனால் ஓர் இளம் விற்பனையாளர் இந்தப் பெண்மணியிடம் வந்து, "உங்களைக் கூட்டிக் கொண்டு செல்ல யாரேனும் வரும்வரை நீங்கள் உட்கார்வதற்கு ஒரு நாற்காலியைக் கொண்டு வரட்டுமா?" என்று கேட்டார். பிறகு அவருக்கு ஒரு டாக்ஸியையும் ஏற்பாடு செய்து கொடுத்தார். அப்பெண் அங்கிருந்து செல்வதற்கு முன், "ஒரு தாளில் உங்கள் பெயரையும் முகவரியையும் எனக்கு எழுதிக் கொடுங்கள்," என்று கூறினார். அந்த விற்பனையாளரும் அவ்வாறே செய்தார்.

அடுத்த நாள் அப்பெண்ணின் மகனான ஆன்ட்ரூ கார்னகி அந்த அங்காடியைத் தொலைபேசியில் அழைத்து, ஸ்காட்லாந்தில் தான் வாங்கியுள்ள ஒரு கோட்டையை அலங்கரிக்கத் தேவையான அனைத்துச் சாமான்களையும் தான் அக்கடையில் இருந்து வாங்க விரும்புவதாகக் கூறினார். அந்த அனைத்துப் பொருட்களையும் அந்தக் குறிப்பிட்ட இளம் விற்பனையாளர்தான் விற்க வேண்டும் என்றும், அதன் கமிஷன் முழுவதும் அவரைத்தான் சேர வேண்டும் என்றும் கார்னகி கூறினார். அதோடு, அவற்றைத் தன்

கோட்டையில் ஒழுங்கமைப்பதற்காக ஸ்காட்லாந்திற்கு அவர் தன்னுடன் வர வேண்டும் என்று அவர் அக்கடையின் மேலாளரிடம் கேட்டுக் கொண்டார்.

அந்த மேலாளர் தனக்கு ஏற்பட்ட அதிர்ச்சியை மறைத்துக் கொண்டு, அந்த விற்பனையாளர் அனுபவமற்றவர் என்றும், தான் அந்த அங்காடியில் பல ஆண்டுகள் வேலை பார்த்து வந்துள்ளதால் இந்த வேலையைத் தான் ஏற்றுக் கொள்ள விரும்புவதாகவும் தெரிவித்தார்.

அதற்குக் கார்னகி, "உங்கள் கடைக்கு வந்த பெண்மணி என் தாயார் என்று தெரியாதபோதும் அந்த இளம் விற்பனையாளர் தன்னிடம் பரிவைக் காட்டியதாக என் தாயார் என்னிடம் கூறினார். அப்படியென்றால் மக்களையும் வியாபாரத்தையும் பற்றி அவர் நன்றாகத் தெரிந்து வைத்திருக்கிறார் என்றுதான் அர்த்தம். அவர் பெயரில்தான் இந்தப் பொருட்கள் அனைத்தும் விற்பனையாக வேண்டும். மொத்தக் கமிஷனும் அவருக்குத்தான் கிடைக்க வேண்டும். அவ்வாறு நடந்துள்ளதா என்று நான் மீண்டும் பரிசோதிப்பேன். அவ்வாறு நடக்கவில்லை என்று எனக்குத் தெரிய வந்தால், என்னுடைய எதிர்காலப் பரிவர்த்தனைகள் முழுவதையும் நான் வேறு இடத்தில் வைத்துக் கொள்வேன்," என்று பதிலளித்தார்.

உலகிலேயே அன்பு ஒன்றை மட்டும்தான்
நீங்கள் கொடுத்துப் பெற வேண்டும்.

பரிவோடு நடந்து கொண்டதன் மூலம் இந்த இளைஞர் மனிதநேயத்தை வெளிப்படுத்தினார். அதற்கான வெகுமதிகள் அவரிடம் பன்மடங்கில் திரும்பி வந்தன. நாம் நடந்து கொள்வதை வைத்துத்தான் மக்கள் நம்மை எடை போடுகின்றனர். நாம் அன்புடன் நடந்து கொண்டால், பதிலுக்கு அபரிமிதமான அன்பு நம்மிடம் திரும்பி வரும்.

புன்னகை

மற்றவர்களுக்கு நம்மைக் கொடுப்பதற்கான மற்றொரு அற்புதமான, எளிய வழி புன்னகைப்பது. நாம் சந்திக்கும் நபர்கள்மீது ஓர் ஆழமான தாக்கத்தை நம் புன்னகையால் ஏற்படுத்த முடியும். புன்னகை என்பது சூரியனைப் போன்றது. ஓர் ஒட்டுமொத்த நாளையும் பிரகாசிக்கச் செய்யக்கூடிய சக்தி அதனிடம் உள்ளது.

புன்னகைப்பது உங்களுக்கு மகிழ்ச்சியைக் கொடுக்கும், குறிப்பாக அன்னியர்களிடம். மற்றவர்களுக்கு உங்கள் புன்னகை எப்படிப்பட்ட வித்தியாசத்தை ஏற்படுத்தும் என்பதை உங்களால் ஒருபோதும் ஊகிக்க முடியாது.

லிஃப்ட்டில் பயணிக்கும்போது புன்னகையுங்கள். இதை முயற்சித்துப் பாருங்கள். ஒரு லிஃப்ட்டிற்குள் நுழைந்து மக்களைப் பார்த்துப் புன்னகையுங்கள். அது அவர்களைத் திடுக்கிட வைக்கக்கூடும். ஆனால் தொடர்ந்து நீங்கள் புன்னகைத்தால், எது உங்களை இவ்வளவு மகிழ்ச்சியாக வைத்துள்ளது என்று அவர்கள் வியக்கத் துவங்கக்கூடும். பதிலுக்கு அவர்கள் உங்களைப் பார்த்துப் புன்னகைப்பார்கள். நீங்கள் அடுத்தவருக்கு மகிழ்ச்சியை ஏற்படுத்தியுள்ளதுபோல், அவர்களும் உங்களுக்கு மகிழ்ச்சியை ஏற்படுத்தியிருப்பர்.

நேசத்தைக் காட்டுவதற்கான பிற உத்திகள்

சில உத்திகளுக்கு விளக்கம் தேவையில்லை. அவற்றை நீங்கள் தொடர்ந்து கடைபிடித்து வர வேண்டும். அவை:

கண்ணோடு கண் பார்ப்பது.

கைகளைப் பிடித்துக் கொள்வது.

உண்மையிலேயே காதுகொடுத்துக் கேட்பது.

நீங்கள் ஒருவருடன் இருக்கும்போது, அக்கணத்தில் அவருக்கு உங்கள் முழுமையான கவனத்தைக் கொடுப்பது.

பரிவையும் கனிவையும் எப்போதும் வெளிப்படுத்துவது.

வெளிப்படையாக இருப்பது.

அடுத்தவர்மீது ஆர்வம் காட்டுவது.

எப்போதும் நன்றாகத் தோற்றமளிப்பது, சுத்தமாக இருப்பது.

மலர்களைக் கொடுப்பது.

வேலைகளையும் விளையாட்டு நேரத்தையும் பகிர்ந்து கொள்வது.

காலையில் எழுந்தவுடனும், இரவு படுக்கச் செல்வதற்கு முன்பும் உங்கள் வாழ்க்கைத் துணைவருக்கு முத்தமிடுவது.

நகைச்சுவை உணர்வோடு இருப்பது.

மகிழ்ச்சியாக இருப்பது.

உச்சகட்டத் தியாகம்

நாம் நம்மையே கொடுத்தால் அன்பு அபரிமிதமாக இருக்கும் என்பதை நீங்கள் இந்த அத்தியாயத்தில் புரிந்து கொண்டிருப்பீர்கள். உங்கள் அன்பை மற்றவர்களுக்குக் கொடுங்கள், அது பன்மடங்கில் உங்களிடம் திரும்பி வரும்.

இந்த மாபெரும் உண்மைக்கான ஓர் இறுதி விளக்கம், லின்டா பிர்ட்டிஷின் கதை. அவள் ஒரு தலைசிறந்த ஆசிரியை. தனக்குக் கிடைத்த ஓய்வு நேரத்தில் கவிதைகளையும் ஓவியங்களையும் படைக்க அவள் விரும்பினாள். ஆனால் அவளுக்கு இருபத்தெட்டு வயதானபோது, தீவிரமான தலைவலியால் அவதிப்பட்டாள். அவளுடைய மூளையில் பெரிய கட்டி ஒன்று இருந்ததை அவளது மருத்துவர்கள் கண்டறிந்தனர். அறுவைச் சிகிச்சை செய்தாலும் அவள் பிழைப்பதற்கான வாய்ப்பு வெறும் இரண்டு சதவீதமே இருந்ததாக அவர்கள் கூறினர். எனவே, உடனடியாக அறுவைச் சிகிச்சை செய்வதற்குப்

பதிலாக, ஆறு மாதங்கள் பொறுத்திருப்பதாக அவள் தீர்மானித்தாள்.

தன்னிடம் கலைத்துவம் இருப்பதை அவள் உணர்ந்தாள். எனவே அவள் அந்த ஆறு மாதங்களில் பல கவிதைகளை எழுதினாள். ஒரே ஒரு கவிதையைத் தவிர மற்ற அனைத்தும் பல இதழ்களில் வெளியாகின. அவளது ஓவியப் படைப்புகளில் ஒன்றே ஒன்றைத் தவிர மற்ற அனைத்தும் பிரபலமான காட்சியகங்களில் விற்பனையாகின.

ஆறு மாதங்களுக்குப் பிறகு அவளுக்கு அறுவைச் சிகிச்சை நடந்தது. ஆனால் அதற்கு முதல்நாள் இரவு, அவள் தன்னை முழுமையாக மற்றவர்களுக்குக் கொடுப்பதாகத் தீர்மானித்தாள். அதனால் தன் விருப்பத்தை ஓர் உயிலில் எழுதினாள். தன் உடலின் ஒவ்வோர் அங்கத்தையும் அவள் மற்றவர்களுக்குத் தானமாகக் கொடுப்பதாக எழுதி வைத்தாள்.

துரதிர்ஷ்டவசமாக, அவளது அறுவைச் சிகிச்சை அவளது மரணத்தில் முடிந்தது. அதைத் தொடர்ந்து அவளது கண்கள் மேரிலேன்டின் பெத்தெஸ்டா கண் வங்கிக்குச் சென்றன. அங்கிருந்து, தெற்குக் கரோலினாவில் வசித்து வந்த ஒருவருக்கு அக்கண்கள் பொருத்தப்பட்டன. இருபத்தெட்டு வயது நிரம்பிய பார்வையற்ற இளைஞர் ஒருவருக்குப் பார்வை கிட்டியது. அவர் அந்தக் கண் வங்கிக்கு ஒரு நன்றிக் கடிதத்தை எழுதினார். முப்பதாயிரம் கண்களைக் கொடுத்திருந்த அந்த வங்கிக்குக் கிடைத்த வெறும் இரண்டாவது நன்றிக் கடிதம்தான் அது.

மேலும், தனக்குக் கண்களைக் கொடுத்தவரின் பெற்றோருக்கு நன்றி தெரிவிக்க விரும்புவதாக அந்த இளைஞர் கூறினார். தங்கள் மகளின் கண்களைத் தானமாகக் கொடுக்க முன்வந்த அவர்கள் நிச்சயமாக அற்புதமானவர்களாகத்தான் இருக்க வேண்டும் என்று அவர் நினைத்தார். முகவரியைப் பெற்றுக் கொண்டு அவர் அவர்களைக் காணச் சென்றார். முன்னறிவிப்பின்றி அவர் அவர்களது வீட்டிற்குச் சென்று அழைப்பு மணியை அழுத்தினார். அவர்

தன்னை அறிமுகப்படுத்திக் கொண்டவுடன், பிர்ட்டிஷின் தாயார் அவரை ஆரத் தழுவினார். "உங்களுக்கு வேறு வேலை இல்லையென்றால், இந்த வார இறுதியை நீங்கள் எங்களுடன் கழிக்க வேண்டும் என்று நானும் என் கணவரும் விரும்புகிறோம்," என்று கூறினார்.

அந்த இளைஞர் லின்டாவின் அறையைச் சுற்றிப் பார்த்தபோது, அவள் பிளேட்டோவின் புத்தகங்களைப் படித்திருந்ததைக் கண்டார். பார்வையற்றவராக இருந்தபோது அவரும் அதை பிரெய்லியில் படித்திருந்தார். ஹெகெலினுடைய புத்தகங்களை லின்டா படித்திருந்தார். அந்த இளைஞரும் அவற்றை பிரெய்லியில் படித்திருந்தார்.

அடுத்த நாள் காலையில் திருமதி பிர்ட் அவரைப் பார்த்து, "உங்களை எங்கோ நான் முன்பு பார்த்து இருக்கிறேன், ஆனால் எங்கே என்று தெரியவில்லை," என்று கூறினார். திடீரென்று அவரது உள்ளுணர்வு தூண்டப்பட்டது. அவர் வேகமாகத் தன் மகளின் அறைக்குள் சென்று, அவள் கடைசியாக வரைந்த ஓர் ஓவியத்தை வெளியே எடுத்தார். தான் கணவனாகப் பெற விரும்பிய ஓர் ஆண்மகனின் படத்தை லின்டா வரைந்திருந்தார். அந்தப் படம் அப்படியே இந்த இளைஞரின் சாயலில் இருந்தது.

லின்டா தன் மரணப் படுக்கையில் கடைசியாக எழுதிய கவிதையைத் திருமதி பிர்ட் படித்தார். அது இவ்வாறு அமைந்திருந்தது:

இரவின் மடியில் தலைவைத்துப் படுத்திருந்த
இரு நெஞ்சங்கள் தெய்வீகக் காதலில் சங்கமித்தன.
ஆனால் இறுதிவரை அவை சந்தித்துக் கொள்ளவேயில்லை.

7

திருமணம் தரும் மகிழ்ச்சி

நீங்கள் உங்களுடைய கச்சிதமான
மறுபாதியைக் கண்டுபிடிக்கும் கணத்தில்,
அது உங்களுக்குத் தெரிந்துவிடும்.
– கலீல் ஜிப்ரான்

எங்கள் மனங்கவர்ந்த கதைகளில் ஒன்று, இறந்தபின் சொர்க்கத்திற்குப் போன ஒரு நபரைப் பற்றியது. அவர் சொர்க்கத்தைச் சென்றடைந்தபோது அங்கு இரண்டு கதவுகள் இருந்ததைக் கண்டார். இடது பக்கத்தில் இருந்த கதவில், "மனைவியால் நச்சரிக்கப்படாத கணவர்களுக்காக" என்று எழுதப்பட்டிருந்தது. அந்த வரிசையில் ஒரே ஒரு நபர் மட்டும் நின்று கொண்டிருந்தார்.

வலது பக்கத்தில் இருந்த கதவில், "மனைவியால் நச்சரிக்கப்பட்டக் கணவர்களுக்காக" என்று எழுதப்பட்டிருந்தது. அந்த வரிசையில் கூட்டம் முண்டியடித்துக் கொண்டிருந்தது. இடப்பக்கத்தில் தனியாக நின்று கொண்டிருந்த நபரிடம், புதிதாக

சொர்க்கத்திற்கு வந்த இந்நபர், "நீங்கள் மட்டும் ஏன் அங்கே நின்று கொண்டிருக்கிறீர்கள்?" என்று கேட்டார்.

அதற்கு அவர், "இங்கேதான் நிற்க வேண்டும் என்று என் மனைவி எனக்கு ஏற்கனவே உத்தரவிட்டு இருக்கிறாள்," என்று பதிலளித்தார்.

திருமணம் என்னும் அமைப்பு எவ்வளவு பழமையானதோ, அதே அளவு பழமையானது அதைப் பற்றிய நகைச்சுவைகள். பிரச்சனைகள் என்பவை திருமணத்தின் ஒரு பகுதி. திருமணத்தில் பிரச்சனைகள் இருப்பது ஒருவருக்குத் தெரிந்திருந்தாலும் சரி, தெரிந்திருக்காவிட்டாலும் சரி, திருமணம் செய்து கொள்வதைத் தேர்ந்தெடுக்கும் நபர் அத்தகையப் பிரச்சனைகளைச் சமாளித்துத்தான் ஆக வேண்டும்.

ஏதோ ஒரு வழியில், திருமணம் மற்றும் குடும்பம் ஆகிய விஷயங்களை நாம் ஒவ்வொருவரும் எதிர்கொண்டே ஆக வேண்டும். அவை குறித்து நாம் ஒவ்வொருவரும் நமக்குத் திருப்தி அளிக்கும் ஒரு விடையைக் கண்டறிய வேண்டும். அவ்வாறு நாம் செய்யாதவரை, இது குறித்து நாம் ஏராளமான ஆற்றலை விரயம் செய்து கொண்டிருப்போம். நமது வாழ்வின் நோக்கம் மற்றும் இலக்குகளை அடையவிடாமல், இது நமது நேரத்தையும் வளங்களையும் நம்மிடமிருந்து பறித்துவிடும். நமது வாழ்க்கையைச் சமநிலைப்படுத்த வேண்டும் என்றால், இவ்விஷயத்திற்கு நாம் தீர்வு கண்டே ஆக வேண்டும்.

உங்களுடைய கச்சிதமான வாழ்க்கைத் துணைவரைக் கண்டறிதல்

நம் வாழ்வின் துவக்கத்தில் ஒரு கச்சிதமான வாழ்க்கைத் துணைவரை நாம் தேடத் துவங்குகிறோம். திருமணம் மற்றும் குடும்பத்திற்கு முன்பு ஏற்படுவது இது. சில அதிர்ஷ்டசாலிகளுக்கு இத்தேடல் சுருக்கமானதாகவும் சுலபமானதாகவும் அமைந்து விடுகிறது, ஆனால் பெரும்பாலானவர்களுக்கு அது ஒரு நீண்ட தேடலாகவும், சில சமயங்களில் கடினமான

ஒன்றாகவும் அமைந்துவிடுகிறது. வாழ்வில் வெகு தாமதமாகவே பலர் தங்கள் கச்சிதமான வாழ்க்கைத் துணைவரைக் கண்டறிகின்றனர். சிலர் ஒருபோதும் அதில் வெற்றி பெறுவதே இல்லை.

கச்சிதமான நபர் நமக்குக் கிடைப்பதில் சிரமமும், சில சமயம் தோல்வியும் ஏற்படுவதற்குக் காரணம் நமது எதிர்பார்ப்பாக இருக்கக்கூடும். இரண்டு பாதிகள் ஒன்றுசேர்ந்து முழுதான ஒன்றாக மாறும்போதுதான் திருமண மகிழ்ச்சி ஏற்படுகிறது என்று ஒருசில வருடங்கள்வரை உளவியல் புத்தகங்கள் நம்மை நம்ப வைத்தன. வேறு வார்த்தைகளில் கூறுவதானால், நாம் ஒவ்வொருவரும் ஒரு பாதி நபர் மட்டுமே. மறுபாதியை நாம் கண்டுபிடிக்காதவரை நாம் முழுமை அடைவதில்லை என்று நாம் நம்பினோம். எனவே நம்மில் பலர் அந்த மறுபாதியைத் தேடி அலைந்து கொண்டிருந்தோம்.

ஆனால் இது உண்மையல்ல என்பதை நாம் இன்று உணர்ந்துள்ளதால், ஒருசிலரே இந்தக் கோட்பாட்டை ஆதரிக்கின்றனர்.

ஒரு முழுமையான வட்டத்தைப்போல் நாம் அனைவரும் முழுமையானவர்கள் என்பதுதான் உண்மை. எனவே, நமது துணைவரை நாம் சந்திக்கும்போது, நாம் இருவரும் இணைந்து, இன்னும் அதிக ஆற்றலுடன்கூடிய ஒரு பெரிய வட்டத்தை உருவாக்குகிறோம். நம்முடன் இணைந்து, நம் வாழ்க்கையைப் பகிர்ந்து கொண்டு, நம்மோடு சேர்ந்து வளர்வதற்கு நாம் ஒரு முழுமையான நபரைத் தேடுகிறோம்.

உங்கள் கச்சிதமான வாழ்க்கைத் துணைவரைக் கண்டுபிடிப்பதற்கான ஓர் உத்தி

தனக்குப் பொருத்தமான கச்சிதமான வாழ்க்கைத் துணைவரைக் கண்டுபிடிப்பது அவரவரது உரிமை. ஆனால் அவர்களைக் கண்டுபிடிப்பதற்கு ஓர் உத்தியைச் செயல்படுத்துவது அரிதாகவே நடக்கிறது.

முந்தைய அத்தியாயங்களில் விவரிக்கப்பட்டுள்ள உத்திகளை நாம் பயன்படுத்தலாம். முதலில், உங்களுக்குத் துணைவராக வரவிருப்பவரிடம் நீங்கள் எதை எதிர்பார்க்கிறீர்கள் என்பதை எழுதுங்கள். அந்த நபரிடம் நீங்கள் விரும்பும் மதிப்புகள், பண்புகள், குணநலன்கள், மற்றும் ஆளுமை அம்சங்களை எழுதிக் கொள்ளுங்கள். சற்று விரிவாகவும் விளக்கமாகவும் எழுதுங்கள்.

எதற்காகவும் நீங்கள் விட்டுக்கொடுக்க வேண்டியது இல்லை. உங்களைப்போல், தனக்குப் பொருத்தமான வாழ்க்கைத் துணைவரைத் தேடிக் கொண்டிருக்கும் வேறொருவருடன் சேர்ந்து இப்பயிற்சியைச் செய்யுங்கள். உங்கள் இருவரின் கூட்டு முயற்சிகள் அதிகத் தெளிவான விளைவுகளைப் பெற்றுத் தரக்கூடும். நீங்கள் ஒரு நகரத்தில் வாழ்ந்தாலும் சரி அல்லது ஒரு கிராமத்தில் வாழ்ந்தாலும் சரி, அது ஒரு பிரச்சனையே அல்ல. நீங்கள் மேற்கொள்ளும் செயல் ஒன்றுதான். அதனால் விளைவுகள் நிச்சயமாக ஏற்படும்.

தவறான தேர்ந்தெடுப்பில் ஈடுபடாமல் இருப்பதுதான் நாம் அவற்றை எழுதுவதற்கான காரணம். யாரோ ஒருவர் கிடைத்தார் என்பதற்காக, உங்கள் எதிர்பார்ப்புகளுக்குச் சற்றும் பொருத்தமில்லாத ஒருவரைத் தேர்ந்தெடுப்பதிலிருந்து இது உங்களைப் பாதுகாக்கிறது.

ஒரு கிராமப் பகுதியில் ஒரு பல் மருத்துவரிடம் கணக்காளராக வேலை பார்த்துக் கொண்டிருந்த அறுபத்தேழு வயதுப் பெண்மணி ஒருவர், "இந்த உத்தி வேலை செய்யக்கூடும் என்பதை நீங்கள் ஒப்புக்கொண்டுதான் ஆக வேண்டும். அப்படி இருக்கும்போது, நீங்கள் ஏன் முயற்சித்துப் பார்க்கக்கூடாது?" என்று மார்க் கூறுவதைக் கேட்டார். தனக்குக் கணவனாக வரவிருக்கும் நபரிடம் தான் விரும்பும் குணநலன்களை அவர் விலாவாரியாக எழுதினார். பிறகு, முந்தைய அத்தியாயங்களில் சுட்டிக் காட்டப்பட்டுள்ள உத்திகளைப் பயன்படுத்தி, அவர்

தன் வாழ்க்கைத் துணைவரை மனக்காட்சிப்படுத்தி, அவர் தன் வாழ்வில் தோன்ற வேண்டும் என்று சுயபிரகடனம் செய்தார்.

ஒருசில நாட்களுக்குள், தொலைபேசியில் மட்டுமே பேச்சுவார்த்தை நடத்தியிருந்த, பல் மருத்துவமனை தொடர்பான பொருட்களை வினியோகம் செய்த ஒரு வினியோகஸ்தர், தான் அனுப்பிய பில்களில் சில காதல் குறிப்புகளை எழுதி அனுப்பத் துவங்கினார்.

இது அப்பெண்மணிக்கு மகிழ்ச்சியளித்ததால், தன் முதலாளி ஒருபோதும் பார்க்க மாட்டார் என்ற நம்பிக்கையில், அவரும் சில காதல் குறிப்புகளை அந்த வினியோகஸ்தருக்கு எழுதி அனுப்பினார். இந்தக் காதல் குறிப்புகள் அவரது இதயத்தைச் சிறகடித்துப் பறக்கச் செய்தன. புது வாழ்வும் புதுத் தெம்பும் அவருக்குள் ஊற்றெடுக்கத் துவங்கின.

ஒருநாள் அந்தப் பல் மருத்துவருக்கு அவசரமாக ஒரு பொருள் தேவைப்பட்டதால், நேரில் அந்தப் பொருளைக் கொண்டு தருமாறு தன் காதல் நண்பருக்கு அப்பெண் தொலைபேசி அழைப்பு விடுத்தார். எழுபத்திரண்டு வயதான அந்த வினியோகஸ்தர் அந்த மருத்துவரின் அலுவலகத்திற்கு வந்தபோது, அப்பெண்ணைத் திருமணம் செய்து கொள்ள விருப்பம் தெரிவித்ததால், மகிழ்ச்சியில் அப்பெண் திக்குமுக்காடிப் போனார்.

அவர் அந்த வினியோகஸ்தரின் விருப்பத்தை ஏற்றுக் கொண்டு அவரைத் திருமணம் செய்து கொண்டார். அதன்பின் அவர்கள் பல வருடங்களாக மகிழ்ச்சியாக வாழ்ந்து வருகின்றனர். அவர்கள் இன்றும் ஒருவருக்கொருவர் காதல் கடிதங்களை எழுதிக் கொள்கின்றனர்.

நீங்கள் உங்கள் தேவைகளை எழுதி, அவற்றை மனக்காட்சிப்படுத்தி, சுயபிரகடனம் செய்தால், அவை நிச்சயமாக நிறைவேறும்.

கிலென்னா சால்ஸ்பரியின் உத்வேகமூட்டும் கதை அவரது வார்த்தைகளில்:

கிலென்னாவின் இலக்குகள் புத்தகம்

நான் மூன்று பெண் குழந்தைகளின் தாயார். தனியொருத்தியாக நான் அவர்களை வளர்த்து வந்தேன். எனக்கென்று சில கனவுகள் இருந்தன.

1977ம் ஆண்டில் ஒருநாள் ஒரு கருத்தரங்கில் நான் கலந்து கொண்டேன். விரிவாகக் கற்பனை செய்யப்படும் அனைத்தும் யதார்த்தமாக மாறும் என்று அதில் பேசியவர் கூறினார். மனம் காட்சிகள் மூலமாகச் சிந்திக்கிறது, வார்த்தைகளில் அல்ல என்றும், நமது விருப்பத்தை நம் மனத்தில் விரிவாகக் கற்பனை செய்து காட்சிப்படுத்தும்போது, அது யதார்த்தமாக மாறுகிறது என்றும் அந்தப் பேச்சாளர் சுட்டிக்காட்டினார்.

இது என் படைப்புத் திறனை முடுக்கிவிட்டது. "ஒரு மனிதன் தன் இதயத்தில் எவ்வாறு சிந்திக்கிறானோ, அதுவாகவே ஆகிறான்," என்று பைபிள் கூறுகிறது. நான் எழுதியிருந்த பிரார்த்தனைப் பட்டியலைப் படங்களாக மாற்றுவதென்று தீர்மானித்தேன். என் இதயத்தின் விருப்பங்களைப் பிரதிபலித்தப் படங்களைப் பழைய இதழ்களில் இருந்து வெட்டி எடுத்தேன். அவற்றை ஒரு புகைப்பட ஆல்பத்தில் ஒட்டி வைத்தேன். அவை நிஜமாவதற்காகக் காத்திருந்தேன்.

என் படங்களை நான் துல்லியமாகத் தேர்ந்தெடுத்தேன்:

1. சிறந்த தோற்றத்தைக் கொண்ட ஒரு நபர்
2. திருமண உடையுடுத்தியிருந்த ஒரு பெண்ணும் ஆணும்
3. மலர்க்கொத்துக்கள் (நான் காதல் ரசனை கொண்டவள்)
4. அழகிய வைர நகைகள்
5. நீல நிறத்தில் மின்னும் கரீபியத் தீவு ஒன்று
6. ஓர் அழகிய இல்லம்
7. புதிய வீட்டு அலங்காரப் பொருட்கள்

8. ஒரு பெருநிறுவனத்தில் சமீபத்தில் துணைத் தலைவராகப் பொறுப்பேற்ற ஒரு பெண் (நான் வேலை பார்த்துக் கொண்டிருந்த நிறுவனத்தில் பெண் அதிகாரிகளே கிடையாது. நான் என் நிறுவனத்தின் முதல் பெண் துணைத் தலைவராக இருக்க விரும்பினேன்.)

எட்டு வாரங்களுக்குப் பிறகு, ஒருநாள் காலையில் பத்தரை மணிக்குக் கலிஃபோர்னியா நெடுஞ்சாலையில் நான் காரோட்டிச் சென்று கொண்டிருந்தபோது, திடீரென்று ஓர் அழகிய கார் என்னைக் கடந்து சென்றது. அது மிகவும் அழகாக இருந்ததால் நான் அதைத் திரும்பிப் பார்த்தேன். அதை ஓட்டிக் கொண்டிருந்தவர் என்னைப் பார்த்துச் சிரித்தார். நான் எப்போதும் சிரிப்பது வழக்கம் என்பதால், பதிலுக்குச் சிரித்தேன். ஆனால் இப்போது நான் பிரச்சனையில் மாட்டிக் கொண்டேன். நான் அவரைப் பார்க்காததுபோல் நடித்தேன். ஆனால் அடுத்தப் பதினைந்து மைல்களுக்கு அவர் என்னைப் பின்தொடர்ந்து வந்து கொண்டே இருந்தார். நான் பயப்படத் துவங்கினேன். நான் சிறிது தூரம் ஓட்டிச் சென்றேன், அவரும் கூடவே ஓட்டி வந்தார். நான் என் காரை நிறுத்தினேன், அவரும் நிறுத்தினார். இறுதியில் நான் அவரைத் திருமணம் செய்து கொண்டேன்!

திருமணத்திற்கு முன் நாங்கள் முதன்முதலாக வெளியே சென்றபோது, அவர் எனக்கு ஒரு டஜன் ரோஜாக்களைப் பரிசாகக் கொடுத்தார். பிறகு அவருக்கு ஒரு சுவாரசியமான பொழுதுபோக்கு இருந்ததை நான் கண்டறிந்தேன். வைரங்களைச் சேகரிப்பது அவரது பொழுதுபோக்கு, அதுவும் பெரிய வைரங்கள்! அவற்றை அலங்கரிக்க அவர் ஒருவரைத் தேடிக் கொண்டிருந்தார். நான் அதைச் செய்வதற்கு முன்வந்தேன். இரண்டு வருடங்கள் நாங்கள் காதலித்தோம். ஒவ்வொரு திங்கட்கிழமையன்றும் எனக்கு ஒரு பெரிய சிவப்பு ரோஜாவும் ஒரு காதல் குறிப்பும் அவரிடமிருந்து வந்தன.

எங்களுக்குத் திருமணமாவதற்கு சுமார் மூன்று மாதங்களுக்கு முன், ஜிம் என்னிடம், “நம் தேனிலவைக் கொண்டாடுவதற்கான சரியான இடத்தை நான் கண்டுபிடித்து விட்டேன். கரீபியன் கடலிலுள்ள செயின்ட் ஜான் தீவிற்கு நாம் போகப் போகிறோம்,” என்று கூறினார். நான் சிரித்துக் கொண்டே, “இதை ஒருபோதும் என்னால் நினைத்துக்கூடப் பார்த்திருக்க முடியாது,” என்று கூறினேன்,

எங்களுக்குத் திருமணமாகி சுமார் ஒரு வருடத்திற்குப் பிறகுதான் என் புகைப்படப் புத்தகத்தைப் பற்றி நான் ஜிம்மிடம் கூறினேன். பிறகு நாங்கள் எங்களுடைய புதிய வீட்டிற்குக் குடியேறினோம். நான் கற்பனை செய்திருந்தபடியே அந்த வீடு அழகாக அலங்கரிக்கப்பட்டிருந்தது.

எங்கள் திருமணம் கலிஃபோர்னியாவின் லகூனா கடற்கரையில் வைத்து நடந்தது. எங்கள் திருமண ஆடைகள் என் படத்தில் இருந்ததுபோலவே அமைந்தன. என் கனவுப் புத்தகத்தை உருவாக்கிய எட்டு மாதங்களுக்குள் நான் வேலை பார்த்த நிறுவனத்தில் மனிதவளத் துறையின் துணைத் தலைவராக ஆனேன்.

ஒரு விதத்தில் பார்த்தால், இது ஒரு தேவதைக் கதையைப்போல் தோன்றக்கூடும், ஆனால் இது முற்றிலும் உண்மை. எங்களுக்குத் திருமணமான நாள் முதலாக நாங்கள் பல புகைப்படப் புத்தகங்களை உருவாக்கியுள்ளோம். விசுவாசம் நிச்சயம் வேலை செய்யும் என்பதைக் கடவுள் பல வழிகளில் எங்கள் வாழ்வில் நிரூபித்துள்ளார்.

உங்கள் வாழ்க்கையில் உங்களுக்கு என்ன வேண்டும் என்பதைத் தீர்மானித்துக் கொள்ளுங்கள். அதை விரிவாகக் கற்பனை செய்யுங்கள். பிறகு உங்களுடைய தனிப்பட்ட இலக்குகளுக்காக ஒரு புத்தகத்தை உருவாக்குங்கள். இந்த எளிய பயிற்சியின் மூலம் உங்கள் யோசனைகளை யதார்த்தமாக மாற்றுங்கள். சாதிக்க முடியாத கனவுகள் என்று எதுவும் கிடையாது. மக்களின் இதயபூர்வமான விருப்பங்களை

நிறைவேற்றுவதாகக் கடவுள் வாக்குறுதியளித்துள்ளார் என்பதை நினைவில் கொள்ளுங்கள்.

ஒரு குறிப்பிட்ட நபரைத் தேடிச் செல்லாதீர்கள்

உங்களுக்கான வாழ்க்கைத் துணைவரைத் தேடும்போது, ஒரு குறிப்பிட்ட நபரைத் தேடாதீர்கள். மாறாக, உங்களுக்குப் பிடித்த குணநலன்கள் அவரிடம் இருக்கிறதா என்று மட்டுமே தேடுங்கள். பக்குவமற்ற நபர்கள்தான் டாம் குரூஸ், ஹாரிஸன் ஃபோர்டு, ஜூலியா ராபர்ட்ஸ் போன்ற நடிக நடிகைகள் தங்கள் துணைவராக வர வேண்டும் என்று விரும்புவர். அப்படிப்பட்டப் பிரபலங்களை மணமுடிப்பதற்கான வாய்ப்பு மிக அரிது, மேலும், நீங்கள் எதிர்பார்க்கும் பண்புநலன்களில் ஒன்றுகூட இவர்களிடம் இல்லாமல் போகக்கூடும்.

மாறாக, விசுவாசம், நேர்மை, இலட்சியம், வளைந்து கொடுத்துப் போகும் தன்மை போன்ற, உங்களுக்குப் பிடித்தமான மதிப்பீடுகளையும் பண்புகளையும் கொண்ட ஒருவரைத் தேடுங்கள். வசீகரமான தோற்றம் உங்களுக்கு முக்கியமானதாக இருந்தால், அதையும் சேர்த்துக் கொள்ளுங்கள்.

மார்க்கின் கதை

நாம் நம் இலக்கை எழுதி, அதை மனக்காட்சிப்படுத்தி, சுயபிரகடனம் செய்தாலும்கூட, நம் கச்சிதமான துணைவரை நாம் சந்திக்கும்போது அதை எவ்வாறு தெரிந்து கொள்வது? நமக்கு அது நிச்சயமாகத் தெரியும் என்பதுதான் அதற்கான விடை. மார்க்கின் கதை இதை நிரூபிக்கும் வண்ணம் அமைந்துள்ளது.

---

*நம் காதல் நம் வாழ்நாள் முழுவதும்
நீடித்திருக்கும் என்ற நம்பிக்கைதான் அந்தக்
காதலை வாழ்நாள் முழுவதும் நீட்டிக்கிறது.*

“எனக்குப் பொருத்தமான பெண்ணைச் சந்திப்பதற்குப் பல வருடங்களுக்கு முன்பே, அவளிடம் நான் விரும்பும் பண்புநலன்களை எழுதி வைத்து இருந்தேன்: அவள் சிறந்த புத்திசாலியாக இருக்க வேண்டும், சுயஒழுங்குடன் இருக்க வேண்டும். வசீகரமானவளாக இருக்க வேண்டும்.

“நான் என் வருங்கால மனைவி ‘பேட்டி’யைச் சந்தித்த நேரத்தில் வேறொரு பெண்ணுடன் தீவிரமாகக் காதல் வயப்பட்டிருந்தேன். தெற்குக் கலிஃபோர்னியா நெடுகிலும் நான் பிரபலப்படுத்தி வந்த பக்மின்ஸ்டர் ஃபுல்லரின் நிகழ்ச்சி ஒன்றிற்கான நுழைவுச் சீட்டுகளை அவள் ஒரு தேவாலயத்திற்கு வெளியே நின்று விற்றுக் கொண்டிருந்தாள். கூட்டம் நிரம்பி வழிந்த, குளிரூட்டப்படாத அந்த தேவாலயத்தில் நான் பேசினேன். நான் வியர்வையில் நனைந்து போய் இருந்தேன்.

“என் பிரச்சனையைக் கண்ட பேட்டி, என் வியர்வைச் சட்டையை என் உடலில் இருந்து அன்போடு கழற்றினாள். இவள் ஓர் அசாதாரணமான பெண் என்று நான் உள்ளூர நினைத்தேன். ‘வியர்வை நாற்றம்!’ என்றுதான் பெரும்பாலான பெண்கள் பொதுவாகக் கூறுவர். ஆனால் இவள் சற்று வித்தியாசமானவள். நான் சௌகரியமாக இருக்க வேண்டும் என்று மட்டுமே அவள் விரும்பினாள்.

“நான் பேசி முடித்த பிறகு, பக்கத்தில் இருந்த ஒரு பூங்காவில் நாங்கள் நடந்தோம். திடீரென்று பட்டாம்பூச்சிகள் ஒரு கூட்டமாக எங்கள் தலைக்கு மேலே பறந்து சென்றன. பேட்டியே அவற்றை அங்கு வரவழைத்திருந்ததுபோலத் தோன்றியது.

“பிறகு, கம்பீரமான பசிபிக் பெருங்கடலின் ஓரமாக உள்ள ஹண்டிங்டன் கடற்கரைக்கும் நியூபோர்ட் கடற்கரைக்கும் இடையே சைக்கிள் சவாரி செய்வதற்கு அவள் என்னை அழைத்துச் சென்றாள். அதற்கு முன், அவள் தன்னுடைய வீட்டைக் காண்பிக்க என்னைக் கூட்டிச் சென்றாள். நான் அதிகமாகப் பயணம் செய்வதால், வீடுகள் எனக்கு மிகவும் முக்கியமானவை.

ஒரு வீடு அதில் வசிக்கும் நபரைப் பிரதிபலிக்கிறது. அவளது வீட்டின் சமையலறையின் மேற்கூரை என்னை வெகுவாகக் கவர்ந்தது. அந்தக் கூரை முழுவதிலும் மேகங்களும் பறவைகள் பறப்பது போன்றும் கைகளால் ஓவியமாகத் தீட்டப்பட்டிருந்தன. நாங்கள் இதே ஓவியத்தைப் பின்னாளில் எங்கள் வரவேற்பறைச் சுவரிலும் தீட்டினோம்.

"அந்த சைக்கிள் சவாரியின்போது, அவள் என் இதயத்தை மென்மையாகத் திறந்து கொண்டே இருந்தாள். எனக்கு அதிர்ச்சியும் வியப்பும் மாறி மாறி ஏற்பட்டன. என் முப்பத்தியோரு வருட வாழ்க்கையில் இதுபோல் எதையும் நான் உணர்ந்ததில்லை.

"என் குழந்தைகள் எலிசபெத் டேயும், மெலனி டானும் பிறந்தபோது, மீண்டும் அந்த அனுபவம் எனக்கு ஏற்பட்டது. உங்களுடைய ஆத்மார்த்தமான துணையை நீங்கள் கண்டுபிடிக்கும்போது, உங்களுக்கு எந்த சந்தேகமும் ஏற்படாது. நீங்கள் அவரை நிச்சயமாகத் தெரிந்து கொள்வீர்கள். உங்களுக்குத் தெரியும் என்பது உங்களுக்குத் தெரியும் என்பதைத் தெரிந்து கொள்ளுங்கள்."

குழந்தைகள்

திருமணமானவுடன் நாம் குழந்தைகளை எதிர்கொண்டாக வேண்டும். குழந்தைகள் நமக்கு அபரிமிதமான மகிழ்ச்சியை அளிக்கக்கூடும் அல்லது நம் ஆற்றல்களை எல்லாம் உறிஞ்சி நம் வாழ்க்கையைச் சின்னாபின்னமாக்கக்கூடும்.

குழந்தைகள் நமக்கு மகிழ்ச்சியைக் கொடுக்கிறார்களா அல்லது துயரத்தைக் கொண்டு வருகிறார்களா என்பது அவர்களிடம் நாம் கருத்துக்களைப் பரிமாறிக் கொள்ளும் விதத்தில் உள்ளது. நம் வீட்டு அலமாரியில் அலங்காரத்திற்கு வைக்கும் பொருட்களல்ல நம் குழந்தைகள். வாழ்கின்ற, சுவாசிக்கின்ற, சிந்திக்கின்ற, உணர்ச்சிகள் நிறைந்த மனித ஜீவன்கள் அவர்கள். நாம் அவர்களுடன் மிக

நெருக்கமான கருத்துப் பரிமாற்றத்தை வைத்துக் கொள்ளும்போது, அவர்களது சுயமதிப்பை வளர்க்கிறோம். கூடவே, நமது சுயமதிப்பும் வளர்கிறது. அப்போது அவர்கள் நம் ஆற்றல்களை உறிஞ்ச மாட்டார்கள், மாறாக, நம் ஆற்றலுக்கு வலு சேர்ப்பார்கள்.

பிரச்சனை என்னவென்றால், சராசரிப் பெற்றோர்கள் ஒரு நாளைக்கு வெறும் பன்னிரண்டரை நிமிடங்கள் மட்டுமே தங்கள் குழந்தைகளின் கண்களை நேருக்கு நேராகப் பார்த்து, அவர்களுடன் உரையாடுகின்றனர். பெரும்பாலான பெற்றோர்கள் தங்கள் குழந்தைகளைப் பற்றி அறிந்து கொள்வதற்கும், அவர்களிடம் அர்த்தமுள்ள முறையில் பேசுவதற்கும் நேரம் ஒதுக்குவதில்லை என்பதையே இது காட்டுகிறது. குறிப்பாக, குழந்தைகள் பருவ வயதை அடைந்தவுடன் இப்போக்கு அதிகமாக நிலவுகிறது. பருவ வயதுக் குழந்தைகளைக் கொண்ட பெற்றோர்கள், “என் குழந்தைகள் என்னோடு பேச விரும்புவதே இல்லை,” என்று அடிக்கடிக் கூறுகின்றனர். யாருடைய குடும்பத்தில் பெற்றோருக்கும் குழந்தைகளுக்கும் இடையே நல்ல கருத்துப் பரிமாற்றம் உள்ளது என்பதைக் கண்டுபிடித்து அதை அப்படியே பின்பற்றுங்கள். பிறகு உங்கள் குடும்பத்தையும் இதற்கு ஒரு சிறந்த எடுத்துக்காட்டாக மாற்றுங்கள்.

எப்படி உரையாடுவது, எப்படிக் கருத்துக்களைப் பரிமாறிக் கொள்வது என்பதை நம் குழந்தைகள் சிறியவர்களாக இருக்கும்போது அவர்களுக்கு நாம் கற்பிக்காவிட்டால், அவர்கள் வளர்ந்த பிறகு அதைக் கற்பது அவர்களுக்குக் கடினம். அவர்கள் வயது எதுவாக இருந்தாலும் சரி, முயற்சி செய்ய வேண்டியது நமது கடமை. பருவ வயதுக் குழந்தைகளிடம்கூட, நாம் வெளிப்படையாகவும் நேர்மையாகவும் இருந்து, நம் சொந்தக் கண்ணோட்டங்களை விட்டுவிட்டு, விஷயங்களை அவர்களின் பார்வையில் இருந்து பார்க்க ஆர்வமாக இருந்தால், அவர்களுக்கும் அதை நம்மால் கற்றுக் கொடுக்க முடியும்.

நமக்கு நான்கு வயதாக இருக்கும்போதே 70 சதவீத மதிநுட்பத்தை நாம் பெற்றுவிடுகிறோம் என்று டாக்டர் பெஞ்சமின் புளூம் கூறியுள்ளார். அந்த இளம் வயதில், குழந்தைகள் அனைத்து விதமான தகவல்களையும் கிரகித்துக் கொள்கின்றனர். தாங்கள் கற்றவற்றைத் தக்க வைத்துக் கொள்ளும் திறனும் அவர்களுக்குக் கச்சிதமாக இருக்கிறது. கிட்டத்தட்ட எல்லாக் குழந்தைகளுமே ஒரு கச்சிதமான மனத்தோடும் ஒரு கச்சிதமான ஞாபகசக்தியோடும்தான் பிறக்கின்றனர். அவர்கள் எதை உட்கிரக்கின்றனர் என்பது குறித்து நமக்கு எந்தவிதமான சந்தேகமும் ஏற்படுவதில்லை. நாம் எவ்வளவு நேர்மறையான மனப்போக்குடனும், தூண்டுதலுடனும் உலகைப் பற்றியத் தகவல்களை நம் குழந்தைகளுடன் பகிர்ந்து கொள்கின்றோமோ, அவ்வளவு தூரம் அது அவர்களுக்கு நன்மை விளைவித்து, நம்முடனான அவர்களது உறவை மேம்படுத்துகிறது.

குழந்தைகளிடத்தில் சுயமதிப்பு

தாங்கள் வளர்க்கப்பட்ட விதத்தைப் பொறுத்து, குழந்தைகளுக்கு அதிக சுயமதிப்பு அல்லது குறைவான சுயமதிப்பு இருக்கின்றது. ஒரு குழந்தையிடம் குறைவான சுயமதிப்பு இருக்கிறது என்றால், அது நாம் உடனடியாகக் கையாள வேண்டிய ஒரு பிரச்சனை என்பதற்கான ஓர் அடையாளம்.

சராசரியாக இரண்டு வயது நிரம்பிய குழந்தைகளுக்கு ஒரு நாளைக்கு 432 எதிர்மறையான விமர்சனங்களும் 32 நேர்மறையான விமர்சனங்களும் கிடைப்பதாக அயோவா பல்கலைக்கழகத்தில் நடத்தப்பட்ட ஓர் ஆய்வில் தெரிய வந்துள்ளது. அதாவது 14க்கு 1 என்ற கணக்கு அது. இன்று எண்ணற்றக் குழந்தைகள் தாழ்வு மனப்பான்மையோடும் குறைவான சுயமதிப்போடும் இருப்பதில் வியப்பேதும் இல்லை. அமெரிக்காவில் வெறும் 35 சதவீத இளைஞர்களுக்கு மட்டுமே உயர்ந்த சுயமதிப்பு

இருப்பதாக தேசியப் புள்ளிவிபரங்கள் தெரிவிக்கின்றன. அதாவது மூன்று நபரில் ஒரு நபர் மட்டுமே அதிக சுயமதிப்புடன் இருக்கிறார்.

நம் குழந்தைகள் குறைவான சுயமதிப்புடன் இருப்பதை நாம் கண்டால், பெற்றோர்கள் என்ற முறையில், நேர்மறையான மாற்றம் குறித்து நாம் நடவடிக்கை எடுத்தாக வேண்டும். ஆரம்பத்திலேயே நாம் நடவடிக்கை எடுக்கவில்லை என்றால், நம் குழந்தைகள் நம் வீட்டைவிட்டு ஓடுதல், போதைப் பழக்கத்திற்கு அடிமையாதல், கருத்தரித்தல போன்ற பிரச்சனைகளைக் கொண்டுவந்து நம் வாழ்வின் சமநிலையைக் குலைத்துவிடுவர்.

நம் குழந்தைகளிடம் வலிமையான சுயமதிப்பை வளர்ப்பதற்கு சுலபமான வழி, முதலில் அதை நாம் சுவீகரித்துக் கொள்வது. அப்போது, பார்த்துப் பின்பற்றுவதற்கு அவர்களுக்கு ஒரு முன்மாதிரியாக நாம் விளங்குவோம். இதனால்தான் ஒவ்வொரு வருடமும் நாங்கள் பருவ வயதுக் குழந்தைகளையும் பெற்றோர்களையும் ஒன்றாக இணைத்துக் கருத்தரங்குகள் நடத்துகிறோம். தங்கள் பெற்றோர்களும் மனிதர்கள்தான், அவர்களுக்கும் தேவைகளும் உணர்வுகளும் இருக்கின்றன என்பதை அக்குழந்தைகள் அப்போது கற்றுக் கொள்கின்றனர்.

இந்தச் செயல்முறையின் முக்கியத்துவத்தையும் மதிப்பையும் பற்றி உங்களுக்குச் சந்தேகம் இருந்தால், டென்மார்க்கைச் சேர்ந்த எழுத்தாளர் ஹான்ஸ் கிறிஸ்டியன் ஆன்டெர்சன் கூறிய ஒரு கதையை நினைவுபடுத்திக் கொள்ளுங்கள். அவர் எழுதிய ஒரு கதையில், ஓர் அரசனுக்குக் கூன்முதுகுடன்கூடிய ஐந்து வயது மகன் இருந்தான். அவனது கூன் பிரச்சனையைச் சரி செய்வதற்காக அந்த அரசன் தன் இளம் மகனின் சிலை ஒன்றை வடிவமைக்கச் செய்தான். எல்லா விதத்திலும் அச்சிலை அச்சிறுவனைப்போன்றே இருந்தது, ஒரே ஒரு விஷயத்தைத் தவிர: அச்சிலையின் முதுகு நேராகவும் கச்சிதமான நிலையிலும் இருந்தது.

தன் மகன் விளையாடும் இடத்தில் அந்த அரசன் அச்சிலையை வைத்தான். அவன் மகிழ்ச்சியாகவும், ஆரோக்கியமாகவும், கம்பீரமாகவும் இருப்பதாக அவன் தன் மகனிடம் கூறினான். ஓர் அரசனைப்போல் நேராக நிமிர்ந்து நின்றால், தன் ராஜாங்கத்தை ஆள்வதற்கான அறிவும் முன்னோக்கும் அவனுக்குக் கிடைக்கும் என்று அந்த அரசன் அவனிடம் கூறினான். அச்சிறுவன் வளர வளர, அவனது முதுகும் நேராக மாறத் துவங்கியது. ஒருநாள் அச்சிலையில் இருந்ததுபோல் அவனது முதுகு நேராகவும் கச்சிதமாகவும் மாறிவிட்டது. பார்த்துப் பின்பற்றுவதற்கு அவனுக்கு ஒரு மாதிரி வடிவம் இருந்ததால் அவனுக்கு அது சுலபமாக இருந்தது. நம் மனக்கண்ணில் இருப்பவற்றைத்தான் நாம் பின்பற்றுகிறோம்.

அவர்கள் சிறப்பானவர்கள் என்று அவர்களிடம் கூறுங்கள்

குழந்தைகளிடம் சுயமதிப்பை வளர்ப்பதற்கான மற்றொரு வழிமுறை, குறிப்பாக அவர்கள் மிகச் சிறியவர்களாக (பருவ வயதினராக இல்லாமல்) இருக்கும்போது, அவர்கள் மிகவும் சிறப்பானவர்கள் என்று கூறுவது. நாம் அவர்களிடம் இதை நேரடியாகக் கூறினால், நாம் அவர்களை ஏமாற்றுவதாக நினைத்து நாம் கூறுவதை அவர்கள் கேட்க மாட்டார்கள். எனவே, இதைச் செய்வதற்கு உண்மையிலேயே சிறந்த வழி, அவர்கள் காதுகளில் விழும்படி மற்றவர்களிடம் அவர்களைப் பற்றிப் புகழ்ந்து பேசுவது.

மார்க்கின் தாயார் மார்க்கின் காதுகளில் விழும்படி அவரைப் பற்றி மற்றவர்களிடம் பேசுவதில் கைதேர்ந்தவர். தான் நேரடியாகச் சொல்லும் எதையும் தன் மகன் கவனிக்க மாட்டான் என்பதை அவர் அறிந்திருந்தார். அவர் தன் தோழியர்களுடன் பேசும்போது, “இந்தச் சுற்றுவட்டாரத்திலேயே என் மகன்கள்தான் சிறந்தவர்கள்,” என்று கூறியதை மார்க் செவிமடுத்துள்ளார். அதைப் பற்றி மார்க் கூறுகையில்,

"எங்கள் தாயாரின் இப்புகழ்ச்சி, அவ்வட்டாரத்திலேயே சிறந்த பையன்களாக வளர்வதற்கு எங்களைத் தயார்படுத்தியது. என் சகோதரர்கள் அனைவரும் தலைசிறந்த குடும்பத் தலைவர்களாகவும், தொழில் அதிபர்களாகவும், சமூக அக்கறை உள்ளவர்களாகவும் உருவாகியுள்ளனர். என் தாயாரின் உத்தி அபாரமாக வேலை செய்தது," என்று கூறுகிறார்.

திருமணத்தையும் குடும்பத்தையும் எதிர்கொள்ளுதல்

ஒரு கச்சிதமான வாழ்க்கைத் துணைவரைக் கண்டுபிடித்து, ஒரு குடும்பத்தை உருவாக்கும் பிரச்சனையை எதிர்கொண்டு, அதற்கொரு தீர்வை நாம் ஒவ்வொருவரும் நிச்சயமாகக் கண்டுபிடித்தாகத்தான் வேண்டும். அதை நேருக்கு நேர் எதிர்கொள்ளும்படி நாங்கள் அனைவரையும் ஊக்குவிக்கிறோம். திருமணமாகிக் குழந்தைகள் வந்தவுடன், அவர்களுடன் பேசுங்கள், நேரம் செலவிடுங்கள். இதன் மூலம் அவர்களுக்கு நீங்கள் சுயமதிப்பையும், சரியான வழிகாட்டுதலையும் கொடுப்பீர்கள்.

இதில் நீங்கள் தீவிரமாக இருந்தால், நிச்சயமாக ஒரு மகிழ்ச்சியான வாழ்க்கை உங்களுக்கு வெகுமதியாகக் கிடைக்கும். ஒரு கச்சிதமான வாழ்க்கைத் துணைவரையும், ஒரு மகிழ்ச்சியான குடும்பத்தையும் தவிர வேறு எதுவும் நம் சுயமதிப்பை அதிகரித்து, நம் வாழ்க்கையில் அதிக சமநிலையைக் கொண்டு வராது.

நமது வாழ்க்கை முழுமையடையும்போது, நல்ல நினைவுகளும் அன்பானவர்களும் நமக்கு அமையப் பெறுவோம். நாம் மதிப்பாகவும், மகிழ்ச்சியாகவும், அமைதியாகவும் இவ்வுலகில் இருந்து பிரிந்து செல்லும்போது, உங்கள்மீது இன்னும் அன்பு செலுத்தும், உங்கள் கைகளைப் பிடித்துத் தாங்க விரும்பும் மனிதர்கள் உங்களைச் சூழ்ந்திருப்பது உங்களுக்கு ஆறுதலளிப்பதாக அமையும்.

8

முழுமையான செழிப்பை அடைதல்

"உங்களால் முடிந்த அளவு சம்பாதியுங்கள்,
உங்களால் முடிந்த அளவு சேமியுங்கள்,
உங்களால் முடிந்த அளவு முதலீடு செய்யுங்கள்,
உங்களால் முடிந்த அளவு கொடுங்கள்."

– மறைதிரு ஜான் வெல்லெஸ்லி

எவரொருவராலும் முழுமையான செழிப்பை அடைய முடியும். பொருளாதாரரீதியாக உங்களால் அனைத்தையும் பெற முடியும். கடந்தகாலத்தில் நீங்கள் பெற்றிருந்ததைவிட அதிகமான வெற்றியையும், மகிழ்ச்சியையும், பணத்தையும் உங்களால் பெற முடியும். இவை அனைத்தையும் அடைவதற்கு உங்களுக்குத் தேவை சரியான மனநிலை மட்டுமே. ஒரு குறிப்பிட்ட மனநிலைதான் செழிப்பை உருவாக்குகிறது.

இது மிகவும் எளிமையான கோட்பாடு: எப்போதும் செழிப்பைக் குறித்தே நினைத்துக் கொண்டிருங்கள்,

தொடர்ந்து அப்படியே இருந்து வாருங்கள். உங்களுடைய செழிப்பிற்கான இலக்குகளை எழுதிக் கொண்டு, அவற்றை மனக்காட்சிப்படுத்தி, தினமும் சுயபிரகடனம் செய்யுங்கள். கூடவே, பொருத்தமான நடவடிக்கைகளையும் மேற்கொள்ளுங்கள். அப்போது நீங்கள் அவற்றை நிச்சயமாக அடைவீர்கள்.

செழிப்பு சுதந்திரத்தை உருவாக்குகிறது

குறைவான பணத்தைவிட அதிகமான பணத்தைப் பெற்றிருப்பது சிறந்தது. பணத்தை மெதுவாகச் சேர்ப்பதற்குப் பதிலாக விரைவாகச் சேர்ப்பது நல்லது. பணம் நம் வாழ்க்கையில் நாம் தேர்ந்தெடுப்பதற்கான பல விஷயங்களைக் கொடுக்கிறது. அது பல புதிய வகையான சுதந்திரத்தை உருவாக்குகிறது, ஏழ்மைக்கு அடிமையாகி இருப்பதிலிருந்து நம்மை விடுவிக்கிறது.

யாரும் இவற்றை மறுக்க மாட்டார்கள் என்று நாங்கள் நினைக்கிறோம். இப்போது, நாம் அனைவரும் கேட்கும் கேள்விகள் இவைதான்: "செல்வச் செழிப்பை நாம் எவ்வாறு பெறுவது?" "அது எங்கிருந்து துவங்குகிறது?" "அதன் மூலத்தை நாம் எவ்வாறு கண்டறிவது?" நாம் செல்வச்செழிப்புடன் இருக்க வேண்டும் என்று விரும்பினால், ஏதோ ஓர் இடத்தில் இருந்து துவங்க வேண்டும் என்பது நமக்குத் தெரியும். ஆனால் எங்கிருந்து துவங்குவது?

இதற்கான விடை எளிது. செழிப்பு ஒரு யோசனையில் இருந்து துவங்குகிறது. செழிப்புக் குறித்த யோசனை உங்களுக்குச் சாத்தியம் என்று நம்புங்கள். அதைப் பெறுவதற்கு உங்களை நீங்களே ஊக்குவித்துக் கொள்ளுங்கள். அந்த யோசனை உங்களிடம் வரும்போது அதை ஏற்றுக் கொள்ளுங்கள். செழிப்புக் குறித்த யோசனை உங்களுக்கு வரும் என்ற நேர்மறையான மனப்போக்குடன் இருக்கும்போது, நீங்கள் உங்கள் எண்ணத்திற்கு வடிவம் கொடுத்து உயிரூட்டுகிறீர்கள்.

இதில் ஒரு முக்கியமான விஷயம், உங்கள் யோசனை நேர்மறையானதாக இருக்க வேண்டும் என்பது. நேர்மறையான யோசனை என்றால் என்ன?

1971ம் ஆண்டு, மார்க் முதன்முதலில் சொந்தமாக ஒரு தொழிலைத் துவங்கியபோது, கொலராடோ மாநிலத்தின் போல்டர் நகரில் தன் நண்பர் மோ சீகலுடன் இருந்தார். அவர்கள் இருவரும் உற்சாகமாகவும் துடிப்பாகவும் இருந்தனர். தினமும் மாலையில் அவர்கள் சூரிய அஸ்தமனத்தைக் காணச் சென்றனர்.

மோ எப்போதும் விதைகளையும் மூலிகைகளையும் சேகரிப்பார். "என்றேனும் ஒருநாள் லிப்டனுக்குப் போட்டியாக நான் ஒரு பெரிய தேயிலை நிறுவனத்தின் உரிமையாளராக ஆவேன்," என்று அவர் அடிக்கடிக் கூறி வந்தார். "ஆமாம், நீ நிச்சயமாக அவ்வாறு ஆவாய்," என்று எல்லோரும் கூறினர்.

அவர் தனது தேயிலைகளை ஆரோக்கிய உணவுக் கடைகளுக்கு விற்கத் துவங்கினார். பிறகு சற்று விரிவுபடுத்தி, அமெரிக்காவின் ஒவ்வொரு சங்கிலித் தொடர்க் கடைகளுக்கும் அவற்றை அவர் விற்றுக் கொண்டிருந்தார். இன்று அவரது நிறுவனமான 'செலஸ்டியல் சீசனிங்ஸ்', கொலராடோவில் ஒரு மாபெரும் நிறுவனமாக வளர்ந்துள்ளது. அது நூற்றுக்கணக்கானோரை வேலையில் அமர்த்தியுள்ளது.

மோ தன் விற்பனையைத் துவங்கியபோது அவரிடம் ஏராளமான பணம் இருந்ததா? ஒரு பெரிய தொழிற்சாலையும் சேமிப்புக் கிடங்கும் அவரிடம் இருந்தனவா? அவருக்குப் பின்னால் ஒரு பெருநிறுவனம் இருந்ததா? அவர் எதிர்மறையாகச் சிந்தித்தாரா?

இந்த அத்தனைக் கேள்விகளுக்குமான விடை 'இல்லை' என்பதுதான். அவர் வெறுமனே ஒரு யோசனையோடும், அதை நம்புவதற்கான துணிச்சலோடும் செழிப்பிற்கான பாதையில் அடியெடுத்து வைத்தார்.

நீங்கள் ஒரு யோசனையுடன் தொடங்குங்கள். அதைப் பேணிப் பராமரியுங்கள். ஒரு சிறு குழந்தையைக் கொஞ்சுவதைப்போல் அதைக் கொண்டாடுங்கள். அப்போது அது வளரும். நீங்கள் என்ன செய்ய வேண்டும் என்பதற்கான மற்ற யோசனைகள் உங்கள் மனத்திற்குள் பளிச்சிடும். பிறகு அதை நீங்கள் செயல்படுத்துங்கள்.

யோசனைப் புத்தகம்

எல்லாமே ஒரு யோசனையில் இருந்துதான் துவங்குகின்றன என்று நேர்மறைச் சிந்தனையை ஊக்குவித்த மாபெரும் பேச்சாளர்களில் ஒருவரான, உற்சாகத்தின் தூதுவர் என்று அழைக்கப்பட்ட, அமெரிக்காவைச் சேர்ந்த இரா ஹேய்ஸ் கூறினார். எடுத்துக்காட்டாக, போலராய்டு கேமரா, கண்ணாடி, பாத்திரம் கழுவும் இயந்திரம், பால்பாயின்ட் பேனாக்கள், கேரம், சதுரங்கம் போன்ற அனைத்துமே ஒருவரின் யோசனையில் இருந்து உருவானவைதான். யோசனைகளை நடைமுறைப்படுத்துவதால் விளையும் நன்மைகளுக்கு முடிவே இல்லை என்று அவர் கூறினார்.

வாராந்திர யோசனைகளுக்கென்று ஒரு புத்தகத்தை வைத்துக் கொள்ளுமாறு ஹேய்ஸ் பரிந்துரைக்கிறார். அவர் தனது யோசனைப் புத்தகத்தில், ஒரு வருடத்திற்கு ஐம்பத்தியிரண்டு வாரங்கள் என்று குறித்து வைத்துக் கொண்டு, ஒவ்வொரு வாரமும் தனக்குத் தோன்றும் ஒரு யோசனையை அந்தந்த வாரத்தின் கீழ் அதில் எழுதிக் கொள்கிறார். கடந்த முப்பது வருடங்களாக, வெற்றியை ஊக்குவிக்கும் ஒரு புதிய படைப்பு யோசனையை ஒவ்வொரு வாரமும் தனக்குத் தருவதற்கு அவர் தன் மனத்தைப் பயிற்றுவித்து வந்துள்ளார். இது அவரை ஒரு பிரபலமான, தலைசிறந்த பேச்சாளராக்கியது. அவரது பேச்சை ஒருமுறை கேட்டுவிட்டால், பின்பு அதை யாராலும் மறக்கவே முடியாது.

இது ஒரு சிறந்த யோசனை என்று நாங்கள் நினைக்கிறோம். நாம் எல்லோரும் ஒரு யோசனைப் புத்தகத்தைக் கையோடு எடுத்துச் செல்ல வேண்டும் என்று நினைக்கிறோம். யோசனைகள் நம்முடன் எப்போதும் கண்ணாமூச்சி விளையாடும். ஒரு கணம் அவை நம் மனத்தை ஆக்கிரமித்திருக்கும், மறுகணம் மாயமாய் மறைந்துவிடும். "நீங்கள் சிந்திக்கும்போதே எழுதிக் கொள்ளுங்கள்" என்பது விதியாக இருக்க வேண்டும்.

தொழில் முனைப்பு

நாங்கள் இதுவரை பேசிய அனைத்தும், சுயமாக ஒரு தொழிலைத் தொடங்குமாறு உங்களிடம் கூறுவதாக உங்களுக்குத் தோன்றினால், நீங்கள் சரியான பாதையில் சென்று கொண்டிருக்கிறீர்கள் என்று அர்த்தம். இதை வேறு விதமாகப் பாருங்கள். நீங்கள் ஒரு தொழில்முனைவோராக இருந்தால், யதார்த்தமாக மாற்றக்கூடிய ஒரு நேர்மறையான யோசனை உங்கள் வசம் உள்ளது. நீங்கள் மாத ஊதியம் பெறுபவராக இருந்தால், வேறு யாருக்காகவோ நீங்கள் வேலை செய்கிறீர்கள். அந்த நபரிடம்தான் நேர்மறையான யோசனை உள்ளது, எனவே வெகுமதிகளை அவர்தான் பெற்றுக் கொண்டிருக்கிறார். நேர்மறையான யோசனையைப் பெற்றிருக்கும் நபராக நீங்கள் ஏன் இருக்கக்கூடாது?

ஒருவர் செல்வச்செழிப்புடன் இருக்க வேண்டும் என்றால், அவர் தொழில்முனைவோராகத்தான் இருந்தாக வேண்டும் என்று வரலாறு நமக்கு நிரூபிக்கிறது. அதாவது, நீங்கள் துவங்கும் தொழில் பெரியதோ அல்லது மிகவும் சிறியதோ, துணிந்து அதில் இறங்க வேண்டும் என்பதுதான் அதன் பொருள்.

இன்று ஒரு புதிய அணுகுமுறை உருவாகியுள்ளது. ஒருவர் தன் யோசனையைத் தான் வேலை செய்யும் நிறுவனத்திடமே எடுத்துச் செல்கிறார். அந்நிறுவனம் அதை உற்பத்தி செய்து, விற்று, வினியோகம் செய்து,

அதிலிருந்து கிடைக்கும் லாபத்தில் ஒரு பங்கை அந்த யோசனையைக் கொடுத்தவருக்குக் கொடுக்கிறது. அதாவது, அவரிடம் உள்ள படைப்பு யோசனைக்கு அவருக்கு வெகுமதி கிடைக்கிறது என்று அர்த்தம்.

இதற்கான ஒரு சிறந்த எடுத்துக்காட்டு ஆர்தர் ஃபிரை. அவர் 3எம் நிறுவனத்தில் வேலை செய்து கொண்டிருந்தார். அவர் அடிக்கடித் தன் வேலை தொடர்பான காகிதக் குறிப்புகளைத் தொலைத்துக் கொண்டிருந்தார். அவரிடம் அவ்வளவு ஒழுங்கு இருக்கவில்லை. தனக்குத் தானே எழுதி வைத்திருந்த குறிப்புகளைக்கூட அவரால் ஒழுங்காக வைத்துக் கொள்ள முடியவில்லை. தன் நிறுவனம் தயாரித்த ஓர் ஒட்டுப் பசை சரியாக வேலை செய்யவில்லை என்பதை அவர் கண்டறிந்தார். அந்தப் பசையைக் கொண்டு ஒரு காகிதத்தை ஏதோ ஒன்றின்மீது ஒட்டி வைத்தால் விரைவில் அது பிய்த்துக் கொண்டு வந்துவிடும். ஆர்தர் தன் தேவைகளையும் அந்த ஒட்டுப் பசையையும் இணைத்து ஒரு புதிய யோசனையைக் கொண்டு வந்தார். அதைச் சந்தையில் விற்பதற்கு முன்பு, ஒரு வருடம் 3எம் தன் நிறுவனத்திலேயே அதைப் பரிசோதித்தது. அதன் பெயர் 'போஸ்ட்-இட்.' இந்த யோசனையைக் கொடுத்த ஆர்தருக்கு, லாபத்தில் ஒரு சதவீதம் வாழ்நாள் முழுவதும் வழங்கப்படும் என்று தீர்மானிக்கப்பட்டது. ஒவ்வொரு வருடமும் அந்த நிறுவனம் பத்து கோடி டாலர்கள் பெறுமானமுள்ள 'போஸ்ட்-இட்'டுகளை விற்கிறது. அந்த ஒரு யோசனைக்காக ஆண்டொன்றுக்கு அவருக்குப் பத்து லட்சம் டாலர்கள் பணம் கிடைக்கின்றது. உங்களாலும் இவ்வாறோ அல்லது இதைவிடச் சிறப்பாகவோ செய்ய முடியும்.

முன்பெல்லாம், நம்மிடம் ஒரு யோசனை இருந்தால், அதன் உருவாக்கம், உற்பத்தி, வினியோகம், விளம்பரம், இன்னும் பிறவற்றையும் நாமே பார்த்தாக வேண்டும். ஆனால் இன்று ஒரு நிறுவனத்திடம் அவற்றை நாம் ஒப்படைத்துவிடலாம். நம் யோசனைக்குப் பணம் கிடைக்கிறது.

நம் எல்லோரிடமும் யோசனைகள் இருக்கின்றன. நாம் அனைவரும் யோசனைக் களஞ்சியங்கள். ஒரு சராசரி நபருக்கு நாளொன்றுக்குச் சுமார் நூறு யோசனைகள் தோன்றுகின்றன. நாம் செய்ய வேண்டியதெல்லாம், அவற்றை எழுதிக் கொள்வது மட்டும்தான். அவற்றை ஒரு கோப்பு அல்லது கணினியில் போட்டு வையுங்கள். பிறகு அவற்றை முன்னுரிமைப்படுத்தி, அவற்றில் சிறந்தவற்றின்மீது கவனம் செலுத்தி, அதை அலசி ஆராய்ந்து, பிறகு அதை நடைமுறைப்படுத்த முடிவெடுங்கள். சுலபமான, ஆனால் அதிக லாபம் தரக்கூடிய யோசனைகளின்மீது முதலில் நடவடிக்கை எடுங்கள். அதிலிருந்து கிடைக்கும் பணம் மற்ற யோசனைகளை நடைமுறைப்படுத்த உங்களை அனுமதிக்கும்.

யோசனைகள் எல்லா இடங்களிலும் கொட்டிக் கிடக்கின்றன

சிகையலங்கார நிபுணர் ஒருவர், தானும் தன் குழந்தையும் காரில் போகும்போது அவ்வளவு பாதுகாப்பாக இல்லை என்பதாக உணர்ந்தார். காரில் குழந்தை இருப்பது பிற ஓட்டுனர்களுக்குத் தெரிந்தால், அவர்கள் முன்னெச்சரிக்கையாக நடந்து கொள்வார்கள் என்று அவர் நினைத்தார். எனவே அவர்களுக்கு எச்சரிக்கை அளிப்பதற்காக, "இதில் குழந்தை பயணம் செய்கிறது" என்ற ஒரு சிறிய ஸ்டிக்கரை உருவாக்கினார். அதைத் தன் காரின் பின்பக்க சன்னலில் ஒட்டினார். அது பிரமாதமாக வேலை செய்ததைக் கண்டு அவர் ஆச்சரியப்பட்டார். இது தனக்கு வேலை செய்தால், மற்றவர்களுக்கும் நிச்சயமாக வேலை செய்யும் என்று தனக்குத் தானே கூறிக் கொண்டு, அந்த யோசனையை ஜே.சி.பென்னி என்ற சங்கிலித் தொடர்க் கடை உரிமையாளர்களிடம் விற்றார். அதிலிருந்து கிடைக்கும் ராயல்டி பணம் ஒவ்வொரு மாதமும் அவரிடம் வந்து குவிந்த வண்ணம் உள்ளது.

மார்க்கின் வாடிக்கையாளர்களில் ஒருவர், நெடுஞ்சாலையில் மக்கள் தங்கள் காரில் பயணிக்கும்போது, திடீரென்று அவர்களது காரில் கோளாறு ஏற்பட்டு அதனால் கார் நின்றுவிட்டால், அவர்களுக்கு ஆபத்து ஏற்படுவதற்கான வாய்ப்பு மிகவும் அதிகம் என்பதை உணர்ந்தார். அந்த நேரத்தில், கெடு நோக்குடன் யாரேனும் அவர்களைத் தாக்கக்கூடும் என்று கவலைப்பட்டார். மக்கள்மீது அக்கறை கொண்ட அவர், இப்படிப்பட்ட நெருக்கடியான நேரங்களில் பயன்படுத்துவதற்காக, தங்கள் காரின் முன்னிருக்கை அருகே ஒட்டி வைத்துக் கொள்ள வசதியாக, 'காவல்துறையைக் கூப்பிடுங்கள்' என்று எழுதப்பட்ட ஒரு ஸ்டிக்கரை உருவாக்கினார். ஒரு ஸ்டிக்கர் ஆறு டாலர்களுக்கு விற்பனையாகின்றது. அவருக்கும் ராயல்டியில் பணம் குவிந்து கொண்டிருக்கிறது.

நாங்கள் ஏற்கனவே கூறியதுபோல், யோசனைகள் எல்லா இடங்களிலும் இருக்கின்றன. சில சமயம், நாம் அக்கணத்தில் செய்து கொண்டிருக்கும் ஒரு வேலையிலிருந்து அது உதயமாகலாம். சில சமயம், தேவையின் காரணமாக அவை தோன்றலாம். நாற்பது வருடங்களுக்கு முன்பு, கலிஃபோர்னியாவைச் சேர்ந்த ஒரு தாயார், மிகப் பிரபலமான மருத்துவ ஆராய்ச்சியாளராக இருந்த தன் முப்பது வயது மகனிடம், "ஜோனாஸ், உன் சொந்தச் சகோதரன் இளம்பிள்ளைவாத நோயால் மெல்ல மெல்ல இறந்து கொண்டிருக்கிறான். அதற்கு ஏதேனும் ஒரு மருந்தை நீ கண்டுபிடிக்கக்கூடாதா?" என்று கேட்டார்.

ஜோனாஸ் தன் தாயாரைப் பார்த்து, "அம்மா, இது என் பொறுப்பு என்று நான் இதுவரை பார்க்கவில்லை. ஆனால் என்னைவிட என் சகோதரனை நான் மிகவும் நேசிக்கிறேன், எனவே, நான் நிச்சயமாக அதைச் செய்வேன்," என்று கூறினார். அவர் இரவு பகலாக உழைத்து 'சால்க்' தடுப்பு மருந்தைக் கண்டுபிடித்தார்.

செல்வச் செழிப்பிற்கான 12 நிலைகள்

செழிப்பு என்றால் என்ன, நேர்மறையான யோசனைகளில் இருந்து அது எப்படி வருகிறது என்பதைப் பற்றி நாம் பேசினோம். இப்போது, அதைப் பெறுவதற்கான 12 நிலைகளை நாங்கள் உங்களுக்குக் கொடுக்க விரும்புகிறோம்:

நிலை 1

பிரச்சனையின்மீது கவனத்தைக் குவிக்காதீர்கள்

நீங்கள் வெறுமனே பிரச்சனையைத் தேடிக் கொண்டிருந்தால், பிரச்சனையை மட்டும்தான் கண்டுபிடிப்பீர்கள். நீங்கள் வறுமையில் உழன்று கொண்டிருந்து, வறுமையின்மீது மட்டுமே கவனம் செலுத்தினால், இன்னும் அதிகமான வறுமையைத்தான் பெறுவீர்கள்.

வறுமை என்பது உங்கள் குடும்பத்தின் தேவைகளை உங்களால் நிறைவேற்ற முடியாத ஒரு நிலையாகும். உங்கள் காரின் டயர் பழுதாகும்போது, ஒரு புதிய டயரை உங்களால் வாங்க முடியாது என்று அர்த்தம். மருத்துவச் செலவுகள் உங்களுக்குக் கட்டுப்படியாகாது என்று அர்த்தம். உங்கள் குழந்தையின் படிப்பிற்கான செலவை உங்களால் சமாளிக்க முடியாது என்று அர்த்தம். விடுமுறையில் செல்லவோ அல்லது வெளியூரில் இருக்கும் உங்கள் குடும்ப உறுப்பினர்களைச் சந்தித்து வரவோ முடியாது என்று அர்த்தம்.

'திங்க் அன்ட் குரோ ரிச்' என்ற புத்தகத்தில் நெப்போலியன் ஹில், "செல்வ வளங்கள் உங்களை வந்தடையும்போது, நான் கஷ்டப்பட்ட நாட்களில் இவை எங்கே ஒளிந்து கொண்டிருந்தன என்று நீங்கள் வியக்கும் வண்ணம் அபரிமிதமாக உங்களிடம் வந்து சேரும்," என்று கூறுகிறார்.

நிலை 2

செழிப்பான எண்ணங்களை எண்ணுங்கள்

செழிப்பு ஒரு மனப்போக்கு என்பதை நினைவில் கொள்ளுங்கள். சில வருடங்களுக்கு முன்பாக கலிஃபோர்னியாவில் ஒரு பூகம்பம் ஏற்பட்டது. லிட்டில் ஜானி என்ற ஐந்து வயதுச் சிறுவன் தன் தாயாரிடம் ஓடி வருகிறான், "ஜானி, நீ எங்கே போயிருந்தாய்?" என்று அவனது தாயார் கேட்டார்.

"அம்மா, உண்மையாகக் கூறுகிறேன், நான் இந்த பூகம்பத்தை ஏற்படுத்தவில்லை," என்று அவன் பதிலளிக்கிறான். பூகம்பம் உட்பட, என்ன நிகழ்ந்தாலும் தன்மீதுதான் பழி விழும் என்று அவன் மனத்தில் ஒரு போக்கு ஏற்படுத்தப்பட்டிருந்தது.

அதே சமயம், சரியான மனப்போக்கு செழிப்பை உருவாக்குகிறது. டாக்டர் அர்மன்ட் ஹம்மரின் எடுத்துக்காட்டை நாங்கள் இங்கே கொடுக்கிறோம். பத்தொன்பதாம் நூற்றாண்டின் துவக்கத்தில், இருபத்தோரு வயது இளைஞனாக மருத்துவக் கல்லூரியில் அவர் படித்துக் கொண்டிருந்தபோது, பெரும் சீரழிவு அவரது குடும்பத்தைத் தாக்கியது. அவரது தந்தையார் டாக்டர் ஜூலியஸ் ஹம்மர் ஒரு சங்கிலித் தொடர் மருந்துக்கடை வைத்திருந்தார். ஒரு பெண்ணிற்கு அவர் கருக்கலைப்பு செய்தபோது அப்பெண் இறந்துவிட்டதாக அவர்மீது குற்றம் சுமத்தப்பட்டு, அவர் சிறையில் அடைக்கப்பட்டார்.

இந்த மருந்துக் கடைகளுக்குத் திடீரென்று அர்மன்ட் ஹம்மர் பொறுப்பேற்க வேண்டியதாயிற்று. மருத்துவப் படிப்பு முடிவடைவதற்கு இரண்டு வருடங்கள் மட்டுமே பாக்கியிருந்தன. கல்லூரிக்குச் செல்வது என்பது இயலாததாகத் தோன்றியது. ஆனால் அர்மன்ட் தன் கவனத்தைப் பிரச்சனையின்மீது குவிக்கவில்லை. மாறாக, செழிப்பிற்கான எந்தெந்த வழிகள் திறந்துள்ளன என்று அவர் பார்க்கத் துவங்கினார்.

மதுவிலக்கு அமலுக்கு வரத் துவங்கியிருந்த காலம் அது. மக்கள் மதுவிற்காக அலைந்தனர். இதை உணர்ந்த ஹம்மர், இஞ்சிச்சாற்றைக் கொண்டு ஒரு பானத்தைத் தயாரித்தார். அதுவும் போதையைக் கொடுத்ததால் மக்கள் அதை வாங்கிப் பருகினர். அதன் மூலம் அவர் இருபது லட்சம் டாலர்களைச் சம்பாதித்தார்.

அப்பணத்தின் உதவியுடன் ஒரு பிரபல வழக்கறிஞரைக் கொண்டு தன் தந்தையின் சார்பில் வாதாடி, அவரை வெளியே கொண்டு வந்தார். ஆனால் மருந்தகங்கள் அவர் பொறுப்பில்தான் இருந்தன. எனவே இரவில் கடைகளை மூடியவுடன் வீட்டிற்குச் சென்று இரவு எட்டு மணியில் இருந்து அதிகாலை ஒருமணிவரை படித்தார். அவரால் கல்லூரிக்குச் செல்ல முடியாததால், தனக்குப் பதிலாக வகுப்பில் குறிப்புகள் எடுக்க வேறொருவரை அவர் சம்பளத்திற்கு அமர்த்தினார். அந்த வருடக் கடைசியில், அவர் அனைத்துத் தேர்வுகளையும் எழுதி, கொலம்பியா பல்கலைக்கழகத்திலேயே முதல் மாணவனாகத் தேர்ச்சி பெற்றார். பிறகு அவர் தன் மருந்தகங்களை விற்று, அதில் பல லட்சம் டாலர்கள் சம்பாதித்தார்.

வசதிகளை நோக்கிச் செல்லுங்கள்,
தேவைகள் தாமாகவே நிறைவேறிவிடும்.

இளம் மருத்துவரான ஹம்மர் தன் மருத்துவப் பணியைத் துவக்க விரும்பினார். ஆனால் துரதிர்ஷ்டம் அவரை மீண்டும் தாக்கியது. பெல்லெவூ மருத்துவமனையில் அவர் தன் பயிற்சியைத் துவங்குவதற்கு ஆறு மாதங்கள் காத்திருக்கும்படி ஆனது. அந்த நேரத்தில் என்ன செய்வது? ஹம்மரின் தந்தை ரஷ்யாவில் இருந்து குடிபெயர்ந்தவர். அரசியலில் அவர் சோஷியலிஸ்ட் பிரிவைச் சேர்ந்தவர். ரஷ்யாவில் மக்கள் பிளேக் நோயால் அவதிப்படுகின்றனர் என்று தான்

கேள்விப்பட்டதாக அவர் தன் மகனிடம் கூறினார். எனவே, டாக்டர் அர்மன்ட் ஹம்மர் ஒரு சிறிய வண்டி நிறைய மருந்துகளை எடுத்துக் கொண்டு, படகிலும் இரயிலிலும் பயணம் செய்து ரஷ்யாவிற்குப் போய்ச் சேர்ந்தார்.

அவர் அங்கு சென்று இறங்கியவுடன், மக்கள் பிளேக் நோயால் இறக்கவில்லை, மாறாகப் பசியால்தான் இறக்கின்றனர் என்பதைக் கண்டறிந்தார். தான் சம்பாதித்திருந்த பல லட்சம் டாலர்களைக் கொண்டு ஏராளமான கோதுமையை வாங்கி ரஷ்யாவிற்குக் கொண்டு வரச் செய்தார். இது லெனினின் தனிப்பட்டக் கவனத்திற்கு வந்தது. அவர்கள் இருவரும் சந்தித்தபோது, பயிரிடுவதற்காக டிராக்டர்களும், அதிகமான உணவுப் பொருட்களை நாட்டிற்குள் கொண்டு வருவதற்கு வர்த்தகமும் தங்களுக்குத் தேவை என்று லெனின் அவரிடம் கூறினார். "எனக்குத் தேவை ஒரு தொழிலதிபர்தான், மருத்துவரல்ல," என்று லெனின் கூறினார்.

ஹம்மர் அமெரிக்காவிற்குத் திரும்பிச் சென்று ஹென்றி ஃபோர்டிடம் பேசினார். ரஷ்யர்களுக்கு டிராக்டர்கள் வேண்டும் என்று அவர் ஃபோர்டிடம் தெரிவித்தார். ரஷ்யாவிற்கு ஆதரவு காட்டிய ஹம்மருடன் வியாபாரம் செய்ய ஃபோர்டு மறுத்துவிட்டார்.

அபரிமிதமான வெற்றிக்கு முன்னால்
அபரிமிதமான, கண்ணுக்குப் புலப்படாத,
மனரீதியான ஊக்கம் தேவை.

ஹம்மர் யோசித்தார். ஃபோர்டின் கார்கள் அதிக அளவில் விற்பனையானாலும்கூட, தான் புதிதாகக் கண்டுபிடித்திருந்த டிராக்டர்களை விற்பதற்கு அவர்

சிரமப்பட்டுக் கொண்டிருந்தார் என்பதை ஹம்மர் உணர்ந்தார். இந்த 'விலையுயர்ந்த குதிரை'களின் தேவையை அமெரிக்க விவசாயிகள் அப்போது இன்னும் புரிந்து கொண்டிருக்கவில்லை. எனவே ஹம்மர் மீண்டும் ஃபோர்டிடம் சென்று, "கம்யூனிஸ்டுகளை உங்களுக்குப் பிடிக்காது என்று எனக்குத் தெரியும். ஆனால் நான் ஒரு சுதந்திரமான தொழிலதிபர். நான் உங்களுடன் ஓர் ஒப்பந்தம் செய்து கொள்ள விரும்புகிறேன். நீங்கள் என்னிடம் விற்கும் ஒவ்வொரு இரண்டு டிராக்டர்களுக்கும் நான் ஒரு காரை உங்களிடமிருந்து வாங்கிக் கொள்கிறேன்," என்று கூறினார்.

ஃபோர்டு ஒத்துக் கொண்டார். ஹம்மருக்கு டிராக்டர்கள் கிடைத்தன. தான் வாங்கிய கார்களை அவர் நல்ல லாபத்திற்கு விற்றார். டிராக்டர்களைக் கப்பல்களில் ரஷ்யாவிற்கு அனுப்பி வைத்தார். ரஷ்யர்கள் அவற்றைக் கொண்டு உணவுப் பயிர்களைப் பயிரிடத் துவங்கினர். பதிலுக்கு, முப்பத்தெட்டு முக்கிய வர்த்தகச் சலுகைகளை ஹம்மர் பெற்றார். ஒவ்வொன்றும் பல லட்சம் டாலர்கள் மதிப்பு வாய்ந்தவை. அவர் பெரும் கோடிகளுக்கு அதிபதியாகிக் கொண்டிருந்தார்.

மீண்டும் விதி அவர் வாழ்க்கையில் விளையாடியது. ஸ்டாலின் ரஷ்யத் தலைவரானார். ஹம்மருக்குக் கொடுக்கப்பட்டு வந்த அத்தனைச் சலுகைகளும் ரத்து செய்யப்பட்டன. இருபத்து நான்கு மணிநேரத்திற்குள் ரஷ்யாவைவிட்டு வெளியேற வேண்டும் என்று அவருக்குக் கெடு விதிக்கப்பட்டது. நாட்டைவிட்டு வெளியேறுவதற்கு முன் ஹம்மர் ஸ்டாலினிடம் இறுதிக் கோரிக்கை ஒன்றை முன்வைத்தார். ரஷ்யாவின் பல பகுதிகளிலிருந்து தான் சேகரித்து வைத்திருந்த முந்தைய ரஷ்யப் பேரரசர் காலத்து ஓவியங்களைத் தன்னுடன் எடுத்துச் செல்ல அவர் அனுமதி கேட்டார். ஸ்டாலினும் கம்யூனிஸ்டுகளும் அந்த ஓவியங்களை வெறுத்ததால், அவரது கோரிக்கை ஏற்றுக் கொள்ளப்பட்டது.

அமெரிக்காவில் பெரும் பணவீழ்ச்சி ஏற்பட்டிருந்த காலத்தில் ஹம்மர் தன் ஓவியங்களுடன் நியூயார்க்கிற்கு வந்து சேர்ந்தார். மாநகரக் கலை அருங்காட்சியகத்திற்கு அவற்றை எடுத்துச் சென்றார். ஆனால் அவ்வளவு பணம் கொடுத்து அவர்களால் அவற்றை வாங்க முடியவில்லை. எனவே, ஓர் ஓவியக் கண்காட்சியை ஏற்பாடு செய்து தர முடியுமா என்று அவர் அவர்களிடம் கேட்டார். நுழைவுக் கட்டணம் ஐம்பது சென்ட்டுகள். வரும் பணத்தில் ஹம்மருக்கு ஐம்பது சதவீதம், அருங்காட்சியகத்திற்கு ஐம்பது சதவீதம் என்று ஒத்துக் கொள்ளப்பட்டது. அர்மன்டின் சகோதரர் விக்டர், "இது பணவீழ்ச்சிக் காலம். யாரால் ஓர் ஓவியக் கண்காட்சிக்குக் காசு கொடுத்து வர முடியும்?" என்று கேட்டார். அதற்கு ஹம்மர், "பொருளாதாரம் எவ்வளவு மோசமாக இருந்தாலும் சரி, மக்களிடம் எப்போதும் சிறிதளவு பணம் இருக்கும், குறிப்பாகக் கேளிக்கை நிகழ்ச்சிகளுக்குச் செலவு செய்வதற்கு," என்று கூறினார்.

அந்த நிகழ்ச்சி பெரும் வெற்றி பெற்றது. லட்சக்கணக்கான மக்கள் அதில் கலந்து கொண்டனர். ஸ்டாலினால் பொருளாதாரரீதியாக நலிவடைந்திருந்த ஹம்மர் ஒருசில வாரங்களில் மீண்டும் கோடீஸ்வரர் ஆனார். நல்ல நேரமோ கெட்ட நேரமோ, யோசனைகள் இருந்தால் ஒருவரால் கோடீஸ்வரர் ஆக முடியும். "இப்போது உண்மையாகக்கூடிய, பல கோடி ரூபாய் பெறுமானமுள்ள ஒரு யோசனை என்னிடம் உள்ளது," என்று ஒரு மாதம்வரை தினமும் இரவு சுயபிரகடனம் செய்யுங்கள். இந்த நேர்மறையான சுயபிரகடனம் உங்கள் ஆழ்மனத்தை இக்கணத்தில் சரியான நடவடிக்கை எடுக்கத் தூண்டும்.

ஒரு செழிப்பான மனப்போக்கு எப்போதும் வெற்றி பெறும்

டாக்டர் அர்மன்ட் ஹம்மர் எப்போதும் ஒரு நேர்மறையான, செழிப்பான மனப்போக்கைக் கொண்டிருந்தார். செழிப்படைவதிலிருந்து எதுவும்

அவரைத் தடுத்து நிறுத்த முடியாது என்ற நிலை இருந்தது. அவரது செழிப்பு, பிற மக்கள், உலக நிகழ்வுகள், அல்லது அதிர்ஷ்டம் ஆகியவற்றிலிருந்து வரவும் இல்லை, அவர் அவற்றைச் சார்ந்திருக்கவும் இல்லை. அவரது செழிப்பு முழுக்க முழுக்க அவருக்குள் இருந்து வந்தது. அது அவரது மனப்போக்கிலிருந்து வந்தது. தோல்வியையும் ஊக்க இழப்பையும் அவர் ஏற்றுக் கொள்ள மறுத்தார்.

எண்ணற்ற முறைகள் ஹம்மருக்கு மோசமான சூழ்நிலைகள் ஏற்பட்டிருந்தன. மற்றவர்கள் தங்கள் பிரச்சனைகள்மீது கவனத்தைக் குவித்திருப்பர். ஹம்மர் தீர்வுகளின்மீது கவனம் செலுத்தினார். தன்னால் மீண்டும் செழிப்புற முடியும் என்பதை அவர் அறிந்திருந்தார். சரியான யோசனைகளைச் செயல்படுத்த வேண்டும், அவ்வளவுதான். அவரிடம் எப்போதுமே செழிப்புக் குறித்த எண்ணங்களே இருந்ததால், அவர் ஒரு செழிப்பான வாழ்க்கையை வாழ்ந்தார். தொண்ணூற்று மூன்று வயதுவரை அவர் வாழ்ந்தார். அவர் ஒரு மருத்துவராகவும், தொழிலதிபராகவும், ஓவியம் சேகரிப்பவராகவும், தயாள குணம் கொண்டவராகவும், உலக சேவகராகவும் வாழ்ந்தார். அவரது சுயசரிதையைப் படிக்குமாறு நாங்கள் உங்களுக்குப் பரிந்துரைக்கிறோம்.

நிலை 3

கடினமான காலகட்டத்தின்மீது நம்பிக்கை வைக்காதீர்கள்

பொருளாதாரத்தைப் பற்றியத் தங்கள் நம்பிக்கைகளில் மக்கள் சிக்கித் தவிக்கின்றனர். பொருளாதார ஏற்ற இறக்கங்களைப் பற்றி நாம் கவலைப்பட்டால், அவை குறித்த நம் மனப்போக்கே நமக்குப் பொருளாதாரரீதியான பிரச்சனைகளை ஏற்படுத்திவிடும்.

விஷயங்கள் எவ்வளவு கடினமாக ஆனாலும் சரி, அவை உங்களை இடிந்து போகச் செய்ய நீங்கள்

அவற்றை அனுமதிக்கக்கூடாது. நல்ல காலம் வரும் என்று எதிர்பார்ப்பதற்கான மனப்போக்கை நீங்கள் வளர்த்துக் கொள்ள வேண்டும். அதன் மூலமாக நல்ல காலத்தை நீங்களே உருவாக்கிக் கொள்ளலாம். செழிப்புக் குறித்த மனப்போக்கை கொண்டிருந்தால், விரைவில் நீங்கள் செழிப்புறுவீர்கள். நாட்டின் பொருளாதார நிலைமை எப்படி இருந்தாலும் சரி, அந்தச் சூழ்நிலையில் இருந்து நாம் மீண்டு வந்து செழிப்படைய நம் மனமும் கற்பனையும் நமக்கு உதவும்.

நலிந்த காலங்களில் செலவுகளைச் சற்று சுருக்கிக் கொள்வது என்பது வியாபாரத்தில் வழக்கமாகக் கடைபிடிக்கப்படும் ஒரு செயல்முறை. ஆனால் அதிக வெற்றிகரமாக விளங்கும் தொழில்களில் அப்படி நடைபெறுவதில்லை. பணவீழ்ச்சியின்போது, மற்றவர்கள் அனைவரும் பின்வாங்கிக் கொண்டிருந்த நேரத்தில் பில் மேரியாட் தன் சங்கிலித் தொடர் ஹோட்டல்களை விரிவுபடுத்தினார். அந்தக் காலகட்டத்தில்தான் அவர் தன் நிறுவனத்தை இருமடங்காக்கினார். பிற அனைத்து நிறுவனங்களும் மக்களை வேலையைவிட்டு நீக்கிக் கொண்டிருந்தபோது, அதிகத் திறமை கொண்ட, வேலையை மகிழ்ச்சியோடு ஒப்புக் கொண்டவர்களைக் குறைந்த சம்பளத்தில் அவர் வேலைக்கு எடுத்தார்.

ஒரு பணவீழ்ச்சிக் காலத்தில்தான் டெல்டா விமான நிறுவனம் தன் விமானங்களின் எண்ணிக்கையை இருமடங்காக்கியது. அவர்கள் தங்கள் ஊழியர்களிடம், "உங்கள் அனைவரையும் நாங்கள் தொடர்ந்து வேலையில் வைத்திருக்கப் போகிறோம்," என்று கூறினர். இதனால் அகமகிழ்ந்த ஊழியர்கள், அந்நிறுவனம் வாங்கிய புதிய விமானங்களின் கடனை அடைக்க உதவினர்.

எனவே, கடினமான நேரங்கள் என்பதெல்லாம் ஒரு மனநிலைதான். உங்கள் மனநிலையை மாற்றினால், உங்கள் வாழ்வின் தரத்தை உங்களால் மாற்ற முடியும், பொருளாதார நிலைமை எப்படி இருந்தாலும் சரி.

நிலை 4

செழிப்பு உங்களைக் கண்டுபிடிக்க அனுமதியுங்கள்

நம்மில் பலர், செய்த வேலையையே திரும்பத் திரும்பச் செய்து கொண்டு அதிலேயே மூழ்கிக் கிடப்பதால், நமக்காகக் காத்துக் கொண்டிருக்கும் லட்சங்களை நம்மால் அடையாளம் கண்டு கொள்ள முடியாமல் போய்விடுகிறது. நாம் செழிப்படைய வேண்டும் என்றால், ஒரே மாதிரி சிந்திக்கும் போக்கில் நாம் மாட்டிக் கொள்ளாமல் இருப்பது முக்கியம்.

எங்கள் விஷயத்தைப் பொறுத்தவரை, மாட்டிக் கொள்வது என்பது, நாங்கள் வெறும் பேச்சாளர்கள், எழுத்தாளர்கள் என்று மட்டும் சிந்திப்பது என்று அர்த்தம். பணம் பண்ணுவதற்கான வாய்ப்பு வேறு வடிவத்தில் எங்களுக்குத் திடீரென்று வரும்போது, நாங்கள் பேச்சாளர்கள், எழுத்தாளர்கள் என்ற சிந்தனைக்குள்ளேயே மாட்டிக் கிடந்தால், அந்த வாய்ப்பை நாங்கள் நழுவ விட்டுவிடுவோம். எனவே எங்கள் பரிந்துரை இதுதான்: செழிப்படைவதும், செழிப்பாகவே இருப்பதும்தான் உங்கள் வேலை என்று சிந்திக்கத் துவங்குங்கள். அந்த இலக்கை நோக்கி உங்களைக் கூட்டிச் செல்லும் விஷயங்களில் மட்டுமே நீங்கள் கவனம் செலுத்த வேண்டும். செழிப்பிற்கு நாம் திறந்த மனத்துடன் இருந்தால், வாய்ப்புகள் நம்மிடம் வந்து குவியும்.

நம்மில் பலர், செய்த வேலையையே
திரும்பத் திரும்பச் செய்து கொண்டு
அதிலேயே மூழ்கிக் கிடப்பதால்,
நமக்காகக் காத்துக் கொண்டிருக்கும்
லட்சங்களை நம்மால் அடையாளம் கண்டு
கொள்ள முடியாமல் போய்விடுகிறது.

நிலை 5

என் செழிப்பு மற்ற அனைவருக்கும் சிறப்பு சேர்க்கிறது

செல்வச்செழிப்புடன் வாழ்வதற்குச் சிலர் பயப்படுகின்றனர். ஏனெனில், வேறு யாரோ ஒருவருடைய செழிப்பைத் தாங்கள் சுரண்டுவதாக அவர்கள் நினைக்கின்றனர். செல்வம் குறைவாகவே உள்ளது, நான் அதிகமாக எடுத்துக் கொண்டால், வேறொருவர் குறைவாக எடுத்துக் கொள்ள நேரிடும் என்று அவர்கள் நினைக்கின்றனர். கணினிகள் அறிமுகப்படுத்தப்பட்டபோது, தங்கள் வேலை போய்விடும் என்று மக்கள் பயந்தனர். ஆனால் யதார்த்தத்தில், கணினியால் நவீனமான, சிந்தனைப் பூர்வமான அதிக வேலை வாய்ப்புகள் உருவாகின. இது உண்மை. ஏனெனில், பிரபஞ்சம் அபரிமிதமானது.

ஆனால் குழந்தைகளாக இருந்தபோது, நம்மில் பலர் இத்தகைய சிந்தனைகளுடன் வளர்க்கப்படவில்லை. நம்மிடம் நல்லதாக ஏதாவது இருந்தால், நிச்சயமாக மோசமாக ஏதாவது நிகழும் என்று நாம் நினைத்தோம். பிரபஞ்சத்தில் ஒன்றையொன்று ஈடு செய்யும் சமநிலை உள்ளது என்று நாம் நினைத்தோம்.

இது முட்டாள்தனம் என்று பக்மின்ஸ்டர் ஃபுல்லர் எங்களுக்குக் கற்றுக் கொடுத்தார். இப்புவியில் இனி பிறக்கவிருக்கும் குழந்தைகளுக்கும் சேர்த்து, இதிலுள்ள கோடிக்கணக்கான நபர்களும் இக்கணமே கோடீஸ்வரர்களாக ஆவதற்குத் தேவையான செழிப்பும் பணமும் இப்பிரபஞ்சத்தில் இருப்பதாக அவர் விளக்கினார்.

பெரிதாகச் சிந்தியுங்கள். உங்கள் மனத்தை விசாலப்படுத்துங்கள். தொலைக்காட்சி முதன்முதலில் அறிமுகப்படுத்தப்பட்டபோது, திரைப்படத் துறையினர் கூச்சலிட்டனர். தொலைக்காட்சி மிகவும் சொற்பமான விலையில் விற்கப்படவுள்ளது போலவும், யாருமே திரையரங்கிற்குச் செல்ல மாட்டார்கள் என்பது

போலவும் இருந்தது அவர்கள் நடந்து கொண்ட விதம். திரைப்படம் எடுப்பது என்பது அழியும் ஒரு கலையாக ஆகிவிடும் என்று அவர்கள் நினைத்தனர். ஆனால் அவ்வாறு நிகழ்ந்ததா? நிச்சயமாக இல்லை! திரைப்படத் தயாரிப்பாளர்கள் தங்கள் திரைப்படங்களைத் தொலைக்காட்சிக்கு விற்கத் துவங்கினர். திரையரங்க உரிமையாளர்கள் தரமான திரைப்படங்களைத் திரையிடத் துவங்கினர். அதிகமான திரையரங்குகள் உருவாகின. அனைவரும் அதிகச் செழிப்படைந்தனர்.

பிறகு விசிஆர்கள் வந்தன. மீண்டும் திரைப்படத் துறையினர் கூச்சலிட்டனர். யார் இனி திரைப்பட அரங்குகளுக்குப் போவார்கள்? யார் இனி தொலைக்காட்சி பார்ப்பார்கள்? எல்லோரும் தங்கள் விசிஆரில் திரைப்படம் பார்ப்பார்கள் என்று அவர்கள் நினைத்தனர்.

அவ்வாறு நிகழ்ந்ததா? இல்லை. திரைப்படத் தயாரிப்பாளர்கள் வீடியோ கடைகளின் மூலம் வீடியோ உரிமையாளர்களுக்குத் தங்கள் திரைப்படங்களை விற்றனர். 1986ம் ஆண்டின் துவக்கத்தில், வீடியோவிற்கான சந்தை திரைப்பட அரங்குகளின் சந்தையைவிட அதிகமாகியது. ஆனாலும் லட்சக்கணக்கான மக்கள் இன்றும் திரைப்பட அரங்கங்களில் அணிவகுத்து நிற்கத்தான் செய்கின்றனர். அனைவருக்கும் அதிகமாகவே கிடைத்தது. ஒவ்வொரு துறையிலும் ஒவ்வொரு நபரும் செழிப்படைந்தபோது, அத்துறையும் வளர்ந்தது, அதிகமானோருக்கு வேலை வாய்ப்புக் கிடைத்தது, அனைவரும் அதிகமான பணத்தை ஈட்டினர்.

ஒரு நல்ல பரிவர்த்தனை எல்லோருக்கும் ஒரு நல்ல பரிவர்த்தனையாகவே அமையும் என்பதுதான் இதன் பின்னணியில் உள்ள கோட்பாடு. இது உங்களுக்கு மட்டுமே நன்மை தரும் ஒரு பரிவர்த்தனையாக இருந்தால், இது நல்ல பரிவர்த்தனை அல்ல. அனைவருக்கும் வெற்றி என்ற கொள்கையே நல்ல பரிவர்த்தனையாகும்.

நிலை 6

தேக்க நிலையிலிருந்து மீண்டெழுந்து வாருங்கள்

"தேக்கம்" நம் எல்லோருக்கும் எப்போதாவது நிகழும் ஒன்றுதான். நமக்கு ஒரு பிரச்சனை என்று வரும்போது நாம் அதிலேயே தேங்கி நின்றுவிடுகிறோம். நாம் நம் பிரச்சனையைத் தாண்டிச் செல்ல முயற்சிக்கிறோம், ஆனால் நம்மால் அது முடிவதில்லை. அதே சமயம், நாம் ஒரு பிரச்சனையைத் தாண்டிச் செல்லாவிட்டால், மேலும் அதிகமான பிரச்சனைதான் நம்மை வந்தடைகிறது என்பதை நாம் முன்பே பார்த்துள்ளோம்.

தினமும் காலையில் உடல் ஆரோக்கியத்திற்காக ஓடுபவர்களால் என்றேனும் ஒருநாள் ஓட முடிவதில்லை. நெடுந்தூர ஓட்டத்தில் ஈடுபடும் வீரர்கள் ஒரு முட்டுக்கட்டையை எதிர்கொள்ள நேரிடுகிறது. எழுத்தாளர்களுக்கு அவர்களது சிந்தனையில் தடை ஏற்படுகிறது. விற்பனையாளர்களால் எதிர்பார்த்தபடி விற்க முடிவதில்லை. முதலீட்டாளர்களுக்குப் பங்குச் சந்தையில் பிரச்சனை. ஒரு சமயம் இல்லாவிட்டால் மற்றொரு சமயம் இது நம் அனைவருக்கும் நிகழத்தான் செய்கிறது.

இதில் முக்கியமான விஷயம் என்னவென்றால், அதிலேயே நாம் தேங்கி நின்றுவிடாமல் இருப்பதுதான். அது உங்களைத் தன் பிடியில் வைத்துக் கொள்ள நீங்கள் அனுமதிக்கக்கூடாது. தினமும் உடற்பயிற்சிக்காக ஓடுபவர்களைப் பொறுத்தவரை, தங்களுக்குப் பிடித்திருக்கிறதோ இல்லையோ, படுக்கையைவிட்டு எழுந்து தங்கள் காலணிகளை மாட்டிக் கொண்டு வலுக்கட்டாயமாக ஓட வேண்டியதுதான் அவர்கள் செய்ய வேண்டியது. இப்படிப்பட்டவர்கள், ஓடி முடித்தப் பிறகு தாங்கள் மிகவும் அற்புதமாக உணர்வதாகத் தெரிவிக்கின்றனர்.

நெடுந்தூர ஓட்டத்தில் ஈடுபடுவோர் அதைத் தங்கள் இதயபூர்வமாகச் செய்கின்றனர். அவர்களது உடல் 'வேண்டாம்' என்று கூறினாலும், அவர்களுடைய இதயம் 'வேண்டும்' என்று கூறுகிறது. அவர்கள் தங்கள் உடலின் கூக்குரலுக்குச் செவிமடுக்காமல் இருந்துவிட்டால், அவர்களுடைய உள ஆற்றல் அதிகரிக்கிறது. எழுத்தாளர்கள் மீண்டும் எழுதத் துவங்குவதன் மூலம் தங்கள் தேக்க நிலையிலிருந்து விடுபடுகின்றனர். அவர்கள் உட்கார்ந்து ஏதேனும் சுலபமான ஒன்றை எழுதுகின்றனர். எழுதி முடித்ததும் அவர்களுடைய தடை நீங்கிவிடுகிறது.

விற்பனையாளர்கள் மீண்டும் இன்னொரு நபரை அணுக வேண்டும். அந்த நபர் நேர்மறையான விதத்தில் பதிலளிக்கும்போது, இவர்களுடைய தன்னம்பிக்கையும் சுயமதிப்பும் பெருமளவு உயர்கின்றன. பிறகு இவர்கள் சுலபமாகப் பிற மக்களை அணுகத் துவங்குகின்றனர்.

பங்குச் சந்தையில் முதலீடு செய்பவர்கள் மீண்டும் சிறிதளவு பணம் தங்களிடம் வருவதை அறியும்போது, அவர்களுக்குச் சற்றுத் தெம்பு ஏற்படுகிறது. அந்தப் பணம் அவர்களுக்கு நம்பிக்கையையும் துணிச்சலையும் கொடுத்து, தொடர்ந்து செயலில் இறங்க அவர்களை ஊக்குவிக்கிறது.

நீங்கள் தற்போது எங்கு தேக்கமடைந்து இருந்தாலும் சரி, இதற்கான விடை ஒன்றுதான்: நடவடிக்கை எடுக்க வேண்டும் என்பதுதான் அது! உங்களுக்கு எதைச் செய்ய விருப்பமில்லையோ, அதை முதலில் செய்யுங்கள்.

நீங்கள் தேக்கமடைந்து இருக்கும்போது, உங்கள் கண்களை மூடிக் கொண்டு, உங்களுக்குள் இருக்கும் 'உள்ளார்ந்த அறிவு' உங்களுக்கான விடையைக் கொடுப்பதற்குப் பொறுமையாகக் காத்திருங்கள். விடை கிடைக்கும் என்று நம்புங்கள், தன்னம்பிக்கையுடன் இருங்கள். உடனடியாகவோ அல்லது சற்றுத் தாமதமாகவோ பதில் நிச்சயமாக உங்களை வந்தடையும்.

நிலை 7

என்ன ஆனாலும் சரி, ஒருபோதும் பின்வாங்காதீர்கள்

விடாமுயற்சி வெற்றியைக் கொடுக்கிறது என்பதைக் காலங்காலமாக எல்லா ஊர்களிலும் சொல்லப்பட்டு வரும் ஆமை மற்றும் முயலின் கதையில் இருந்து நாம் கற்றுள்ளோம். செழிப்பு உங்களை வந்தடைவதற்கு, சில சமயம் சிறிது தாமதம் ஆகக்கூடும், ஆனால் அது நிச்சயமாக வந்தே தீரும்.

ஃபீனிக்ஸ் நகரைச் சேர்ந்த ஊக்குவிப்புப் பேச்சாளர் ஜோயல் வெல்டன் ஒரு கதையின் மூலம் இதை எங்களுக்குக் கற்றுக் கொடுத்தார். ஒரு சீன விவசாயி மூங்கில் விதைகளைத் தன் நிலத்தில் விதைத்துவிட்டுக் காத்திருந்தார். முதல் வருடத்தில் நிலத்திற்குள்ளிருந்து எதுவும் வரவில்லை. இரண்டாவது வருடமும் எதுவும் வரவில்லை. மூன்றாவது மற்றும் நான்காவது வருடங்களும் இதே கதைதான். ஆனால் ஐந்தாவது வருடத்தில், நிலத்திற்கு அடியில் லட்சக்கணக்கான மைல்கள் நீளத்திற்கு வேர்கள் விரிந்து படர்ந்திருந்தன. இறுதியில், பூமிக்கு அடியிலிருந்து மூங்கில் வெளிவந்தபோது, ஒரு நாளைக்கு ஒன்றரையடி உயரம் வளர்ந்தது. ஆறே வாரங்களில், அறுபதடி உயரத்திற்கும் மேலாக வளர்ந்தது. இந்த விவசாயி மூங்கிலை அறுவடை செய்து பெரும் செல்வந்தரானார்.

காத்திருப்பவர்களுக்கே எல்லாம் வந்து சேரும் என்று சீனத் தத்துவ மேதை கன்பூசியஸ் காலப் பழமொழி கூறுகிறது. ஆனால் அதில் நாங்கள் இன்னும் ஒன்றையும் சேர்த்துக் கொள்ள விரும்புகிறோம்: விதைகளை விதைக்க மறந்துவிடாதீர்கள்! தங்கள் கப்பல் வரும் என்று காத்திருக்கும் மக்கள், பேருந்து நிலையத்தில் காத்துக் கொண்டிருப்பதுதான் பிரச்சனையே!

நிலை 8

அதிகமாக வாக்குறுதி அளியுங்கள், அதற்கும் அதிகமாகச் செய்யுங்கள்

நாம் செழிப்புற வேண்டுமென்றால் பிறர் உதவி நமக்குக் கட்டாயம் தேவை. அவர்கள் நம்முடைய பொருட்களையும், நமது சேவைகளையும் வாங்க வேண்டும். ஆனால் யதார்த்த உலகில், மற்றவர்களும் இதே பொருட்களையும் சேவைகளையும் விற்றுக் கொண்டிருக்கக்கூடும். அப்படிப்பட்ட ஒரு சூழலில் நாம் எவ்வாறு வெற்றி பெறுவது? நம்முடைய போட்டியாளர்களைச் சமாளித்து, எவ்வாறு அதிக செல்வத்தையும் வெற்றியையும் அடைவது? இதற்கான விடை எளிது: அதிகமாக வாக்குறுதி வழங்கி, அதற்கும் அதிகமாக உங்கள் சேவையை வழங்குங்கள்.

சிறிய விஷயங்கள்தான் பெரும் வித்தியாசத்தை ஏற்படுத்துகின்றன. ஒரு நல்ல ஹோட்டலில், தங்குவதற்குப் படுக்கையுடன்கூடிய ஒரு சுத்தமான அறையைக் கொடுக்கின்றனர். ஒரு பெரிய ஹோட்டலில், இஸ்திரியிடப்பட்டப் படுக்கை உறைகள், இரவில் தலையணைமீது ஒரு சாக்லேட், மற்றும் காலையில் ஒரு காப்பியும் செய்தித்தாளும் கொடுக்கின்றனர்.

இவ்வுலகில் பல்வேறு வகையான பொருட்களை மக்கள் விற்றுக் கொண்டிருக்கின்றனர். இதில் யார் அதிகமாக விற்பனை செய்கிறார்கள் என்று பார்த்தால், தங்கள் வாடிக்கையாளர்களின் வாழ்க்கைத் துணைவர்கள் மற்றும் குழந்தைகளின் பெயர்களை நினைவில் வைத்துக் கொள்பவர்களும், பிறரைவிடக் கூடுதல் அனுகூலங்களைக் கொடுப்பவர்களும்தான்.

நீங்கள் வெற்றி பெற வேண்டும் என்றால் மக்களுக்குத் தேவையானவற்றை நீங்கள் கொடுக்க வேண்டும். நீங்கள் செழிப்புற வேண்டுமென்றால், அதிக அளவில் நீங்கள் கொடுக்க வேண்டும்.

நிலை 9

சரியான தொழிலில் இறங்குங்கள்

நீங்கள் ஒருவரை முதன்முதலில் சந்திக்கும்போது, அவர்கள் உங்களிடம் கேட்கும் முதல் கேள்வி, "நீங்கள் என்ன வேலை செய்து கொண்டிருக்கிறீர்கள்?" என்பதாக இருப்பதற்கான வாய்ப்புகள் அதிகம். காரணம் என்னவென்றால், நம் வாழ்நாளின் பெரும்பகுதியை நாம் செய்யும் தொழிலுக்குத்தான் நாம் அர்ப்பணிக்கிறோம். அது நம் சுயமதிப்போடு சம்பந்தப்பட்ட விஷயம். நாம் என்ன வேலை செய்கிறோமோ அதைக் கொண்டுதான் நாம் யார் என்பதை மக்கள் தீர்மானிக்கின்றனர். நாம் என்ன வேலை செய்கிறோம் என்பதை அவர்கள் தெரிந்து கொண்டவுடன், நம்மைப் பற்றி அனைத்தும் தங்களுக்குத் தெரிந்துவிட்டதாகவும், நம் பிடி அவர்கள் கையில் இருப்பது போலவும் அவர்கள் உணர்கின்றனர்.

வேறு வழியின்றித் திருப்தியற்ற வேலையைச் செய்து கொண்டிருக்கும், தங்கள் வேலையில் மகிழ்ச்சியைக் காண ஒருபோதும் திட்டமிட்டிருக்காத ஏராளமான மக்களுக்காக நாங்கள் வருந்துகிறோம். நாம் செய்யும் வேலைதான் நாம் என்பது உண்மையானால், அது குறித்து நாம் அதிகமாகச் சிந்திக்க வேண்டியது அவசியம்.

நீங்கள் என்ன செய்ய விரும்புகிறீர்களோ அதைத்தான் நீங்கள் உங்கள் இதயபூர்வமாகச் செய்து கொண்டிருக்கிறீர்கள் என்று நாங்கள் உண்மையிலேயே நம்ப விரும்புகிறோம். அப்படியில்லை என்றால், உங்கள் மனத்தைக் குடைந்து, "நான் எந்த விதத்தில் பங்காற்ற விரும்புகிறேன்?" என்று உங்களை நீங்களே கேளுங்கள். அந்தக் கேள்விக்கான விடையைக் கண்டுபிடிப்பது உங்களுக்குச் சிரமமாக இருந்தால், நீங்கள் எந்தத் துறையில் சிறப்பாகச் செயல்படுகிறீர்கள் என்று பாருங்கள். எதை நீங்கள் மட்டும் சிறப்பாகச் செய்கிறீர்கள் என்று சிந்தியுங்கள். வாழ்க்கை

நடத்துவதற்கு ஒரு வேலை தேடுவதற்கு முன்பு அதைச் செய்தீர்களா? அல்லது ஒருமுறை மட்டும் அதைச் செய்து பார்த்துவிட்டுப் பிறகு அதிலிருந்து விலகிவிட்டீர்களா? அல்லது, வாழ்க்கை நடத்துவதில் மும்முரமாக இருந்ததில், நீங்கள் சிறப்பாகச் செய்யக்கூடிய அந்த வேலையை நீங்கள் இதுவரை முயற்சிக்கவே இல்லையா? அப்படியென்றால், அந்த வேலையைத்தான் நீங்கள் முழுநேரத் தொழிலாகச் செய்ய வேண்டும் என்பதற்கான சாத்தியக்கூறுகள் அதிகம். அதைச் செய்யப் போவதாகத் தீர்மானம் செய்து கொள்ளுங்கள். அதை எழுதிக் கொள்ளுங்கள், மனக்காட்சிப்படுத்துங்கள், சுயபிரகடனம் செய்யுங்கள். விரைவில் அதை நீங்கள் செய்து கொண்டிருப்பதைக் காண்பீர்கள்.

நாங்கள் இருவரும் மக்களிடையே பேசுவதில் அதிக மகிழ்ச்சி அடைகிறோம். அது எங்களுக்கு மிகவும் பிடித்துள்ளதால், இலவசமாக எங்களைப் பேச அழைத்தாலும் நாங்கள் அதையும் மகிழ்ச்சியாகவே செய்வோம். பேச்சுதான் எங்களுக்கு இயல்பாக வரும் சிறப்பு. அதைத்தான் நாங்கள் சிறப்பாகச் செய்கிறோம்.

நீங்கள் விரும்பும் வேலையைச் செய்வதற்கு உங்களுக்குக் காலதாமதம் ஆகிவிட்டதாக நினைக்கிறீர்களா? அப்படி நீங்கள் நினைத்தால் அது தவறு. வெகுமதியளிக்கும் ஒரு வேலைக்குக் காலதாமதம் என்பது ஒருபோதும் கிடையாது. மார்க்கின் தந்தை தன் பேக்கரி வியாபாரத்திலிருந்து ஓய்வு பெற்றபோது அவருக்கு வயது ஐம்பத்து மூன்று. ஆனால் அவரால் ஓய்வாக இருக்க முடியவில்லை. தான் சிறப்பாகச் செய்ததை மீண்டும் ஏதோ ஒரு விதத்தில் செய்ய வேண்டும் என்று அவர் விரும்பினார். எனவே, வயதானவர்களுக்குக் காரில் உணவு கொண்டு கொடுக்கும் வேலையை அவர் துவக்கினார்.

ஆனால் அவருடைய கண்ணில் பிரச்சனை இருந்ததால், பார்வைக் கோளாறைக் காரணமாக வைத்து அவருடைய ஓட்டுனர் உரிமம் பறிக்கப்பட்டது. ஆனால், அவர் தன் சைக்கிளில் உணவைக் கொண்டு

செல்லத் துவங்கினார். அவருக்கு வயதாகியிருந்தது உண்மைதான், ஆனால் வெகுமதியளிக்கும் வேலையைச் செய்வதற்கு அவருக்கு அவ்வளவு வயதாகவில்லை. நாம் உயிருடன் இருக்கும்வரை நமக்கு ஒருபோதும் வயதாவதில்லை. நாம் செய்யும் வேலையை நாம் நேசித்தால், இன்னும் அதிக காலம் நாம் உயிர் வாழ்வோம்.

நிலை 10

பணத்தை உருவாக்குவதற்கான ஐந்து விதிகள்

இந்த ஐந்து விதிகளையும் நீங்கள் செயல்படுத்தினால், உங்களால் தவறிழைக்கவே முடியாது!

1. பணத்தைச் சம்பாதியுங்கள்: *பணம் ஈட்டுவதுதான் இருப்பதிலேயே மிகவும் கடினமானது என்று பெரும்பாலான மக்கள் நினைக்கின்றனர். பணம் சம்பாதிப்பதற்கான உத்திகளை நாம் ஏற்கனவே பார்த்திருக்கிறோம். அதற்கான மற்றோர் உத்தி இது:*

   சாதகமாகப் பயன்படுத்துதல்: *மக்கள் இதை எப்போதும் வீடுமனை வாங்கல் விற்றல் தொழிலுடன் சம்பந்தப்படுத்திப் பார்க்கின்றனர். ஆனால் அது துரதிர்ஷ்டவசமானது. ஏனெனில், பல்வேறு பகுதிகளில் இதை நம்மால் பயன்படுத்த முடியும். நாம் சாதகமாகப் பயன்படுத்திக் கொள்ளக்கூடிய சில பகுதிகள் இவை:*

   i) பணம்: *இதிலுள்ள விதி 'அடுத்தவர்களின் பணத்தைப் பயன்படுத்திக் கொள்வது' என்பதாகும். இதை எவ்வாறு செய்வது என்பதற்கு ராபர்ட் ஆலனின் 'நத்திங் டவுன்' என்ற புத்தகம் உட்பட, பல புத்தகங்கள் வெளிவந்துள்ளன.*

ii) யோசனைகள்: யோசனைகளை உங்களுக்குச் சாதகமாகப் பயன்படுத்துங்கள். உங்களிடம் நல்ல யோசனைகள் இருந்தால், அவை பணத்தை ஈர்க்கும். அந்த யோசனைகளே உங்களுக்கு மகத்தான பல சாதனைகளைப் படைக்கும். இந்தப் புத்தகத்தின் முதல் ஒருசில பக்கங்களை மீண்டும் படித்து இதைத் தெள்ளத் தெளிவாகப் புரிந்து கொள்ளுங்கள்.

iii) நேரம்: கடந்த சுமார் நூறு ஆண்டுகளில், நாம் குதிரை வண்டியிலிருந்து ஜெட் விமானத்திற்கு மாறிவிட்டோம். வேகம் மிகமிக அதிகமாகவே அதிகரித்துள்ளது. நமது சொந்த நேரத்தை நாம் அதேபோல் பயன்படுத்தக் கற்றுக் கொண்டால், நமது விளைவுகளையும் வருமானத்தையும் நம்மால் பெருக்கிக் கொள்ள முடியும். செல்வத்தை உருவாக்குவதற்கான ஒரு வேலையைச் செய்வதற்கு ஆகும் நேரத்தை நீங்கள் குறைத்துக் கொண்டால், இன்னும் அதிகமான செல்வத்தை உருவாக்குவதற்கு அந்த நேரத்தை நீங்கள் பயன்படுத்திக் கொள்ளலாம்.

iv) மக்கள்: இந்த நூற்றாண்டில் மக்களை உங்களுக்குச் சாதகமாகப் பயன்படுத்திக் கொள்வதற்கான சிறந்த வழி, எங்களைப் பொறுத்தவரை, நெட்வொர்க் மார்க்கெட்டிங். உங்களின்கீழ் 100 பேர் இருப்பதாக வைத்துக் கொள்ளுங்கள். அவர்களுடைய மொத்த வருமானம் ஒரு லட்சம் டாலர்களாக இருந்தால், வெறும் ஐந்து சதவீதம் உங்களுக்குக் கிடைத்தாலே வருடத்திற்கு ஐம்பதாயிரம் டாலர்கள் உங்களுக்குக் கிடைக்கும். நெவாடாவைச் சேர்ந்த எங்கள் நண்பர் மார்க் யார்னெல்லின்கீழ் 50,000 மக்கள் வேலையில் இருக்கின்றனர். இதன் மூலம் வருடத்திற்கு அவருக்குக் கிடைக்கும் தொகை பதினைந்து லட்சம் டாலர்கள்.

இந்த உத்தியை நாங்கள் ஏற்கனவே கூறியிருக்கும் பிற உத்திகளுடன் சேர்த்துக் கொண்டு நீங்கள் பயன்படுத்தினால், பணத்தைச் சம்பாதிப்பது மிகவும் சுலபமான ஒன்றாக ஆகிவிடும்.

2. சேமியுங்கள்: நீங்கள் பணக்காரராக ஆக விரும்பினால், சேமிப்பு அவசியம். பொருளாதார வல்லுனர் ஜான் சாவேஜ், "சேமிப்பதற்கு முன் முதலீடு செய்பவர்கள் அறியாமைமிக்க முட்டாள்கள்," என்று கூறுகிறார்.

வருடத்திற்கு நாற்பதாயிரம் டாலர்கள் என்ற கணக்கில் நீங்கள் ஐம்பது வருடங்கள் வேலை பார்த்திருந்தால், நீங்கள் இருபது லட்சம் டாலர்களைச் சம்பாதித்திருப்பீர்கள். அதில் பத்து சதவீதத்தை நீங்கள் சேமித்திருந்தால், இரண்டு லட்சம் டாலர்களைச் சேமித்து இருப்பீர்கள். அதை ஒரு பரஸ்பர வைப்பு நிதியில் முதலீடு செய்தால், அது உங்களைப் பணக்காரராக்கி, பொருளாதாரச் சுதந்திரத்தை உங்களுக்குக் கொடுக்கும்.

3. சொத்து மதிப்பை அதிகரித்துக் கொள்ளுதல்: உங்கள் சொத்து மதிப்பை அதிகரித்துக் கொள்ளுங்கள்: நம் சொத்து மதிப்பை உயர்த்திக் கொள்ள ஏழு வழிகள் உள்ளன:

i) பணத்தை வங்கியில் சேமிப்பது

ii) ஆயுட்காப்பீட்டை வாங்குவது

iii) ஓவியங்கள், புராதனப் பொருட்கள் ஆகியவற்றில் முதலீடு செய்வது

iv) பங்குச் சந்தை மற்றும் பரஸ்பர வைப்பு நிதியில் முதலீடு செய்வது

v) தங்கம், வெள்ளி, மற்றும் வைரங்களில் முதலீடு செய்வது

vi) உங்கள் சொந்தத் தொழிலைத் துவங்குவது

vii) வீடு மனை வாங்கிப் போடுவது

இவை அனைத்தையும் ஒரே நேரத்தில் சாதிக்க முயற்சிக்காதீர்கள். அனைத்தையும் முயற்சித்தால் அதிகச் சுமையாகத் தோன்றும். மெல்ல மெல்ல ஒவ்வொன்றாக அவ்வப்போது செய்து வந்தால், அனைத்தையும் நீங்கள் சுலபமாகச் சாதிப்பீர்கள்.

4. தானம் கொடுத்தல்: பணம் உருவாக்குவதற்கான விதிகளில் தானம் ஏன் வருகிறது என்று சிலர் வியக்கக்கூடும். நாங்கள் அதை இங்கே கொடுத்துள்ளதற்குக் காரணம், இது ஓர் உலகளாவிய ஆன்மீகக் கோட்பாடு. நம் வருமானத்தில் 10 சதவீதத்தைக் கோவில்கள், சமய அறக்கட்டளைகள், அல்லது வேறு ஏதேனும் தொண்டு நிறுவனங்கள் ஆகியவற்றின் வாயிலாக நாம் கடவுளுக்குத் திருப்பிக் கொடுத்தால், பதிலுக்கு நாம் அபரிமிதமான செல்வத்தைப் பெறுவோம்.

5. கொடை வள்ளலாக இருத்தல்: "நாம் பயணம் செய்யும் சாலைகளையும், நீரிறைக்கும் கிணறுகளையும் வேறு யாரோ சில மக்கள் உருவாக்கியுள்ளனர். அதேபோல, அடுத்து வருபவர்களுக்காக நாமும் சாலைகளை அமைப்போம், கிணறுகளைத் தோண்டுவோம்," என்று டாம் உல்ஃப் கூறுகிறார். நாம் ஒவ்வொருவரும் சமூகத்தின் ஓர் உறுப்பினர். நாம் ஒரு குறிப்பிட்ட வாழ்க்கைத் தரத்தை நமக்காக அடைந்த பிறகு, சமூகத்திற்கு நாம் ஆற்ற வேண்டிய பங்கு ஒன்று உள்ளது. நமக்கு தாராளமாக வழங்கிய இந்த அமைப்பிற்கு நாம் திருப்பிக் கொடுத்தாக வேண்டும். நமது நேரம், சிந்தனை, பணம், திறமை, தலைமைத்துவம், அல்லது ஆற்றலை நம் சமூகத்திற்குக் கொடுக்கும்படி நம்மிடம் கேட்டுக் கொள்ளப்படும்போது, நம்மால் இயன்ற அளவு நாம் பங்காற்றியாக வேண்டும்.

தங்கள் சொந்த வாழ்க்கையைச் செவ்வனே ஸ்திரப்படுத்திக் கொண்ட மக்கள், அதேபோன்ற பிறருடன் சேர்ந்து, அனைவரின் கவனத்தையும் கவரும் வண்ணம் பெரிய அளவில் ஏதோ ஒன்றைச் செய்கின்றனர். மைக்கேல் ஜாக்சனும் லயோனெல் ரிட்சியும் சேர்ந்து எத்தியோப்பிய மக்களுக்கு ஏதாவது செய்ய வேண்டும் என்று நினைத்ததன் விளைவாகப் பிறந்ததுதான் 'வீ ஆர் த வேர்ல்டு' என்ற பாடல்.

வரலாற்றுப் புகழ்பெற்ற இந்தப் பாடலின் மூலம், போட்டிக்குப் பதிலாக ஒத்துழைப்பை அடிப்படையாகக் கொண்ட ஒரு புதிய வியாபார அமைப்பை இளைஞர்கள் பார்த்தனர். நாற்பத்து மூன்று முக்கியப் பிரபலங்கள் தங்கள் அகங்காரங்களையெல்லாம் மூட்டை கட்டி வைத்துவிட்டு, எந்தவிதமான ஊதியத்தையும் எதிர்பார்க்காமல், தங்கள் குரலை நன்கொடையாகக் கொடுத்து, இந்த உணர்ச்சிமிக்கப் பாடலையும் வீடியோவையும் பதிவு செய்துள்ளனர். இதில் பங்கு கொண்ட அனைவருக்கும் இது நல்ல உணர்வைக் கொடுத்தது. இதன் மூலம் நான்கு கோடி டாலர்களுக்கு மேல் வசூலானது.

இதன் வெற்றியைத் தொடர்ந்து, இதே போன்ற இன்னும் பல கொடை நிகழ்ச்சிகள் நடத்தப்பட்டன. லண்டன் மற்றும் ஃபிலடெல்பியா நகரங்களில் ஒரே நேரத்தில் நடைபெற்ற இந்த இசை நிகழ்ச்சிகளுக்குப் பத்து கோடி மக்கள் வருகை தந்தனர்.

நீங்கள் எந்த மாதிரியான ஈகை நிகழ்ச்சிகளில் கலந்து கொள்கிறீர்கள் என்பது நீங்கள் எப்படிப்பட்டவர் என்பதைச் சுட்டிக்காட்டும். அப்படியானால், தனிப்பட்ட முறையில் உங்களால் என்ன செய்ய முடியும் என்று நீங்கள் கேட்டுக் கொண்டிருப்பது எங்களுக்குத் தெரியும்.

அமெரிக்காவின் மாபெரும் தனியார் விமான நிறுவனமான எவர்கிரீன் ஏர்லைன்ஸின் நிறுவனரும் தலைவருமான டெல் சுமித்தின் கதையை எடுத்துக் கொள்ளுங்கள். ஓரேகான் மாநிலத்தின் மேக்மின்வில் நகரில், மார்க் விக்டர் ஹான்சன் டெல் சுமித்தைச் சந்திக்கச் சென்றிருந்தார். அவர்கள் இருவரும் தர்ம காரியங்களைப் பற்றிப் பேசிக் கொண்டிருந்தனர். திடீரென்று, குழந்தைகள் மற்றும் சுயதொழில் குறித்துப் பேச்சு திசை மாறியது. இளம் வயதிலேயே சுயதொழிலை ஆதரித்தவர் டெல். அது ஏன் என்பதைப் புரிந்து கொள்வதற்கு முதலில் நீங்கள் டெல்லைப் பற்றித் தெரிந்து கொள்ள வேண்டும்.

ஏழு வயதிலேயே அனாதையாகிவிட்ட அவரை அவரது பாட்டி எடுத்து வளர்த்தார். அவர் டெல்லிடம், "வேலை மற்றும் சந்தர்ப்பம் ஆகியவற்றை நான் பெரிதும் நம்புகிறேன்," என்று கூறினார். நெப்போலியன் ஹில்லின் 'திங்க் அன்ட் குரோ ரிச்' புத்தகத்தை அவர் டெல்லிற்குக் கொடுத்தார்.

டெல் அதன் மூலம் உத்வேகம் பெற்றார். ஏழு வயதிலேயே அவர் துணிச்சலாக ஒரு வங்கிக்குச் சென்று இரண்டரை டாலர்கள் பணம் கடனாகப் பெற்றார். பின்னர் வேறொரு வங்கிக்குச் சென்று இன்னும் இரண்டரை டாலர்கள் கடன் வாங்கினார். அதைக் கொண்டு புல்வெளியைச் சமன் செய்யும் லான் மோவரை அவர் வாங்கினார்.

பதினைந்து சென்ட்டுகளுக்கு அவர் வீடுவீடாகச் சென்று புல்வெளியைச் சீர்படுத்தினார். "சிலரது வீட்டுப் புல்வெளிகள் கோல்ஃப் மைதானத்தைப்போல் பெரிதாக இருந்தன," என்றார் அவர். 1941ம் ஆண்டு அவருக்குப் பதினோரு வயதாக இருந்தபோது நூறு டாலர்களைச் சேமித்திருந்தார். தன் சொந்த

முயற்சியில் தன் பாட்டிக்கு அவர் நூறு டாலர்கள் முன்பணம் கொடுத்து ஆயிரத்து இருநூறு டாலர்கள் விலையில் ஒரு வீட்டை வாங்கினார்.

அவர் கல்லூரிக்குச் சென்றபோது, வீட்டின்மீது கடன் வாங்கித் தனது பட்டப்படிப்பை முடிக்க அவரது பாட்டி அவரை அனுமதித்தார். பட்டம் பெற்றப் பிறகு அவர் விமானப் படையில் சேர்ந்தார். ஆனால் அவருக்குப் பார்வையில் கோளாறு இருந்ததால், விமானத்தை இயக்குவதற்கு அவருக்கு அனுமதி கிடைக்கவில்லை. எனவே அவர் தனக்குத் தானே, "அதனால் என்ன, நான் ஒரு தொழில்முனைவர். நான் விமானப் படையைவிட்டு வெளியேறியவுடன் போதுமான பணம் சம்பாதித்து, சொந்தமாக ஒரு ஹெலிகாப்டரை வாங்கப் போகிறேன்," என்று கூறிக் கொண்டார். டெல் கல்லூரியில் படித்துக் கொண்டிருந்த காலத்திலேயே ஹெலிகாப்டர் கண்டுபிடிக்கப்பட்டு இருந்தது. விமானத் துறையில் அது அதிகமாகப் பயன்படுத்தப்படும் என்று டெல் நிச்சயமாக உணர்ந்தார்.

தனது இருபத்தைந்தாவது வயதில் அவர் தனது முதல் ஹெலிகாப்டரை வாங்கினார். இப்போது அவர், இருபத்தாறு மாபெரும் பிரிவுகளை உள்ளடக்கியுள்ள ஒரு சர்வதேச நிறுவனத்தை நடத்தி வருகிறார்.

குழந்தைகளிடம் சுயதொழிலை ஊக்குவிப்பது குறித்து அவரும் மார்க்கும் பேசிக் கொண்டிருந்த போது, அவர் வருத்தத்துடன், "குழந்தைகளால் இன்று ஒரு காரியத்தைச் செய்ய முடியாமல் போய்விட்டது," என்று கூறினார். "அது என்ன?" என்று மார்க் கேட்டார்.

"எந்த வங்கியிலிருந்தும் அவர்களால் கடன் வாங்க முடியாது," என்று டெல் பதிலளித்தார்.

"அப்படியானால், நாம் குழந்தைகளுக்கான ஒரு வங்கியைத் தொடங்கலாம்," என்று கூறிவிட்டு மார்க் வேறொரு வேலையாக வெளியே சென்றார். அவர் திரும்பி வந்தபோது, டெல்லின் மூத்தத் துணைத் தலைவரான டானா நெல்சன், "உங்களுக்கு ஒரு நல்ல செய்தி. 'மார்க் விக்டர் ஹான்சன் சுயதொழில் வங்கி' என்ற பெயரில் ஒரு புதிய வங்கியை டெல் துவக்கியுள்ளார். இருபத்தைந்தாயிரம் டாலர்கள் பணத்தையும் அதற்கு அவர் தானமாகக் கொடுத்துள்ளார்," என்று மார்க்கிடம் கூறினார். எப்பேற்பட்ட ஒரு தர்ம காரியம்!

ஆனால், குழந்தைகளுக்குக் கடன் கொடுப்பது சட்டப்படி தவறு என்று காரணம் காட்டி அந்த வங்கி மூடப்பட்டது. தன் வழக்கறிஞர்களை அழைத்து, "இந்த வங்கியை இயங்கச் செய்வதற்கான வழியைக் கண்டுபிடியுங்கள்," என்று டெல் கூறினார். அவர்களும் ஒரு வழியைக் கண்டுபிடித்தனர். இப்போது அந்த வங்கி குழந்தைகளுக்குப் பணத்தைக் கடனாக வழங்குவதில்லை. மாறாக, அவர்களுக்கு அதை மானியத் தொகையாகக் கொடுத்தது.

அவ்வாறு மானியமாகக் கொடுத்தாலும், எதிர்காலச் சந்ததியினருக்கும் உதவுவதற்காக, குழந்தைகள் தாங்கள் பெற்ற உதவித் தொகையை வட்டியோடு திருப்பித் தர வேண்டும் என்று அவர்கள் எதிர்பார்த்தனர். அமெரிக்கா நெடுகிலுமுள்ள நூற்றுக்கணக்கான குழந்தைகள் அவ்வுதவியைப் பெற்றுப் பல்வேறு பணித்திட்டங்களில் ஈடுபட்டு, தங்களுக்குக் கிடைத்த உதவித் தொகையை நூறு சதவீதம் திருப்பித் தந்தனர். சுயதொழிலில் அவர்கள் பல மதிப்புவாய்ந்த படிப்பினைகளைக் கற்றுக் கொண்டிருக்கின்றனர்.

டாமியின் பம்பர் ஸ்டிக்கர்

ஹன்டிங்டன் பீச்சில் உள்ள எங்கள் தேவாலயத்தில் குழந்தைகளுக்கான சுயதொழில் நிதியைப் பற்றி நான் பேசியதைக் கேட்ட ஒரு சிறுவன் என்னிடம் வந்து, என் கைகளைக் குலுக்கிவிட்டு, "என் பெயர் டாமி டிகே. எனக்கு ஆறு வயதாகிறது. உங்கள் குழந்தைகள் நிதியிலிருந்து நான் கடன் வாங்க விரும்புகிறேன்," என்று கூறினான்.

நான் அவனிடம், "டாமி, குழந்தைகளுக்குக் கடன் கொடுப்பது என் இலக்குகளில் ஒன்று. ஆனால் இதுவரை எல்லாக் குழந்தைகளும் தங்கள் கடனைத் திருப்பிச் செலுத்திவிட்டனர். நீ என்ன செய்ய விரும்புகிறாய்?" என்று கேட்டேன்.

அதற்கு அவன், "எனக்கு நான்கு வயதாக இருந்தபோதிலிருந்தே, இவ்வுலகத்தில் அமைதியை என்னால் உருவாக்க முடியும் என்று நான் கனவு கண்டு வந்துள்ளேன். 'தயவு செய்து அமைதியைக் கொண்டு வாருங்கள்! குழந்தைகளான எங்களுக்காக அதைச் செய்யுங்கள்' என்று கூறும் பம்பர் ஸ்டிக்கர்களை நான் உருவாக்க விரும்புகிறேன்," என்று கூறினான்.

"நிச்சயமாக என்னால் அதற்கு உதவ முடியும்," என்று நான் கூறினேன். ஆயிரம் ஸ்டிக்கர்களைத் தயாரிப்பதற்கு அவனுக்கு 454 டாலர்கள் தேவைப்பட்டது. அந்த பம்பர் ஸ்டிக்கர்களை அச்சிட்ட அச்சகத்திற்கு 'மார்க் விக்டர் ஹான்சன் குழந்தைகள் சுயதொழில் நிதி' அமைப்பு அந்தத் தொகைக்கு ஒரு காசோலையை அனுப்பியது.

டாமியின் தந்தை என்னிடம், "அவன் தன் கடனை அடைக்காவிட்டால், அவனுடைய சைக்கிளை நீங்கள் எடுத்துக் கொள்வீர்கள், அப்படித்தானே?" என்று கேட்டார்.

"இல்லை! ஒரு விஷயத்தை என்னால் உறுதியாகக் கூற முடியும். ஒவ்வொரு குழந்தையும் நேர்மை, ஒழுக்கம், நன்னெறி ஆகியவற்றுடன்தான் பிறக்கின்றது. உங்கள் மகன் தன் கடனைத் திருப்பிச் செலுத்துவான் என்ற

நம்பிக்கை எனக்கு இருக்கிறது," என்று கூறினேன். உங்களுக்கு ஒன்பது வயதைத் தாண்டிய ஒரு குழந்தை இருந்தால், இக்கொள்கையை முன்னதாகவே கற்றுக் கொள்வதற்காக ஏதேனும் ஒரு நேர்மையான, ஒழுக்கமான, நெறிமுறையுடன்கூடிய ஒரு வேலையைச் செய்து பணம் சம்பாதிக்க அவனை அனுமதியுங்கள்.

என் பேச்சு அடங்கிய ஒலிநாடாக்களை டாமிக்கு நாங்கள் கொடுத்தோம். அவை ஒவ்வொன்றையும் அவன் இருபத்தோரு முறை கேட்டு, அதிலிருந்து ஒரு முக்கியமான கருத்தைக் கற்றுக் கொண்டான். "மேலிடத்தில் இருந்து விற்பனையைத் துவங்குங்கள்," என்று அது கூறியது. டாமி தன் தந்தையை நச்சரித்து, முன்னாள் அமெரிக்க அதிபரான ரொனால்டு ரீகனின் வீட்டிற்குத் தன்னைக் கூட்டிச் செல்லுமாறு வற்புறுத்தினான். டாமி அவர் வீட்டு அழைப்பு மணியை அழுத்தியபோது, வாயிற்காப்பாளர் வெளியே வந்தார். அவரிடம் தன் பம்பர் ஸ்டிக்கரைப் பற்றி டாமி இரண்டு நிமிடங்கள் உற்சாகமாகப் பேசினான். அவர் டாமியிடம் ஒன்றரை டாலர்களைக் கொடுத்துவிட்டு, "உன் ஸ்டிக்கரில் ஒன்று எனக்கு வேண்டும். சிறிது நேரம் பொறு. நான் திரு. ரீகனைக் கூப்பிடுகிறேன்," என்று கூறினார்.

"நீ ஏன் அவரை வாங்கும்படிக் கூறினாய்?" என்று நான் டாமியிடம் கேட்டேன். "நான் பார்க்கும் ஒவ்வொருவரிடமும் வாங்கும்படிக் கேட்க வேண்டும் என்று நீங்கள்தானே உங்கள் ஒலிநாடாக்களில் பேசியிருந்தீர்கள்," என்று டாமி கூறினான். "ஆமாம், நான்தான் கூறினேன். நான்தான் குற்றவாளி," என்று நான் பதிலளித்தேன்.

அவன் ஒரு பம்பர் ஸ்டிக்கரை மிக்காயில் கார்பசேவிற்கு அதற்கான பில்லுடன் அனுப்பி வைத்தான். கார்பசேவ் அவனுக்கு ஒன்றரை டாலர்களை அனுப்பி வைத்து, "அமைதிக்காகப் போராடு," என்று எழுதி, "மிக்காயில் கார்பசேவ், ரஷ்ய அதிபர்" என்று கையெழுத்திட்டத் தன் படத்தையும் கூடவே அனுப்பி வைத்தார்.

பிரபலங்களின் கையெழுத்துக்களைச் சேகரிப்பது என் வழக்கம் என்பதால், "கார்பசேவின் கையெழுத்திடப்பட்டுள்ள படத்தை நீ எனக்குக் கொடுத்தால் நான் உனக்கு ஐநூறு டாலர்கள் தருகிறேன்," என்று டாமியிடம் கூறினேன்.

"நன்றி, ஆனால் கொடுப்பதற்கில்லை!" என்று அவன் கூறினான்.

"நான் பல நிறுவனங்களுக்குச் சொந்தக்காரன். நீ வளர்ந்து பெரியவனாகும்போது நான் உன்னை வேலையில் சேர்த்துக் கொள்ள விரும்புகிறேன்," என்று கூறினேன்.

அதற்கு அவன், "என்ன, விளையாடுகிறீர்களா? நான் வளர்ந்து பெரியவனாகும்போது உங்களை வேலையில் எடுத்துக் கொள்ளப் போகிறேன்," என்று பதிலளித்தான்.

'ஆரஞ்சு கவுன்டி ரிஜிஸ்டர்' என்ற பத்திரிகை டாமியைப் பற்றியும், எனது குழந்தைகள் நிதியைப் பற்றியும் ஒரு செய்தியை வெளியிட்டிருந்தது. பத்திரிகை நிருபர் மார்ட்டி ஷா டாமியை ஆறு மணிநேரம் பேட்டி கண்டு ஒரு பிரம்மாண்டமான பேட்டியை உருவாக்கி வெளியிட்டிருந்தார். உலக அமைதியின்மீது அவனால் எந்த அளவுக்குத் தாக்கத்தை ஏற்படுத்த முடியும் என்று அவர் அவனிடம் கேட்டார். "அதற்கு இன்னும் எனக்குப் போதிய வயது ஆகவில்லை என்று எனக்குத் தெரியும். உலகில் உள்ள எல்லாச் சண்டைகளையும் தீர்ப்பதற்கு எட்டு அல்லது ஒன்பது வயதாகியிருக்க வேண்டும் என்று நினைக்கிறேன்," என்று டாமி பதிலளித்தான்.

"யார் உன்னுடைய முன்மாதிரிகள்?" என்று மார்ட்டி கேட்டார்.

"என் தந்தை ஜார்ஜ் பர்ன்ஸ், வாலி ஜாயினர், மற்றும் மார்க் விக்டர் ஹான்சன்," என்றான் டாமி. முன்மாதிரிகளைத் தேர்ந்தெடுப்பதில் அவனுக்கு நல்ல ரசனை இருந்தது.

மூன்று நாட்களுக்குப் பிறகு, ஹால்மார்க் வாழ்த்து அட்டைகள் தயாரிக்கும் நிறுவனத்திடம் இருந்து

எனக்கு ஓர் அழைப்பு வந்தது. பத்திரிகையில் வெளிவந்திருந்த டாமியின் பேட்டியை அவர்கள் எனக்கு அனுப்பி வைத்திருந்தனர். சான்பிரான்சிஸ்கோ நகரில் ஒரு சந்திப்புக் கூட்டம் நடக்கவிருப்பதாகவும், டாமி அதில் கலந்து கொண்டு பேச வேண்டும் என்றும் அவர்கள் குறிப்பிட்டிருந்தனர். டாமி தனக்கென்று எட்டு இலக்குகளை நிர்ணயித்திருந்ததை அவர்கள் படித்திருந்தனர்:

1. பம்பர் ஸ்டிக்கரை அச்சிடுவது
2. கடனுக்கு ஏற்பாடு செய்ய ஒரு திட்டம் வகுப்பது
3. மக்களிடம் எவ்வாறு இதைக் கொண்டு செல்வது என்பதைக் கண்டுபிடிப்பது
4. தலைவர்களின் முகவரிகளைப் பெறுவது
5. பிறநாட்டு அதிபர்கள் மற்றும் தலைவர்கள் அனைவருக்கும் ஒரு கடிதம் எழுதி, அனைவருக்கும் இலவசமாக ஒரு பம்பர் ஸ்டிக்கரை அனுப்பி வைப்பது
6. அமைதியைப் பற்றி ஒவ்வொருவரிடமும் பேசுவது
7. செய்திப் பத்திரிகைகளை விற்கும் கடைகளை அணுகி எனது வியாபாரம் பற்றி அவர்களுடன் பேசுவது
8. பள்ளிக்கூட நிர்வாகிகளைச் சந்தித்து அவர்களுடன் பேசுவது

எனது நிறுவனத்தின் மூலம் டாமியைப் பேச அழைக்க ஹால்மார்க் நிறுவனத்தினர் விரும்பினர். ஆனால் வெறும் இரண்டு வாரங்கள் மட்டுமே இருந்ததால், டாமியால் அதில் கலந்து கொண்டு பேச

முடியவில்லை. ஆனால் அந்நிறுவனத்திற்கும், எனக்கும், டாமிக்கும் இடையே நடந்த பேச்சுவார்த்தை சுவாரசியமானதாகவும், உத்வேகமூட்டுவதாகவும், சக்தி வாய்ந்ததாகவும் இருந்தது.

இரண்டு வருடங்களுக்குப் பிறகு, தொலைக்காட்சி நிகழ்ச்சித் தயாரிப்பாளர் ஜோன் ரிவர்ஸிடம் இருந்து டாமிக்கு அழைப்பு வந்தது. அவர் தன் நிகழ்ச்சிக்காக அவனைப் பேட்டி காண விரும்பினார். பத்திரிகையில் முன்பு வெளிவந்திருந்த டாமியின் பேட்டியை யாரோ அவருக்கு அனுப்பி வைத்திருந்தனர்.

ஜோன் டாமியைத் தொலைபேசியில் அழைத்து, "டாமி, என் பெயர் ஜோன் ரிவர்ஸ். லட்சக்கணக்கான மக்கள் கண்டுகளிக்கும் எனது நிகழ்ச்சியில் நீ பங்கு கொள்ள வேண்டும் என்று நான் விரும்புகிறேன்," என்று கூறினார்.

"பிரமாதம்!" என்று டாமி கூறினான். அவனுக்கு அவரைப் பற்றி எள்ளளவுகூடத் தெரிந்திருக்கவில்லை.

"நான் உனக்கு முன்னூறு டாலர்கள் தருகிறேன்," என்றார் அவர்.

"அற்புதம்!" என்றான் டாமி. 'செல்லிங் யுவர்செல்ஃப் ரிச்' என்ற என் ஒலிநாடாக்களை அவன் தொடர்ந்து கேட்டு வந்திருந்ததைக் கொண்டு அவன் ஜோனிடம் இவ்வாறு பேசினான்: "எனக்கு வெறும் எட்டு வயதுதான் ஆகிறது. எனவே என்னால் தனியாக வர முடியாது, என் தாயாரும் உடன் வர வேண்டும். அவருக்கான செலவையும் நீங்கள் ஏற்றுக் கொள்வீர்களா?" என்று கேட்டான்.

"சரி," என்று ஜோன் பதிலளித்தார்.

"இன்னொரு விஷயம், பணக்காரர்களின் வாழ்க்கை முறையைப் பற்றிய ஒரு நிகழ்ச்சியை நான் இப்போதுதான் பார்த்தேன். நியூயார்க் நகரத்திற்கு வந்தால் ட்ரம்ப் பிளாசாவில்தான் தங்க வேண்டும் என்று அவர்கள் பரிந்துரைத்தனர். உங்களால் அதற்கு ஏற்பாடு செய்ய முடியுமா?" என்று கேட்டான்.

"முடியும்," என்று அவர் பதிலளித்தார்.

“நியூயார்க்கில் இருக்கும்போது எம்பயர் ஸ்டேட் கட்டிடம் மற்றும் லிபர்ட்டி சிலையைக் கண்டிப்பாகப் பார்க்க வேண்டும் என்றும் அந்த நிகழ்ச்சியில் குறிப்பிட்டிருந்தனர். அதற்கான நுழைவுச் சீட்டுகளை எங்களுக்காக உங்களால் பெற்றுத் தர முடியுமா?” என்று கேட்டான்.

“பெற்றுத் தருகிறேன்,” என்றார் ஜோன்.

“என் தாயாருக்குக் கார் ஓட்டத் தெரியாது. உங்களுடைய லிமோசினை நாங்கள் பயன்படுத்திக் கொள்ளலாமா?” என்று கேட்டான்.

“நிச்சயமாக!” என்றார் ஜோன்.

பிறகு அவர் டாமியைத் தன் நிகழ்ச்சியில் பேட்டி கண்டார். ஜோனையும், புகைப்படக் குழுவினரையும், தொலைக்காட்சி அரங்கில் இருந்தவர்களையும், பிற பார்வையாளர்களையும் அவன் பிரமிக்கச் செய்தான். நெஞ்சைக் கொள்ளை கொள்ளும் பல அற்புதமான, உத்வேகமூட்டும் கதைகளை அவன் உணர்ச்சி பொங்கக் கூறியதைக் கேட்டப் பார்வையாளர்கள், அவனது ஸ்டிக்கரை வாங்குவதற்கு அங்கேயே பணம் கொடுத்தனர்.

நிகழ்ச்சியின் முடிவில், “டாமி, உன்னுடைய பம்பர் ஸ்டிக்கரால் உண்மையிலேயே உலகில் அமைதியை ஏற்படுத்த முடியும் என்று நீ நினைக்கிறாயா?” என்று ஜோன் அவனிடம் கேட்டார்.

டாமி உற்சாகத்துடனும், ஒளிவீசும் ஒரு புன்னகையுடனும், “இரண்டு வருடங்களாக நான் இந்த ஸ்டிக்கர்களை விற்று வருகிறேன். அதற்குள் பெர்லின் சுவர் தகர்க்கப்பட்டுவிட்டது. என் ஸ்டிக்கர்கள் சிறப்பாக வேலை செய்வதாக நான் நினைக்கிறேன். நீங்கள் என்ன நினைக்கிறீர்கள்?” என்று பதிலளித்தான்.

இதைச் சாத்தியமாக்கியதற்கும், இன்னும் பல சுயநலமற்ற, புதுமையான வழிகளில் தர்ம காரியங்களைச் செய்து வரும் டெல் சுமித்தை, நமது காலத்து ஆன்ட்ரூ கார்னகி என்று நாங்கள் கருதுகிறோம்.

நிலை 11

உயர்ந்த இலக்குகளை உருவாக்குங்கள்

உயர்ந்த இலக்குகளை உங்களுக்காக உருவாக்கிக் கொள்ளுமாறு நாங்கள் உங்களை ஊக்குவிக்கிறோம். சிகரங்களைத் தொடுங்கள்.

அப்படிச் சிகரங்களைத் தொட்டவர்களில் ராபர்ட் ஷுல்லரும் ஒருவர். அவருக்கு ஒரு கனவு இருந்தது. பல லட்சம் டாலர்கள் மதிப்பு வாய்ந்த ஒரு பிரம்மாண்டமான தேவாலயத்தை உருவாக்க வேண்டும் என்று அவர் கனவு கண்டார். கிறிஸ்டல் கதீட்ரல் என்று அவர் அதை அழைத்தார். அப்படிப்பட்ட ஒரு கனவு நிறைவேறுவது சாத்தியமில்லை என்று ஒவ்வொருவரும் கூறினர். ஆனால் டாக்டர் ஷுல்லர் அதைக் கண்டு கொள்ளவில்லை. அவர் தன் இலக்கை எழுதி வைத்துக் கொண்டார். பிறகு அவர் ஒரு சுவாரசியமான காரியத்தைச் செய்தார். அந்த இலக்கை அடைவதற்கான, பிரமிப்பூட்டும் பத்துத் தீர்வுகளை அவர் பட்டியலிட்டார்.

அவற்றில் ஒன்று, யாரேனும் ஒருவரிடம் பத்து லட்சம் டாலர்கள் நன்கொடை கொடுக்குமாறு கேட்பது. மக்கள் அந்த யோசனையை எள்ளி நகையாடினர். ஆனால், உல்லாச வீடுகளையும் நடமாடும் வீடுகளையும் தயாரித்த ஃப்லீட் உட் நிறுவனத்தின் உரிமையாளரான ஜான் கிரீனிடம் அவர் சென்றார். ஜான் கிரீன் பத்து லட்சம் டாலர்களுக்கான காசோலையை ஷுல்லரின் பெயரில் எழுதினார். பிறகு ஷுல்லருக்காகக் கிட்டத்தட்ட 28 லட்சம் டாலர்களை ஜான் கிரீன் நன்கொடையாகத் திரட்டிக் கொடுத்தார். ஷுல்லர் தன் அடுத்தத் தீர்வை நோக்கி அடியெடுத்து வைத்தார். இன்னும் ஆறு நபர்களிடம் தலா பத்து லட்சம் டாலர்கள் நன்கொடையாகப் பெறுவதுதான் அது. அவர் அதிலும் வெற்றி கண்டார். ஜான் வெயின் தான் இறப்பதற்கு முன்பு பத்து லட்சம் டாலர்கள் கொடுத்தார். பாப் ஹோப்பும், ஆம்வே நிறுவனத்தின்

உரிமையாளரான ரிச் டீவோஸும் தலா பத்து லட்சம் டாலர்கள் கொடுத்தனர். அவர் கிளெமென்ட் ஸ்டோனிடம் சென்று பேசியபோது, "ஐந்து பேரிடம் நீங்கள் வசூலித்துவிட்டு என்னிடம் வாருங்கள், அந்த ஆறாவது பத்து லட்சத்தை நான் உங்களுக்குத் தருகிறேன்," என்று கூறினார். அவ்வாறே அவர் செய்தார்!

ஷுல்லரின் இன்னொரு தீர்வு, ஒரே ஞாயிற்றுக்கிழமையில் ஒரு லட்சம் டாலர்களைத் தன் தேவாலயத்திற்கு வரும் மக்களிடமிருந்து நன்கொடையாகப் பெறுவது. அந்த நேரத்தில் ஞாயிற்றுக்கிழமைகளில் அவரது தேவாலயத்திற்கு ஆயிரம் பேர் மட்டுமே வந்து கொண்டிருந்தனர். அப்படியென்றால், தலைக்கு ஆயிரம் டாலர்கள் ஆகும். அதனால் அவர் அவர்களிடம் தலா ஆயிரம் டாலர்கள் கேட்டார். நம்புகிறீர்களோ இல்லையோ, அந்த ஒரே ஞாயிற்றுக்கிழமையில் பத்து லட்சம் டாலர்கள் பணம் திரட்டப்பட்டது. இப்படி ஒவ்வொரு தீர்வையும் அமல்படுத்தி அவர் தன் கனவு தேவாலயத்தைக் கட்டி முடித்தார். இவை அனைத்தையும் சாத்தியமாக்கியது அவர் தன் ஒட்டுமொத்தக் கனவைப் பின்தொடர்ந்து சென்றதுதான்.

இக்கொள்கையைப் புரிந்து கொண்ட மற்றொரு நபர் டாக்டர் பால் யோங்கி சோ. அவர் டாக்டர் ஷுல்லரிடம் கற்றுக் கொள்வதற்காகக் கொரியாவில் இருந்து வந்தார். பிறகு சொந்தமாக ஒரு தேவாலயத்தை உருவாக்குவதற்காக அவர் கொரியாவிற்குத் திரும்பிச் சென்றார். ஒரு சிறிய குடிலில் மூன்று நபர்களுடன் அவர் தன் தேவாலயத்தைத் துவக்கினார். ஆனால் தனது தற்போதையச் சூழல்கள் தன்னைத் தடுமாறச் செய்ய அவர் அனுமதிக்கவில்லை. அவர் மலையளவு கனவை வைத்திருந்தார். ஒரு வருடத்திற்குள் 150 பேர் தன் தேவாலயத்திற்கு வந்து பிரார்த்தனையில் கலந்து கொள்வர் என்று அவர் எழுதி வைத்தார். இரண்டாவது வருடம் அந்த எண்ணிக்கை இருமடங்கு ஆகும் என்றும்

எழுதிக் கொண்டார். அவர் அவற்றை மனக்காட்சிப் படுத்தினார், பிறரிடம் சுயபிரகடனமாகக் கூறினார். இன்று அவரது தேவாலயத்தில் ஆயிரக்கணக்கில் உறுப்பினர்கள் உள்ளனர். சுமார் மூவாயிரம் பேர் சௌகரியமாக உட்கார்ந்து கொள்ளும் அளவுக்கு அவரது தேவாலயம் பிரம்மாண்டமாக உள்ளது. அனைத்து உறுப்பினர்களும் பிரார்த்தனையில் கலந்து கொள்வதற்கு வசதியாக ஒவ்வொரு ஞாயிறு அன்றும் பத்து முறை அவர் பிரார்த்தனைக் கூட்டத்தை நடத்துகிறார். அவர் சிகரத்தைத் தொட விரும்பினார், அதைச் சாதிக்கவும் செய்தார்!

சமயக் காரியங்களுக்காக நிதி திரட்டுவது குறித்த இரண்டு எடுத்துக்காட்டுகளை நாங்கள் இங்கே கொடுத்திருக்கிறோம். ஆனால், சமயச் சார்பற்றக் காரியங்களுக்கும் இந்த உத்தி சிறப்பாக வேலை செய்யும். பல வருடங்களுக்கு முன்பு கெம்மான்ஸ் வில்சன் என்பவர் அமெரிக்காவின் தென்பகுதியில் பயணம் செய்து கொண்டிருந்தபோது, குடும்பங்கள் தங்கிச் செல்லும் அளவுக்கு, அவர்களுக்குக் கட்டுப்படியாகும் விதத்தில் எந்த ஹோட்டலும் இல்லாததைக் கண்டார். எனவே, ஒரே ஒரு ஹோட்டலுக்குப் பதிலாக, சங்கிலித் தொடராகப் பல ஹோட்டல்களைத் திறக்க அவர் முடிவெடுத்தார். 'ஹாலிடே இன்'னை அவர் நிறுவினார். உலகின் மாபெரும் சங்கிலித் தொடர் ஹோட்டலாக அதை உருவாக்கினார்.

சிறிய கனவுகளைக் காண்பதற்கும் பெரிய கனவுகளைக் காண்பதற்கும் ஆகும் நேரம் ஒன்றுதான். நீங்கள் செழிப்பை நோக்கிச் செல்கிறீர்கள் என்றால், சிகரத்தைக் குறி வையுங்கள். நிச்சயமாக நீங்கள் அதை அடைவீர்கள்.

செழிப்பிற்கான இலக்குகளை நிர்ணயித்தல்

எப்படிப்பட்ட இலக்குகளை நிர்ணயிக்க வேண்டும் என்று தீர்மானிக்க முடியாமல் நீங்கள் திணறிக்

கொண்டிருந்தால், நீங்களே உங்களிடம் பின்வரும் கேள்விகளைக் கேட்டுக் கொள்ளுங்கள்:

1. நான் எதற்காகக் காத்துக் கொண்டிருக்கிறேன்?
2. என் உண்மையான திறமைகள் என்னென்ன?
3. எல்லாவற்றிற்கும் மேலாக, நான் உண்மையிலேயே என்னவாக ஆக விரும்புகிறேன், எதைப் பெற விரும்புகிறேன்?
4. என் பொழுதுபோக்குகள் என்னென்ன?
5. இவற்றில் ஏதாவது ஒன்று எனக்கு வருமானத்தை ஈட்டித் தருமா?
6. துணிச்சலாகச் செயலில் இறங்க நான் தயாராக இருக்கிறேனா?
7. எனக்குப் பிடித்தமான வேலையை நான் செய்து கொண்டிருக்கிறேன் என்றால், அது எதுவாக இருக்கும்?
8. அதை நான் இப்போது செய்வதிலிருந்து எது என்னைத் தடுத்துக் கொண்டிருக்கிறது?
9. என்னுடைய வலிமைகள் எவை (மக்களுடன் சகஜமாகப் பழகுகிறேன், கணிதத்தில் நான் கில்லாடி, தொழில்நுட்பத்தில் நான் வல்லவன்)?
10. நான் யாருடன் பழக விரும்புகிறேன் (ஆசிரியர்கள், உயரதிகாரிகள், விற்பனைப் பிரதிநிதிகள், விளையாட்டு வீரர்கள், பிரபலங்கள் போன்றோர்)?
11. நான் விரும்பும் இடத்தைச் சென்றடைவதற்கு வேறு ஏதேனும் கல்வி அல்லது பயிற்சித் திட்டத்தில் நான் ஈடுபட வேண்டுமா?
12. அதை நான் இப்போது ஏன் செய்யவில்லை?
13. என்னுடைய தலைசிறந்த யோசனைகள் என்னென்ன?
14. அவற்றை நான் எழுதி வைத்துள்ளேனா?

நிலை 12

உங்கள் செயலில் உறுதியாக இருங்கள்

உங்கள் இலக்குகளை வரையறுத்தப் பிறகு, எதுவும் உங்களைத் தடுத்து நிறுத்த அனுமதிக்காதீர்கள். பணவீழ்ச்சிக் காலத்தில் வேலைக்கு முயற்சித்த ஓர் இளைஞனைப் பற்றியக் கதையை டாக்டர் நார்மன் வின்சென்ட் பீல் கூறுகிறார். அந்த இளைஞன் வேலைக்கான ஒரு விளம்பரத்தைப் படித்தான். தன் திறமைகள் அந்த வேலைக்குப் பொருத்தமாக இருந்ததைக் கண்டு அவன் அந்நிறுவனத்திற்கு விரைந்தான். ஆனால் அவனுக்கு முன்பு முப்பத்தேழு நபர்கள் நேர்முகத் தேர்விற்காக வரிசையில் காத்துக் கொண்டிருந்தனர். அவன் வெறுமனே வரிசையில் காத்திருந்துவிட்டு, பிறகு அந்நிறுவனத்தால் நிராகரிக்கப்பட்டிருக்கலாம். ஆனால் அதற்குப் பதிலாக அவன் பின்வரும் குறிப்பு ஒன்றை எழுதி, நேர்முகத் தேர்வு நடத்திக் கொண்டிருந்தவரிடம் கொடுத்து விடுமாறு கூறி அதை அவரது செயலாளரிடம் கொடுத்தான். அதில் வெறுமனே, "38வது நபரை நேர்முகத் தேர்வு செய்யும்வரை யாருக்கும் இந்த வேலையைக் கொடுத்துவிடாதீர்கள் — ஜேம்ஸ் ஹென்றி," என்று எழுதப்பட்டிருந்தது.

பிறகு அந்த இளைஞன் மீண்டும் வரிசையில் சென்று நின்று கொண்டான். ஒருசில கணங்களுக்குப் பிறகு, தேர்வு நடத்திக் கொண்டிருந்த அதிகாரி வெளியே வந்து நேராக அவனிடம் சென்று, "படைப்புத் திறனையும் தன்முனைப்பையும்தான் நான் இந்த வேலையில் எதிர்பார்க்கிறேன். ஜேம்ஸ், இந்த வேலை உங்களுக்குத்தான்," என்று கூறினார்.

9

பரிபூரண நலனைப் பெறுதல்

திடகாத்திரமாக இருப்பதும், சரியாகச் சாப்பிடுவதும், இவற்றைச் செய்வதற்கு உங்களை ஒழுங்குபடுத்திக் கொள்வதும் குதூலகமான விஷயங்கள். இவற்றை முப்பது நாட்களுக்குச் செய்து வந்தால், அவை ஒரு பழக்கமாக மாறிவிடும், முப்பத்தியோராவது நாள் அவற்றைச் செய்யாமல் இருப்பதுதான் கடினமாக இருக்கும் என்று 'சைக்கோ சைபர்னெட்டிக்ஸ்' புத்தகத்தின் ஆசிரியர் டாக்டர் மேக்ஸ்வெல் மால்ட்ஸ் கூறுகிறார்.

பொதுவாக, பழக்கங்களுக்கு அடிமையாவது மோசம் என்று கருதப்படுகிறது. ஆனால் நல்ல பழக்கங்களுக்கு அடிமையாக முயற்சி செய்யுங்கள். இவற்றை 'நேர்மறையான அடிமைத்தனம்' என்று டாக்டர் வில்லியம் கிளாசர் கூறுகிறார். நல்ல உணவு மற்றும் உடற்பயிற்சி, மற்றும் அந்த உறுதியான அர்ப்பணிப்பிலிருந்து முளைக்கும் நேர்மறை மனப்போக்கு ஆகியவை இருந்தால், நலமாக

இருக்கிறோம் என்ற புதிய உணர்வு நமக்கு ஏற்படும், நோய்கள் மறையும். நலமாக இருப்பதிலும், நமது ஆரோக்கியத்தைப் பராமரிப்பதிலும் நாம் அதிக ஆற்றலைச் செலவிடுவதற்குப் பதிலாக, அது நமது இரண்டாவது இயல்பாக மாறிவிடும். நாம் உடல்ரீதியாக ஆரோக்கியமாக இருந்தால், உணர்ச்சிரீதியாகவும், மனரீதியாகவும், ஆன்மீகரீதியாகவும் ஆரோக்கியமாக இருப்போம். நம் வாழ்வின் ஒரு பகுதியை நாம் ஒழுங்குபடுத்தும்போது, பிற பகுதிகளும் ஒழுங்கு பெறும். நல்ல ஆரோக்கியம் நாம் நலமாக இருக்கும் உணர்வை நமக்குத் தருவதோடு, நம் ஒட்டுமொத்த வாழ்விலும் சமநிலை நிலைகொள்ள வழிவகுக்கும்.

முழுமையான நலம் என்றால் என்ன?

முழுமையான நலன் என்பதற்கு உங்கள் வாழ்வின் அனைத்துப் பகுதிகளிலும் அவற்றுக்குப் பொருத்தமான இலக்குகளை அடைய முயற்சிப்பது என்று அர்த்தம். ஆரோக்கியத்தைப் பொறுத்தவரை, நம் உடலுக்கு ஏற்ற எடையைக் கொண்டிருப்பது, சத்தான உணவை உண்பது, முறையான உடற்பயிற்சியில் ஈடுபடுவது, மனஅழுத்தத்தைக் குறைக்கும் உத்திகளைப் பயன்படுத்துவது, நமது வாழ்நாளை எவ்வாறு நீட்டிப்பது என்பதைக் கற்றுக் கொள்வது ஆகியவை உங்களுக்கு முழுமையான நலனைத் தரும்.

உங்களுக்கு என்ன வேண்டும்?

உடனடியான பலன் நமக்குக் கிடைக்காவிட்டால் நமது உணவுப் பழக்கத்தை நாம் மாற்றப் போவதும் இல்லை, உடற்பயிற்சியில் ஈடுபடப் போவதும் இல்லை. எனவே, முதலில் நீங்கள் அதிலிருந்து எதை எதிர்பார்க்கிறீர்கள் என்பதைத் தீர்மானியுங்கள். அதற்கான சில பரிந்துரைகளை நாங்கள் இங்கு கொடுத்துள்ளோம்.

உங்களுக்குத் தட்டையான வயிறு வேண்டுமா?

நன்றாக உருவாக்கப்பட்டத் தசைகள் வேண்டுமா?

புகைபிடித்தல், மது அருந்துதல், அல்லது போதைப் பழக்கம் போன்றவற்றில் இருந்து மீள வேண்டுமா?

குறைவான இதயத் துடிப்பு வேண்டுமா?

கொழுப்பின் அளவு குறைய வேண்டுமா?

நல்ல திடகாத்திரமான உடல் வேண்டுமா?

அதிக வளைவுத் தன்மை வேண்டுமா?

நீங்கள் உள்ளூரச் சிறப்பாக உணர வேண்டுமா?

மேற்கூறப்பட்டவற்றில் பல நம் அனைவருக்குமே தேவை. பிறகு எதற்காகக் காத்துக் கொண்டிருக்கிறீர்கள்? உங்களைப் பொறுத்தவரை, நலமாக இருப்பது என்றால் என்ன? கண்களை மூடிக் கொண்டு, நீங்கள் மிகச் சிறந்த நலனுடன் இருப்பதாக மனத்தில் காட்சிப்படுத்துங்கள். நலன் என்று நீங்கள் நம்பும், உணரும், உங்கள் மனக்கண்ணில் நீங்கள் காணும் விஷயங்களை எழுதிக் கொள்ளுங்கள்.

ஆராக்கியத்திற்கு என்று ஒவ்வொரு மாதமும் ஓர் இலக்கையாவது தேர்ந்தெடுங்கள். அதை ஓர் அட்டையில் எழுதிக் கொள்ளுங்கள். அதை உங்கள் கூடவே எப்போதும் வைத்திருங்கள். தினமும் அதை எடுத்துப் படியுங்கள். அந்த யோசனையிலேயே எப்போதும் மூழ்கியிருங்கள். தினமும் அதை மறுபரிசீலனை செய்யுங்கள். “நான் இன்று மேற்கொள்ளும் நடவடிக்கை என் விருப்பமான குறிக்கோளை அடைவதற்கு என்னை இட்டுச் செல்கிறதா?” என்று உங்களிடமே கேளுங்கள்.

மனநல வல்லுனர் ஒருவர் இவ்வாறு கூறியுள்ளார்: “நலமாக இருப்பதைப் பொறுத்தவரை இரண்டு கோட்பாடுகள் மட்டுமே உள்ளன. முதலாவது, அற்பமான விஷயங்களுக்காக அலட்டிக் கொள்ளாமல் இருப்பது. இரண்டாவது, எல்லா விஷயங்களுமே அற்பமானவைதான் என்பதை உணர்ந்து கொள்வது.”

திடகாத்திரம் பெறுதல்

எல்லோரும் திடகாத்திரமாக இருக்க வேண்டும் என்றுதான் விரும்புகின்றனர். ஆனால் எல்லோராலும் அதைச் சாதிக்க முடிவதில்லை. உங்கள் பிரச்சனையும் அதுதான் என்றால், அதற்கு எங்கள் தீர்வு — நீங்கள் உள்ளூர அதை உணர்ந்தால், வெளியே அது பிரதிபலிக்கும் என்பதுதான். முயற்சி செய்து பாருங்கள், பிறகு ஒருபோதும் நீங்கள் அதைக் கைவிட மாட்டீர்கள்.

உடற்பயிற்சி செய்யுங்கள்

இதயநோய் மருத்துவரும், 'ஓடுபவர்களின் ஆசான்' என்று அழைக்கப்படுகின்றவருமான டாக்டர் ஜார்ஜ் ஷீனன் உடற்பயிற்சியை வெகுவாக ஊக்குவிக்கிறார். அது நம் மனத்தையும் ஆன்மாவையும் ஒருங்கிணைத்து, ஓர் ஒட்டுமொத்த நலனைக் கொடுப்பதாக அவர் கூறுகிறார். வேலை, விளையாட்டு, அன்பு, மற்றும் மதம் ஆகியவற்றை ஒன்றிணைக்கும் ஒரு செயலாக அதை அவர் கருதுகிறார். "நாம் சுயமதிப்பைப் பெறுவதற்கும், வாழ்வின் சவால்களை எதிர்கொள்வதற்கும் திடகாத்திரமாக இருப்பது மிகவும் அவசியம்."

ஓர் உடற்பயிற்சித் திட்டத்தைத் தேர்ந்தெடுங்கள்

திடகாத்திரமான உடலைப் பெறுவதற்கான முதற்படி ஓர் உடற்பயிற்சித் திட்டத்தைத் தேர்ந்து எடுப்பது. பலவிதமான உடற்பயிற்சித் திட்டங்கள் உள்ளன. அவற்றில் பல திட்டங்கள் அற்புதமானவை. நடப்பது, ஓடுவது, மெல்ல ஓடுவது, ஸ்கேட்டிங் செய்வது, ஏரோபிக்ஸ், டிரெட்மில், பனிச்சறுக்கு, கயிறு தாண்டுதல் போன்ற பல திட்டங்களில் இருந்து ஏதேனும் ஒன்றைத் தேர்ந்தெடுத்துக் கொள்ளுங்கள்.

வேறொருவருடன் சேர்ந்து உடற்பயிற்சி செய்யுங்கள்

நாங்கள் இருவரும் எங்கள் மனைவி மற்றும் குழந்தைகளுடன் சேர்ந்து உடற்பயிற்சி செய்கிறோம்,

நடக்கிறோம். எங்களது கடைசிக் குழந்தைகளுக்கு ஒரு வயது ஆனபோது அவர்களை எங்களுடன் சேர்த்துக் கட்டிக் கொண்டு நாங்கள் மெதுவோட்டத்தைத் தொடங்கினோம். பிறகு அவர்கள் சற்று வளர்ந்தபோது ஒரு டிராலியில் வைத்துத் தள்ளிக் கொண்டே ஓடினோம். உங்களுக்குத் திருமணமாகியிருந்தால் உங்கள் வாழ்க்கைத் துணைவருடன் சேர்ந்து தினமும் அரை மணிநேரமாவது நடந்துவிட்டு வாருங்கள். அது உங்கள் இருவரின் ஆரோக்கியத்திற்கு உதவுவதோடு, உங்கள் இருவருக்கும் இடையேயான உறவையும் இணைப்பையும் பலப்படுத்தும்.

திடகாத்திரமாக வாழ்வதற்கு ஐந்து நாட்கள்

நீங்கள் எந்த உடற்பயிற்சித் திட்டத்தைத் தேர்ந்தெடுத்தாலும் சரி, யாரோடு சேர்ந்து உடற்பயிற்சி செய்தாலும் சரி, உங்கள் உடல்நிலையைப் பராமரிக்க வேண்டுமென்றால் வாரத்திற்கு மூன்று நாட்களாவது நீங்கள் கட்டாயம் உடற்பயிற்சி செய்தாக வேண்டும். ஆனால் வாரத்திற்கு ஐந்து நாட்கள் உடற்பயிற்சி செய்வது உங்களை முழு ஆரோக்கியத்துடன் வைத்திருக்கும்.

ஏரோபிக்ஸ் உடற்பயிற்சியை உங்கள் இலக்காக்கிக் கொள்ளுங்கள்

ஏரோபிக்ஸ் உடற்பயிற்சி மொத்த உடலுக்குமான பயிற்சியாகும். அது நம் நுரையீரல்களுக்கும் இரத்த நாளங்களுக்கும் பிராணவாயுவைக் கொண்டு செல்கிறது. இந்த உடற்பயிற்சி எந்த இடையூறும் இன்றி ஒரே சீராகச் செய்யப்படும் ஒன்று. இது தசைகளுக்கு வலுவூட்டுகின்றது. அதிகரிக்கப்பட்ட ஆற்றல், மற்றும் ஒட்டுமொத்த நலனுடன் இருக்கும் உணர்வு ஆகியவை இந்த உடற்பயிற்சியில் இருந்து கிடைக்கும் வெளிப்படையான பயன்கள். குறைந்தது வாரத்திற்கு நான்கு நாட்கள் தலா இருபது நிமிடங்கள் இந்தப் பயிற்சியைச் செய்வது நுரையீரல் அமைப்பையும் இதய

அமைப்பையும் திடகாத்திரமாக ஆக்கி, வாழ்நாள் முழுவதும் நீங்கள் ஆரோக்கியமாக இருக்க வகை செய்யும்.

முறையாகச் செய்யுங்கள்

உங்கள் திட்டத்தின் மிக முக்கியமான பகுதி அதை நீங்கள் சரிவர முறையாகச் செய்வதுதான். திடகாத்திரத்தைப் பெற வேண்டும் என்ற உங்கள் முடிவுக்கு உதவக்கூடிய ஓர் அன்றாட வழக்கத்தை நீங்கள் உருவாக்கிக் கொள்ள வேண்டும். பெரும்பாலான மக்கள், "எனக்கு நேரமில்லை, இல்லையென்றால் நான் நிச்சயமாக உடற்பயிற்சி செய்வேன்," என்று கூறுவதுதான் பிரச்சனை. ஆனால் அது வெறும் சாக்குப்போக்கு. எங்களுக்கும் எப்போதும் வேலை இருந்து கொண்டுதான் இருக்கிறது, ஆனால் வாரத்திற்கு ஐந்து நாட்கள் நாங்கள் ஓடுகிறோம். உடற்பயிற்சி எங்கள் அட்டவணையில் முன்னுரிமை பெறுகிறது. நாம் அன்றாட வேலைக்கான அட்டவணையைத் தயாரிக்கும்போது, உடற்பயிற்சிக்கு நேரம் ஒதுக்கியது போக மீதமுள்ள நேரத்தில்தான் பிற வேலைகளைத் திட்டமிட வேண்டும்.

வாழ்வில் உள்ள ஒவ்வொரு விஷயத்திற்கும் நாம் ஆராக்கியமாகவும் திடகாத்திரமாகவும் இருப்பது அவசியம். தவறாமல் உடற்பயிற்சி செய்து வந்தால், நோய் வராமல் தடுக்கக்கூடிய வாய்ப்புகள் அதிகம். ஒருவேளை நோய் வந்தாலும், விரைவில் அதிலிருந்து குணமடைவதற்கான வாய்ப்புகளும் அதிகம்.

தினமும் முறையாக உடற்பயிற்சி செய்வதற்கு நம்மை நாமே ஊக்குவித்துக் கொள்ள வேண்டும் என்றால், நாம் அதைக் கண்டிப்பாகச் செய்ய வேண்டியதற்கான காரணங்களை முதலில் நம் மனத்தில் பதிய வைக்க வேண்டும். காரணங்கள் நம்மை ஊக்குவிப்பதாகவோ அல்லது அச்சுறுத்துவதாகவோ அமைந்தால், நாம் நிச்சயமாக அதைச் செய்வோம்.

முறையாக உடற்பயிற்சி செய்வதால் விளையும் அனுகூலங்கள்:

1. நீங்கள் சிறப்பாக உணர்வீர்கள்.
2. நீங்கள் சிறப்பாகச் சிந்திப்பீர்கள்.
3. நீங்கள் சிறப்பாகச் செயல்படுவீர்கள்.
4. எப்போதும் உற்சாகமாக இருப்பீர்கள்.
5. உங்கள் இதயத் துடிப்பின் வேகம் குறையும், இரத்த அழுத்தமும் குறையும்.
6. உங்கள் உடலில் கொழுப்புச் சத்து குறையும்.
7. அதிக அடர்த்தியான லிப்பிட் புரதங்கள் அதிகரிக்கும்.
8. நீங்கள் நீண்ட காலம் வாழ்வீர்கள்.
9. மனஅழுத்தம் குறையும்.
10. உங்கள் சுயமதிப்பு அதிகரிக்கும்.

அளவுக்கு அதிகமாகச் சாப்பிடாதீர்கள்

நீங்கள் சாப்பிடும் பதினைந்து அல்லது பதினாறு மக்காச்சோள சிப்ஸ் செரிப்பதற்கு முப்பது நிமிட ஏரோபிக் உடற்பயிற்சி தேவை. ஒரு பெரிய கிண்ணம் நிறைய ஐஸ்கிரீம் செரிப்பதற்கு நாற்பது நிமிட உடற்பயிற்சி தேவை.

அளவுக்கதிகமான எடையைக் கொண்டிருப்பது ஒரு மூட்டை நிறையக் கொழுப்பைச் சுமந்து கொண்டிருப்பதைப் போன்றது. நாம் கால் கிலோ எடை அதிகமாக இருந்து, ஒன்றரை கிலோமீட்டர் தூரம் ஓடினால், நம்முடன் சுமார் 900 கிலோகிராம் கூடுதல் எடையைச் சுமந்து கொண்டு ஓடியதற்குச் சமம் என்று கூறுகிறார் எங்கள் நண்பர் பீட் ஸ்ரட்விக்.

இந்தப் புள்ளி விபரங்கள் உங்களை மூச்சு முட்டச் செய்கின்றனவா? நல்லது.

இதை முறியடிக்க வேண்டுமென்றால், புத்திசாலித்தனமான சாப்பாட்டு முறையையும், முறையான உடற்பயிற்சியையும் நீங்கள் உருவாக்கிக்

கொள்ள வேண்டும். வயதாகும்போது பெரும்பாலான மக்கள் உட்கார்ந்தே இருப்பதால், அவர்களுக்கு அதிக உடற்பயிற்சி தேவை என்பதோடு, தாங்கள் உட்கொள்ளும் உணவின் அளவையும் படிப்படியாகக் குறைத்துக் கொண்டு, சமச்சத்துடன்கூடிய ஓர் எளிமையான உணவை அவர்கள் உண்ண வேண்டும்.

உணவு குறித்த நமது யோசனைகளைப் பற்றி மறுசிந்தனை மேற்கொள்வது

நாம் குழந்தைகளாக இருந்தபோது, தட்டில் எதையும் மிச்சம் வைக்காமல் சாப்பிட வேண்டும் என்று நம்மிடம் கூறப்பட்டது. "ஆப்பிரிக்காவில் குழந்தைகள் பட்டினியால் வாடுகின்றனர்" என்று நமக்கு எச்சரிக்கை கொடுக்கப்பட்டது. ஆனால் தட்டில் உள்ளதை வழித்துத் துடைத்துச் சாப்பிடுவது நமது வயிற்றை மட்டும்தான் நிரப்பியது. வலுக்கட்டாயமாகச் சாப்பிடும் பழக்கத்தைக் கிட்டத்தட்ட நாம் அனைவரும் சிறு வயதிலிருந்தே கற்றுக் கொண்டுவிடுகிறோம். நாம் பத்தியமாகச் சாப்பிட வேண்டும் என்றால், நமது உணவுப் பழக்கத்தை மாற்ற வேண்டும். உணவு மற்றும் ஊட்டச்சத்து ஆகியவற்றைக் குறித்த நமது சிந்தனையையும் உணர்வையும் மறுசீரமைக்க வேண்டும்.

முதலில், "நான் ஏன் இப்போது சாப்பிடுகிறேன்? உண்மையிலேயே பசியாக இருப்பதால் சாப்பிடுகிறேனா அல்லது உணர்ச்சிரீதியான வேறு ஒரு தேவையைப் பூர்த்தி செய்வதற்காக சாப்பிடுகிறேனா?" என்று நம்மிடம் நாமே கேட்டுக் கொள்ள வேண்டும். ஒவ்வொரு முறை நீங்கள் சாப்பிடும்போதும், உங்கள் பசியின் அளவை 1 — 10 என்ற அளவீட்டின்படி மதிப்பிடுங்கள். உங்கள் உணர்ச்சி அப்போது எப்படி இருக்கிறது? நீங்கள் சாப்பிடுவதற்குப் பின்னால் உள்ள உண்மையான காரணம் என்ன?

ஒரு நாளைக்கு நூறு கலோரிகள் என்ற கணக்கில் தொடர்ந்து கூடுதலாக நீங்கள் சாப்பிட்டு வந்தால், ஒரு வருடத்தில் நாலரை கிலோ எடை கூடிவிடுவீர்கள்.

உங்கள் உடல் ஒரு வங்கியைப் போன்றது. சேமிப்பு மற்றும் செலவு ஆகியவற்றின் அடிப்படையில் அது இயங்குகிறது.

இறுதியாக, நாம் ஏராளமான எடையை வெகு சீக்கிரத்தில் இழக்க வேண்டும் என்ற மனப்போக்கைத் தவிர்க்க வேண்டும். குறுகிய காலத்தில் அதிகமான எடையை ஒருவர் இழந்தால், அது பெரும்பாலும் தண்ணீர் இழப்பாக இருக்கக்கூடும். ஒரு நாளைக்கு 1500 கலோரிகளை இழப்பதற்கு 10.5 கிலோமீட்டர் வேகத்தில் ஒன்றரை மணிநேரம் மெதுவாக ஓட வேண்டியது அவசியம்.

சாதுரியமான மக்கள் தங்கள் பத்தியத்தைப் பல்பொருள் அங்காடியில் வைத்துத் துவங்குகின்றனர். நீங்கள் வாங்காத பொருட்களை உங்களால் சாப்பிட முடியாது.

இழந்த எடையை மீண்டும் பெற்றுவிடாதீர்கள்

வாழ்நாள் முழுவதும் பின்பற்றக்கூடிய பத்திய உணவையும் உடற்பயிற்சியையும் கொண்டிருப்பதுதான் நமது உண்மையான நோக்கம். உங்களது நல்ல உடலாரோக்கியத்தைப் பராமரிப்பது, இழந்த ஆரோக்கியத்தை மீட்டெடுப்பதைவிட எளிதானது, அதிகப் பயனுள்ளது.

நம் பசியை நாம் கட்டுப்படுத்தும்போது, நம் வாழ்க்கையை நாம் கட்டுப்படுத்துகிறோம். பிரச்சனை என்னவென்றால், நம்மில் பெரும்பாலானவர்கள் நாக்கு ருசிக்கு அடிமைகளாக ஆகிவிடுகிறோம். அதனால் நம் வாழ்க்கையும் நம் நாவிற்கு அடிமையாகிவிடுகின்றது.

போஷாக்கான பத்திய உணவு என்ற யோசனை பல வழிகளிலும் தோற்கடிக்கப்படுகிறது. வெற்றிகரமான விளையாட்டு வீரர்களும் நடிக நடிகையரும் பர்கர், மென்பானங்கள் போன்ற, உடலுக்குத் தேவையில்லாத உணவு வகைகளைத் தொலைக்காட்சி மூலம் நம் குழந்தைகளுக்குக் கற்றுக் கொடுக்கின்றனர். இது போன்ற உணவு வகைகள் தொலைக்காட்சியில்

பல்லாயிரக்கணக்கில் விளம்பரப்படுத்தப்படுகின்றன. நமது சமூகத்தில் உள்ள பிரபலங்கள்கூட இத்தகைய வேண்டாத உணவிற்குக் குழந்தைகளை ஊக்குவிக்கின்றனர்.

ஒரு நேரத்தில் ஒரு நாள் என்ற கணக்கில், ஒரு புத்திசாலித்தனமான, சிறப்பாகத் திட்டமிடப்பட்டப் பத்திய உணவை உண்ணுங்கள். இதை நீங்கள் துவக்குவதற்கு உங்களுக்கு உதவும் சில குறிப்புகள் இதோ:

1. அளவுக்கதிகமாக உண்பதை நிறுத்துங்கள்.
2. நொறுக்குத் தீனியைத் தொடவே தொடாதீர்கள். அது உங்கள் கட்டுப்பாட்டை வலுவிழக்கச் செய்துவிடும்.
3. நொறுக்குத் தீனி சாப்பிட்டே ஆக வேண்டும் என்றால், அதிகமான கலோரிகள் கொண்ட தீனிகளைத் தவிர்த்துவிடுங்கள்.
4. சாப்பிடும் இடங்களை (குடும்பத்தைத் தவிர) மக்களைச் சந்திப்பதற்கான இடமாகத் தேர்ந்தெடுப்பதைத் தவிர்த்துவிடுங்கள்.
5. தொலைக்காட்சியில் வரும் விளம்பரங்களைப் பார்ப்பதைத் தவிர்த்து விடுங்கள். அவற்றில் பெரும்பாலானவை உணவைப் பற்றியவை.
6. சர்க்கரை, மைதா, மற்றும் உப்பு ஆகியவற்றைத் தவிர்த்துவிடுங்கள்.
7. மெதுவாகச் சாப்பிடுங்கள். நீங்கள் எவ்வளவு குறைவாகச் சாப்பிட்டாலும் சரி, இருபது நிமிடங்களில் உங்கள் வயிறு நிரம்பிவிடும்.
8. சிறப்பான ஆரோக்கியத்துடன் இருப்பதாகத் தொடர்ந்து மனக்காட்சிப்படுத்திக் கொண்டே இருங்கள். கச்சிதமான எடையுடன் இருப்பதாகக் கற்பனை செய்யுங்கள். அல்லது, நீங்கள் அப்படிப்பட்ட எடையுடன் இருந்தபோது எடுத்த புகைப்படத்தை வைத்துக் கொண்டு, தினமும் மூன்று முறை அதைப் பாருங்கள்.

9. ஒவ்வொரு முறை நீங்கள் ஏதேனும் ஒன்றைச் சாப்பிடத் துவங்கும்போது, உங்கள் கச்சிதமான எடையைக் கற்பனை செய்து கொண்டு, "என் கச்சிதமான எடையை அடைவதற்கும், அதைப் பராமரிப்பதற்கும் இந்த உணவு உதவுமா?" என்று உங்களையே கேளுங்கள். இல்லை என்பது விடையாக இருந்தால், அதைச் சாப்பிடாதீர்கள்.

அளவுக்கு அதிகமாகச் சாப்பிடுவது என்பது மனஅழுத்தத்தில் ஆரம்பித்து, எதைப் பார்த்தாலும் சாப்பிடுவது அல்லது குடிப்பது, அதிக பருமன், உடலுழைப்பின்றி இருப்பது, இன்னும் அதிக அழுத்தத்திற்கு ஆளாவது என்று ஒரு சுழற்சியாகச் சென்று கொண்டே இருக்கும். அது உங்களை நீங்களே சீரழித்துக் கொள்வதற்கான ஒரு சுழற்சி. உங்கள் தீர்மானம், விருப்பம், மன உறுதி, மற்றும் அர்ப்பணிப்பைத் தவிர வேறு எதனாலும் அதை உடைத்தெறிய முடியாது.

உங்கள் ஆரோக்கியத்தையும் திடகாத்திரத்தையும் நீங்கள்தான் உருவாக்குகிறீர்கள். நீங்கள் சாப்பிடும் உணவு உங்கள் வாழ்நாளையும், உங்கள் வாழ்வின் மகிழ்ச்சியையும் தீர்மானிக்கும்.

நீங்கள் விரும்பும் விளைவை மனத்தில் வைத்து வேலை செய்யுங்கள்

வெறுமனே நோயின்றி இருப்பது நமது வாழ்வின் நோக்கம் அல்ல, மாறாக, பரிபூரண நலத்துடன் இருப்பதுதான் நமது வாழ்வின் நோக்கம் என்பதை நினைவில் கொள்ளுங்கள். நீங்கள் உடல் எடையை இழப்பதாகக் கூறினால், உங்கள் ஆழ்மனம் உங்கள் செயல்களைத்தான் நம்புகிறது, உங்கள் நோக்கங்களை அல்ல. நீங்கள் திடகாத்திரத்தைப் பற்றிச் சிந்திக்கிறீர்களா? அல்லது அதிகமாக உடற்பயிற்சி செய்கிறீர்களா? உங்கள் நம்பிக்கையின் உண்மை உங்கள் விளைவுகளில் வெளிப்படும்.

சுயபிரகடனம் செய்யுங்கள்

உங்களை ஊக்குவித்துக் கொள்வதற்கு நீங்கள் பயன்படுத்திக் கொள்ளக்கூடிய, ஆரோக்கியத்திற்கான சுயபிரகடனங்கள் சிலவற்றைக் கீழே கொடுத்துள்ளோம். இவற்றை அடிக்கடிக் கூறுங்கள், குறிப்பாக உடற்பயிற்சி செய்வதற்கு முன்னும் பின்னும்.

1. என் நல்ல ஆரோக்கியத்திற்கு நானே பொறுப்பு.
2. என் தினசரிப் பழக்கங்கள்தான் என் நல்ல ஆரோக்கியத்தை உருவாக்குகின்றன.
3. ஆன்மரீதியாகவும், உளரீதியாகவும், உடல்ரீதியாகவும் நான் ஆரோக்கியமாக இருக்கிறேன்.
4. நான் என் வாழ்நாள் முழுவதும் நலமாகவும் ஆரோக்கியமாகவும் இருக்கிறேன்.
5. நான் உயிர்த்துடிப்புடன் இருக்கிறேன். மற்றவர்களையும் அதுபோல் உணர ஊக்குவிக்கிறேன்.

“நீங்கள் சிறப்பாகத் தோற்றமளிக்கிறீர்கள்! எடை குறைந்த பிறகு நீங்கள் முன்பைவிட இளமையாகத் தோன்றுகிறீர்கள்!” என்று மக்கள் கூறுவதாக உங்கள் மனத்திற்குள் நினைத்துக் கொள்ளுங்கள். “உங்கள் உடல் எடை கச்சிதமாக உள்ளது. உங்கள் இதயத் துடிப்பும் கனகச்சிதமாக உள்ளது. நீங்கள் சிறந்த உடல்நலத்துடன் இருக்கிறீர்கள். உங்களுடைய புதிய அவதாரத்திற்கு எனது வாழ்த்துக்கள்!” என்று உங்கள் மருத்துவர் கூறுவதாக நினைத்துக் கொள்ளுங்கள். சில மாதங்கள் கழித்து அவர்கள் உண்மையிலேயே அவ்வாறு கூறுவதை நீங்கள் கேட்கும்போது நீங்கள் பெருமகிழ்ச்சி கொள்வீர்கள். அவர்கள் வாயில் அந்த வார்த்தைகளைப் போட்டது நீங்கள்தான் என்பது உங்களுக்கு மட்டுமே தெரியும்!

பரிபூரண நலனை இலக்காகக் கொள்ளுங்கள்

இவ்வத்தியாயத்தின் துவக்கத்தில் குறிப்பிட்டிருந்தது போல், ஆரோக்கியம் என்பது நலமாக இருப்பதன் ஓர் அம்சம்தான், ஆனால் மிக முக்கியமான ஒன்றாகும். சிறந்த ஆரோக்கியம் நம் வாழ்க்கையைச் சமநிலையில் வைத்துக் கொள்வதற்கு நம்மை அனுமதிக்கிறது, செழிப்பை நோக்கிச் செல்வதற்கும், அன்பைக் கொடுப்பதற்கும், அதைப் பெறுவதற்கும், நமது மனரீதியான, சமூகரீதியான, மற்றும் ஆன்மீகரீதியான வளர்ச்சியை மேம்படுத்துவதற்கும் தேவையான ஆற்றலை நமக்குக் கொடுக்கிறது.

கலிஃபோர்னியா மாநிலத்தின் ஆரஞ்சு கவுன்டியைச் சேர்ந்த பேட்டி வில்சனின் உண்மைக் கதையுடன் இந்த அத்தியாயத்தை நாங்கள் நிறைவு செய்ய விரும்புகிறோம். அவள் சிறு குழந்தையாக இருந்தபோது, அவளுக்கு வலிப்பு நோய் இருப்பதாக அவளது மருத்துவர்கள் கண்டறிந்தனர். அவளது தந்தை ஜிம் வில்சன் தினமும் காலையில் மெதுவோட்டம் மேற்கொள்வது வழக்கம். அவள் பருவ வயதினளாக இருந்தபோது ஒருநாள் தன் தந்தையிடம், “அப்பா, ஒவ்வொரு நாளும் உங்களுடன் சேர்ந்து ஓட வேண்டும் என்று எனக்கு ஆசையாக இருக்கிறது. ஆனால் ஓடும்போது வலிப்பு வந்துவிடுமோ என்று பயமாகவும் இருக்கிறது,” என்று கூறினாள்.

“அப்படி உனக்கு வலிப்பு வந்தால் அதை எப்படிக் கையாள்வது என்று எனக்குத் தெரியும். வா, நாம் இருவரும் சேர்ந்து ஓடலாம்,” என்று ஜிம் பதிலளித்தார்.

எனவே, அன்றிலிருந்து அவர்கள் இருவரும் சேர்ந்து ஓடத் துவங்கினர். அந்த அனுபவத்தை அவர்கள் மிகவும் ரசித்தனர். ஏனெனில், ஓட்டத்தின்போது அவளுக்கு வலிப்பு வரவே இல்லை. ஒருசில வாரங்களுக்குப் பிறகு, அவள் தன் தந்தையிடம், “அப்பா, பெண்களுக்கான நெடுந்தூர ஓட்டத்தில் உலக சாதனையை முறியடிக்க நான் விரும்புகிறேன்,” என்று கூறினாள்.

அவளது தந்தை கின்னஸ் புத்தகத்தை எடுத்துப் பார்த்துவிட்டு, ஒரு பெண் 128 கிலோமீட்டர் தூரம் ஓடி சாதனை படைத்திருந்ததைக் கண்டறிந்தார். பேட்டி அதைப் பற்றி நீண்ட காலம் யோசித்தாள். பிறகு அவள் உயர்நிலைப் பள்ளியில் காலெடுத்து வைத்தபோது, “ஆரஞ்சு கவுன்டியில் இருந்து சான்பிரான்சிஸ்கோவரை (644 கிலோமீட்டர் தூரம்) ஓடப் போகிறேன். பிறகு, ஒரேகான் மாநிலத்தின் போர்ட்லேன்ட் நகரத்திற்கு (2400 கிலோமீட்டர் தூரத்திற்கும் மேல்) ஓடுவேன். உயர்நிலைப் பள்ளியின் முதல் வருடத்தில் நான் செயின்ட் லூயிஸ்வரை (சுமார் 3200 கிலோமீட்டர் தூரம்) ஓடுவேன். இரண்டாவது வருடம் நான் வெள்ளை மாளிகையைச் (சுமார் 5000 கிலோமீட்டர் தூரம்) சென்றடைவேன்,” என்று அறிவித்தாள்.

தனக்கு இருந்த வலிப்பு நோய் தனக்கு ஏற்பட்டிருந்த ஒரு ‘சௌகரியக் குறைச்சல்’ மட்டுமே என்று அவள் கருதினாள். தான் இழந்தவற்றின்மீது அவள் கவனம் செலுத்தவில்லை.

அந்த வருடம், “வலிப்பு நோயை நான் நேசிக்கிறேன்” என்ற வாசகம் பொறிக்கப்பட்ட ஒரு டி-ஷர்ட்டை அணிந்தவாறு சான்பிரான்சிஸ்கோவரை ஓடினாள். அவளுடைய தந்தையும் அவளுடன் கூடவே ஓடினார். செவிலியான அவரது தாயார், தன் மகளுக்கு ஏதேனும் மோசமாக நடந்துவிட்டால் சமாளிப்பதற்காக ஒரு நடமாடும் மோட்டார் வீட்டில் அவர்களைப் பின்தொடர்ந்தார். உயர்ந்த தரம் வாய்ந்த குடும்ப உறவிற்கான சிறந்த எடுத்துக்காட்டு இது!

அடுத்த வருடம் அவளது வகுப்புத் தோழர்கள் அவளுக்கு ஆதரவு காட்டி ஊக்குவித்தனர். “ஓடு, பேட்டி, ஓடு!” என்ற வார்த்தைகள் பொறிக்கப்பட்ட ஒரு பெரிய விளம்பரத் திரையை அவர்கள் உருவாக்கினர். (பிறகு, இவ்வார்த்தைகளே அவளது கொள்கையாக மாறி, அவளது புத்தகத்திற்கான தலைப்பாகவும் ஆகிவிட்டன.) இரண்டாவது நெடுந்தூர ஓட்ட முயற்சியில் அவள் போர்ட்லேன்டிற்குச் செல்லும் வழியில் அவளது பாதத்தில் ஓர் எலும்பு

முறிந்துவிட்டது. அவள் உடனடியாகத் தன் ஓட்டத்தை நிறுத்த வேண்டும் என்று ஒரு மருத்துவர் கூறினார். "இந்தச் சேதம் நிரந்தரமானதாக ஆகிவிடாமல் இருப்பதற்காக உன் கணுக்காலில் நான் ஒரு கட்டுப் போட வேண்டியுள்ளது," என்று அவர் கூறினார்.

அதற்கு அவள், "டாக்டர், உங்களுக்கு ஒரு விஷயத்தை நான் தெளிவுபடுத்த விரும்புகிறேன். இது ஏதோ ஒரு விளையாட்டுத்தனமான முயற்சியல்ல. இது என் ஆழ்விருப்பம். நான் இதை எனக்காக மட்டும் செய்யவில்லை. இந்நோயுள்ள எண்ணற்ற மக்களைக் மட்டுப்படுத்துகின்ற, அவர்களது மூளைகளில் உள்ள சங்கிலிகளை உடைத்தெறிவதற்காக நான் இதைச் செய்கிறேன். நான் தொடர்ந்து ஓடுவதற்கு வேறு ஏதேனும் வழி உள்ளதா?" என்று கேட்டாள்.

அவர் அவளுக்கு ஒரு மாற்று வழியைக் கூறினார். ஒட்டுப்பசை கொண்டு அவளது கணுக்காலைச் சுற்றிக் கட்டுப் போடலாம் என்று அவர் பரிந்துரைத்தார். ஆனால் அது மிகுந்த வலியை ஏற்படுத்தும் என்றும் அவர் எச்சரித்தார். "அதில் கொப்பளங்கள் ஏற்படும்," என்று கூறிய அவரிடம், கட்டுப் போடுமாறு பேட்டி கூறினாள்.

அவள் போர்ட்லேன்ட்வரையிலான தனது ஓட்டத்தை முடித்தாள். ஓட்டத்தின் முடிவில் ஓரேகானின் ஆளுனரும் அவளுடன் கலந்து கொண்டு ஓடினார். தனது பதினேழாவது பிறந்தநாளன்று அவள் தன் நெடுந்தூர ஓட்டத்தை முடித்துக் கொண்டதாகச் செய்தித்தாள்கள் செய்தி வெளியிட்டன.

சுமார் நான்கு மாதங்கள் தொடர்ந்து ஓடிய பிறகு, அவள் வாஷிங்டனைச் சென்றடைந்து, அமெரிக்க அதிபருடன் கைகுலுக்கினாள். அவள் அவரிடம், "வலிப்பு நோய் உடையவர்களும் சாதாரண வாழ்க்கை வாழும் இயல்பான மனிதர்கள்தான்," என்று கூறினாள்.

மார்க் இந்தக் கதையை ஒருமுறை தன் பயிலரங்கு ஒன்றில் கூறினார். பயிலரங்கு முடிந்த பிறகு, கண்ணீர்க் கண்களுடன் ஒருவர் அவரிடம் வந்து கைகுலுக்கிவிட்டு, "என் பெயர் ஜிம் வில்சன். நீங்கள் என்னுடைய

மகளைப் பற்றித்தான் பேசிக் கொண்டிருந்தீர்கள். பேட்டி வில்சன் என் மகள்," என்று கூறினார். அவளது உன்னதமான, தன்னலமற்ற முயற்சிகளால், எல்லா வசதிகளுடனும்கூடிய, பலகோடி டாலர்கள் பெறுமானமுள்ள பத்தொன்பது வலிப்புநோய் மையங்களை அமெரிக்கா நெடுகிலும் திறப்பதற்குத் தேவையான பணம் திரட்டப்பட்டிருந்ததாக அவர் மார்க்கிடம் தெரிவித்தார்.

பேட்டி வில்சனால் அந்தச் சிறிய வயதில், குறைந்த ஆரோக்கியத்தில் அவ்வளவு சாதிக்க முடிந்தால், பரிபூரண நலனைக் கொண்ட ஒரு நிலையில் உங்களால் எவ்வளவு சாதிக்க முடியும்?

10

நீங்கள் யாரைச் சந்திக்கிறீர்கள் என்பதுதான் முக்கியம்

நீங்கள் சந்திக்கும் மக்கள் உங்களுக்கு உற்சாகத்தைக் கொடுக்க வேண்டும், உத்வேகத்தைக் கொடுக்க வேண்டும், உங்கள் வளர்ச்சிக்கு உதவ வேண்டும். அதனால்தான் நீங்கள் பல்வேறு வகையான, ஏராளமான மனிதர்களைத் தொடர்ந்து சந்தித்துவர வேண்டியது அவசியமாகிறது. ஒவ்வொருவரும் உங்கள் மனத்தின் ஒவ்வொரு பகுதியைப் பட்டை தீட்டி, நீங்கள் எதிர்பார்க்காத வழிகளில் உங்களைத் தூண்டுவர்.

புகழ்பெற்றத் திரைப்பட நடிகரும், நாடக நடிகரும், வானொலி மற்றும் தொலைக்காட்சிப் பிரமுகருமான ரெட் ஸ்கெல்டன் என்பவரைச் சந்திக்க வேண்டும் என்பது மார்க்கின் நெடுநாளைய விருப்பம். ஒருநாள் மார்க் ஒரு விமான நிலையத்தில் காத்துக் கொண்டிருந்தபோது, ரெட் ஸ்கெல்டன் அங்கு உட்கார்ந்திருந்ததைக் கண்டார். அவர் மிகப்

பிரபலமான நடிகர் என்பதைத் தெரிந்திருந்த மார்க், வெட்கப்பட்டுக் கொண்டு, அவரிடம் சென்று பேசுவதற்கான துணிவு இன்றித் தான் வந்த வழியே போயிருக்கக்கூடும். அல்லது துணிவு இருந்திருந்தாலும், அவரிடம் சென்று வெறுமனே ஓரிரு வார்த்தைகள் பேசிவிட்டு அவரது கையெழுத்தை மட்டும் பெற்றுக் கொண்டு வந்திருக்கக்கூடும். ஆனால் என்றேனும் ஒருநாள் தான் நிச்சயமாகச் சந்திக்க வேண்டும் என்று மார்க் தீர்மானித்து வைத்திருந்தவர்களில் ரெட் ஸ்கெல்டன் ஒருவர். அவரது பெயரை மார்க் ஒரு பட்டியலில் எழுதி வைத்திருந்தார். அவரை ஒருநாள் சந்தித்து, அவரிடம் இருந்து தான் கற்றுக் கொள்ளப் போவதாக அவர் தன் மனத்தில் அறிந்திருந்தார். எனவே, நேராக அவரிடம் சென்று தன்னை அறிமுகப்படுத்திக் கொண்டார்.

“திரு. ஸ்கெல்டன் அவர்களே, உங்களுக்கு என்னைத் தெரியாது, ஆனால் நான் உங்கள் விசிறி,” என்று மார்க் கூறினார்.

“இன்று சூடு அதிகமாகத்தான் இருக்கிறது. எனக்கு ஒரு விசிறி தேவைதான்,” என்று அவர் பதிலளித்தார்.

முதலில் ஸ்கெல்டனின் நகைச்சுவை மார்க்கிற்குத் திகைப்பூட்டியது. பிறகு தன்னைச் சமாளித்துக் கொண்டு அவருடன் தொடர்ந்து உரையாடினார். ஒருசில நிமிடங்களுக்குள் அவர்கள் இருவரும் நெடுங்கால நண்பர்களைப்போல் சிரித்துக் கொண்டும் பேசிக் கொண்டும் இருந்தனர். மார்க் அவருடன் ஒன்றரை மணிநேரம் செலவிட்டார். அவர்கள் ஏகப்பட்ட விஷயங்கள் குறித்துப் பேசினர். தொலைக்காட்சி ஒளிபரப்பின் பக்கம் அவர்கள் பேச்சுத் திரும்பியது. ‘பொதுமக்கள் தொலைக்காட்சி’யில் ஒளிபரப்ப ஓரிரு தொலைக்காட்சி நிகழ்ச்சிகளைத் தயாரித்துத் தருமாறு தன்னிடம் கேட்டுக் கொள்ளப்பட்டுள்ளதாக மார்க் அவரிடம் கூறினார்.

அது ஒரு சிறந்த விஷயம், ஆனால் ஒப்பந்தத்தில் கையெழுத்துப் போடுவதற்கு முன், ஒளிபரப்பிற்கான உரிமைகள் அனைத்தையும் மார்க்கே வைத்துக் கொள்ள

வேண்டும் என்று அவர் மார்க்கிற்கு அறிவுறுத்தினார். உடனடியாக அந்த உரிமைகளால் எந்தப் பயனும் ஏற்படாவிட்டாலும், காலப்போக்கில் அவை நல்ல லாபத்தைச் சம்பாதித்துக் கொடுக்கும் என்றும் அவர் கூறினார்.

பிறகு, தொலைக்காட்சி நிலையத்தினருக்கு மார்க் அந்த நிகழ்ச்சிகளை உருவாக்கிக் கொடுத்தார். ஒப்பந்தத்தில் கையெழுத்திட்டபோது, ஒளிபரப்பு உரிமைகள் அனைத்தையும் தானே வைத்துக் கொண்டார். ஆனால் மார்க்கிடம் ஒளிபரப்பு உரிமைகள் இருந்ததால், சுமார் இரண்டரை லட்சம் டாலர்கள் மதிப்பு வாய்ந்த படச்சுருள்கள் எந்தக் கட்டணமும் இன்றி மார்க்கிற்குக் கொடுக்கப்பட்டன.

இப்போது மார்க் தன்னை விளம்பரப்படுத்திக் கொள்வதற்கு இதைப் பயன்படுத்துகிறார். மார்க் முன்பெல்லாம் இதுபோன்ற விஷயங்களில் குறிப்பிட்டுச் சொல்லும்படி சாமர்த்தியசாலியாக இருக்கவில்லை. ஆனால் ரெட் ஸ்கெல்டனுடனான அவரது சந்திப்பு, ஸ்கெல்டனின் அனுபவத்தின் அடிப்படையில் அமைந்த ஓர் உள்நோக்கை அவருக்குக் கொடுத்தது. அது மார்க்கின் வளர்ச்சிக்கும் எதிர்கால லாபத்திற்கும் வழிவகுத்தது.

எழுதிவைத்துக் கொள்ளுங்கள்

ஒருவரைச் சந்திக்க வேண்டும் என்று நினைப்பது ஒரு பக்கம் இருக்கட்டும். அதை எழுதிக் கொள்வது அதைவிட முக்கியம். எழுதிக் கொள்வதால் நீங்கள் உங்களை அதற்கு அர்ப்பணிக்கிறீர்கள் என்று அர்த்தம். நாம் என்ன செய்ய விரும்புகிறோம் என்பதை நம் வெளிமனத்திற்கு அது கூறுகிறது. அதற்கான வழியைக் கண்டுபிடிக்குமாறு நம் ஆழ்மனத்திடம் அது அறைகூவல் விடுக்கிறது. நம் ஆழ்மனத்தை நாம் மேலும் தூண்ட விரும்பினால், நாம் சந்திக்கத் திட்டமிட்டுள்ள நபர்களிடம் நாம் கேட்க விரும்பும் பத்துக் கேள்விகளை நாம் எழுதி வைத்துக் கொள்ளலாம்.

பல்வேறு வகையான மக்களைச் சந்திப்பதை இலக்காக்கிக் கொள்ளுங்கள்

வெவ்வேறு விதமான வாழ்க்கையை வாழ்ந்துள்ள மக்களைச் சந்திப்பது உங்களைப் பெரிதும் வளப்படுத்தும். ஜான் கோடார்டை நாங்கள் இருவரும் சந்தித்தது எங்கள் வாழ்வில் பெரும் தாக்கத்தை ஏற்படுத்தியது.

உலகில் தலைசிறந்த ஆய்வாளர்களில் ஒருவர் அவர். சாகசச் செயல்களிலும் சிறந்து விளங்கியவர் அவர். அவர் தனது பதினைந்தாவது வயதில், 127 இலக்குகளை உள்ளடக்கிய 'வாழ்க்கைப் பட்டியல்' ஒன்றைத் தயாரித்தார். நைல், அமேசான், மற்றும் காங்கோ ஆறுகளை ஆய்வு செய்வது, எவரெஸ்ட் சிகரம் மற்றும் கிலிமஞ்சாரோ சிகரம் ஆகியவற்றில் ஏறுவது, யானை, நெருப்புக் கோழி, புரான்கோ குதிரை ஆகியவற்றின்மீது சவாரி செய்வது, மார்க்கோ போலோ பயணித்த இடங்களுக்குப் பயணம் செய்வது, பைபிளைப் படிப்பது, ஷேக்ஸ்பியர், பிளாட்டோ, மற்றும் அரிஸ்டாட்டில் ஆகியோரின் படைப்புகளையும், ஒட்டுமொத்தக் கலைக்களஞ்சியத்தையும் படிப்பது ஆகியவை அந்தப் பட்டியலில் இடம்பெற்றிருந்தவற்றில் சில. ஒரு புத்தகத்தை எழுத விரும்புவதாகவும், உலகின் ஒவ்வொரு நாட்டிற்கும் தான் விஜயம் செய்ய விரும்புவதாகவும் அவர் எழுதி வைத்தார்.

அறுபத்தெட்டு வயதில் அவர் 114 இலக்குகளை அடைந்திருந்தார். பதினைந்து வயதில் தான் எழுதி வைத்த இலக்குகளில் மீதமிருந்தவற்றை நோக்கி அவர் துடிப்புடன் செயல்பட்டுக் கொண்டிருந்தார்.

சமீபத்தில் அவர் மார்க்கை அழைத்து, அதுவரை எவரும் அதிகமாகச் சென்றிராத சான்டா அனிடா கேன்யனுக்குப் பதிமூன்று கிலோமீட்டர் மலையேற்றப் பயணமாகத் தன்னுடன் வருமாறு அழைப்பு விடுத்தார். மார்க்கிற்கு இந்த அழைப்பு விடுக்கப்பட்டதற்குக் காரணம் அவர் ஜான் கோடார்டு போன்ற மாபெரும் பிரபலங்கள் உட்படப் பல பெரிய புள்ளிகளுடன் தன்

சமூகத் தொடர்பை விரிவுபடுத்தியிருந்ததுதான். மார்க் தானாக அந்த இடத்திற்குச் செல்வதை ஒருபோதும் தன் கற்பனையில்கூட நினைத்துப் பார்த்திருக்க மாட்டார். ஆனால் ஜான் அழைத்ததால் அவர் சென்றார்.

சாகசப் பயணத்தை விரும்பும் இன்னும் பதினெட்டு நபர்கள் லாஸ் ஏஞ்சலீஸ் நகரில் ஜானின் வீட்டில் குழுமியிருந்தனர். அவர்கள் அனைவரும் ஒருவரை ஒருவர் அறிமுகம் செய்து கொண்டபோது, தங்கள் அனைவரிடமும் பொதுவாக இருந்த ஒரே விஷயம், தாங்கள் அனைவரும் ஜானின் நண்பர்கள் என்பதுதான் என்பதைக் கண்டறிந்தனர். அவர்கள் ஒவ்வொருவரும் உற்சாகம் மிக்கவர்களாகவும், பிறரை ஊக்குவிப்பவர்களாகவும் இருந்தனர்.

மலையேற்றத்தின் முதற்பகுதி மிகவும் சுலபமானதாக இருந்தது. தனது குழந்தைப் பருவத்தில் துவங்கி, இந்த வழித்தடங்களில் தான் முன்பு ஏறி வந்தபோது தனக்கு ஏற்பட்ட அனுபவங்கள்வரை ஜான் பகிர்ந்து கொண்டார். மலையில் இருந்த ஓர் ஊற்றின் அருகே அமர்ந்து மதிய உணவை முடித்ததும், “நாம் மலையின் இந்தப் பக்கமாகவும் ஏறலாம், அந்தப் பக்கமாகவும் ஏறலாம்,” என்று ஜான் கூறினார்.

மார்க் மேலே பார்த்தார். இரண்டு பக்கங்களுமே செங்குத்தாக இருந்தன. ஜான் விளையாட்டாகப் பேசுவதாக நினைத்த மார்க் தன் தோழி மேரியிடம், “நீங்கள் ஒரு மிகச் சிறந்த நீச்சல் வீராங்கனைதானே, நீர்வீழ்ச்சியில் மேல்நோக்கி நீங்கள் ஏன் நீச்சலடித்துச் செல்லக்கூடாது?” என்று கேட்டார். எல்லோரும் சிரித்தனர். மலையேற்றத்திற்கான எந்தவிதமான உபகரணங்களும் இன்றி அனைவரும் அந்த மலையின் செங்குத்தான பகுதியின் வழியாக ஏறத் துவங்கினர்.

ஜான் வெறுமனே, “என்னைப் பின்தொடர்ந்து வாருங்கள். நான் எங்கே கால் வைக்கிறேனோ, அங்கே நீங்களும் கால் வையுங்கள்,” என்று கூறினார். திரைப்படத் துறையில் முப்பத்து மூன்று வருடங்களாக எந்தவிதமான விபத்திற்கும் ஆளாகாமல் படங்களில் ஸ்டன்ட்மேனாகப் பணியாற்றியிருந்த ஐம்பத்தியிரண்டு

வயதான லாரென் அக்குழுவினரின் பாதுகாப்பிற்காக அவர்களுக்குப் பின்னால் வந்தார்.

செங்குத்தான பாதையில் அவர்கள் ஏறிச் சென்றனர். மார்க்கின் இதயம் படபடத்தது. இதிலுள்ள விபரங்கள் முன்பே தனக்குத் தெரிந்திருந்தால், இதில் கலந்து கொள்வதைப் பற்றித் தான் யோசித்திருக்கவே மாட்டோம் என்று மார்க் நினைத்தார். ஆனால் ஜான் கோடார்டை அவருக்குத் தெரிந்திருக்காவிட்டால், அவருக்கு இப்பயணத்திற்கு அழைப்பே வந்திருக்காது.

கடைசி மூன்று அடிகள் இருந்தபோது ஜானின் இரண்டு உதவியாளர்கள் மார்க்கைக் கைகொடுத்து மேலே இழுத்தனர். புதுப்பிக்கப்பட்ட உணர்வையும், சிலிர்ப்பையும், மகிழ்ச்சியையும் மார்க் அனுபவித்தார். அவர் மலை உச்சியை அடைந்திருந்தார். ஆனால் அங்கு சிறிது நேரம் ஓய்வெடுத்துவிட்டு, அவர்கள் மேலும் நடக்கத் துவங்கினர். அவர்களுடைய வாழ்க்கையில் அவர்கள் அனுபவித்திருந்த அதிக சிலிர்ப்பூட்டும் அனுபவம் எது, மாபெரும் சாகசம் எது என்று ஜான் அவர்கள் ஒவ்வொருவரிடமும் தனித்தனியாகக் கேட்டார். "இந்த மலையேற்றப் பயணம்தான்," என்று மேரி கூறினார்.

அவர்கள் மற்றுமோர் ஏற்றத்தைக் கடக்க வேண்டியிருந்தபோது, "கடினமான இடங்கள் வரவிருக்கின்றன," என்று ஜான் அவ்வப்போது கூறிக் கொண்டிருந்தார். நச்சுப் பாம்புகள் நிறைந்த ஒரு பகுதியில் அவர்கள் நடந்து சென்றனர். ஒரு சமயத்தில், மார்க்கின் முன்னால் ஓரடி தள்ளி, ஐந்தடி நீளம் கொண்ட ஒரு பாம்பை ஒரு புதருக்குள்ளிருந்து ஜான் இழுத்துத் தூக்கி எறிந்தார்!

ஒரு கருங்கரடி, ஒரு மான், மற்றும் ஒரு நரி ஆகியவை அந்த வழியே சென்றதற்கான அடையாளங்கள் அங்கு காணப்பட்டன. இருநூறு வயதான பிரம்மாண்டமான தேவதாரு மரங்களின் கீழே அவர்கள் நடந்து சென்றனர். அடுத்து ஓய்வெடுப்பதற்கான இடம் வந்தபோது, ஜான் அவர்கள்

அனைவரும் தங்கள் கண்களை மூடிக் கொண்டு, அந்த வனத்தில் நிலவும் பல ஒலிகளை மூன்று நிமிடங்கள் கூர்ந்து கவனித்து, தங்கள் மனத்தை ஒருமுகப்படுத்தும் சக்தி மற்றும் தங்கள் கண்காணிப்பு சக்தி ஆகியவற்றைப் பற்றித் தெரிவிக்குமாறு கூறினார். வியக்கத்தக்க வகையில், ஆறு வெவ்வேறு விதமான பூச்சிகள் மற்றும் பறவைகளின் ஒலியை மார்க்கால் நினைவுகூர முடிந்தது.

இறுதியில் அவர்கள் அங்கிருந்து திரும்பி வந்தபோது, தன் வாழ்வின் ஒரு மிகச் சிறந்த அனுபவமாக அது அமைந்திருந்ததை மார்க் உணர்ந்தார். ஓய்வு என்றால் என்னவென்றே தெரியாத ஜான், அதையடுத்து வந்த குளிர்காலத்தில், நாய்கள் இழுத்துச் செல்லும் பனிவண்டியில் எல்லோஸ்டோன் வனவிலங்குச் சரணாலயத்திற்குத் தன்னுடன் வருமாறு மார்க்கிற்கு அழைப்பு விடுத்தார்.

சான்டா அனிடா அனுபவம் மார்க்கை ஒரு படி மேலே வளரச் செய்தது. அவர் தன் நண்பர்கள் வட்டத்தை மட்டும் விரிவுபடுத்தியிருக்காவிட்டால், ஜான் கோடார்டை அவருக்குத் தெரிந்திருக்காது, அந்த மலையேற்றத்திற்கு மார்க் அழைக்கப்பட்டிருக்கவும் மாட்டார்.

அந்த நேரத்திலிருந்து, பெரிய, துணிச்சலான இலக்குகளை உருவாக்கிக் கொள்வதற்கு ஜான் எங்கள் இருவருக்கும் உத்வேகமளித்து வந்துள்ளார்.

உங்கள் முன்மாதிரியைச் சந்தித்தல்

சந்திப்பதற்குச் சாத்தியமில்லாத மக்கள் என்று யாருமே கிடையாது. இந்த ஒட்டுமொத்த உலகமும் நமக்காகத் திறந்துள்ளது. நாம் உண்மையிலேயே யாரையெல்லாம் சந்திக்க விரும்புகிறோமோ, அவர்களை நம்மால் நிச்சயமாகச் சந்திக்க முடியும். ஆனால் அவர்களது பெயர்களை நாம் முதலில் எழுதிக் கொள்ளாவிட்டால், அவர்களைச் சந்திக்கும் வாய்ப்பு அரிதாகிவிடும்.

பத்து வருடங்களுக்கு முன், டாக்டர் பில்லி கிரகாமைச் சந்திக்க வேண்டும் என்று மார்க் விரும்பினார். அவரை நீங்கள் நினைத்த நேரத்தில் சந்திக்க முடியாது. அல்லது தொலைபேசியில் அழைத்து, "நீங்கள் ஊரில் இருக்கும்போது, நாம் இருவரும் சென்று உணவருந்தலாம்," என்று அழைப்பு விடுக்க முடியாது. உலகின் மிகப் பிரபலமான பாதிரியாரான பில்லி கிரகாம் ஒருமுறை கொரியாவில் ஒரே நேரத்தில் பத்து லட்சம் மக்களுக்கு முன்னால் உரை நிகழ்த்தினார். இன்றும் அவர் தேசியத் தொலைக்காட்சி நிகழ்ச்சிகளில் கலந்து கொண்டு சொற்பொழிவாற்றுகிறார். ஒவ்வொரு வருடமும் ஒரு புதிய புத்தகத்தை வெளியிடுகிறார். எண்ணற்ற சமூக வேலைகளில் ஈடுபட்டு வருகிறார்.

நீங்கள் யாரைச் சந்திக்கத் தயாராக இருக்கிறீர்களோ, அந்த நபர் உங்களைச் சந்திக்கத் தயாராக இருக்கிறார் என்பதை நினைவில் கொள்ளுங்கள்.

டாக்டர் கிரகாமை எவ்வாறு சந்திப்பது? மார்க் இந்த முயற்சியைத் தன் ஆழ்மனத்தின் அளப்பரிய சக்தியிடம் விட்டுவிட்டார். பில்லி கிரகாமைத் தான் சந்திக்க வேண்டும் என்று மட்டும் அவர் எழுதிக் கொண்டார்.

ஒரு வருடத்திற்குள் அவர் அவரை ஒரு குதூகலமான, நிறைவான வழியில் சந்தித்தார். அது இயலாத காரியம் என்று அனைவரும் கூறியதற்குப் பிறகு அச்சந்திப்பு நடந்தது.

கலிஃபோர்னியாவின் நியூபோர்ட் பீச் நகரில் அமைந்த ஜான் வெயின் விமான நிலையத்திற்கு அருகே, மார்க்கின் வீட்டிற்கு வெகு அருகே இது நிகழ்ந்தது. வெளியூரில் ஒரு சொற்பொழிவாற்றுவதற்கு மார்க் தன் மனைவி பேட்டியுடன் தயாராகிக்

கொண்டிருந்தார். அவர்கள் விமான நிலையத்திற்கு வந்தபோது, அந்த விமான நிலையம் ஒன்றரை மணிநேரத்திற்கு மூடப்படவிருந்ததை அவர்கள் அறிந்தனர். அதற்கு எந்தக் காரணமும் அவர்களுக்குக் கொடுக்கப்படவில்லை.

அருகில் இருந்த ஓர் உணவகத்தில் அவர்கள் அந்த நேரத்தை செலவிடத் தேர்ந்தெடுத்தனர். அவர்கள் உணவருந்திக் கொண்டிருந்தபோது, விமானக் கண்காணிப்புக் கழகத்தின் உதவித் தலைவரான கேரல் பிரவுன் அங்கு வந்தார். அவரைத் தங்களுடன் உணவருந்த மார்க்கும் அவரது மனைவியும் அழைத்தனர். விமான நிலையம் மூடப்பட்டு இருந்ததற்கான காரணத்தை அவர்கள் அவரிடம் கேட்டனர்.

பில்லி கிரகாமின் விமானம் தரையிறங்கப் போவதாகவும், அவருடைய உயிருக்கு அச்சுறுத்தல் வந்திருப்பதாகவும், எனவே பாதுகாப்பு ஏற்பாடுகள் முடுக்கிவிடப்பட்டு இருப்பதாகவும், அதனால் போக்குவரத்து தற்காலிகமாக வேறு வழியில் மாற்றிவிடப்பட்டுக் கொண்டிருப்பதாகவும் கேரல் விளக்கினார்.

உடனே மார்க் அவரிடம், "கேரல், எங்களால் அவரைச் சந்திக்க முடியுமா?" என்று கேட்டார். கேரல் மறுத்துத் தலையாட்டிவிட்டு, "ஆனால், பாதுகாப்புத் துறைத் தலைவரிடம் நான் உங்களை அறிமுகப்படுத்துகிறேன்," என்று கூறினார்.

விரைவில் மார்க்கும் அவரது மனைவியும் பாதுகாப்புப் பகுதிக்கு அழைத்துச் செல்லப்பட்டனர். அங்கு முரட்டுத்தனமான தோற்றத்தைக் கொண்ட இருபது பாதுகாப்புத் துறையினர் நின்று கொண்டிருந்தனர். அவர்கள் அனைவரும் சற்றுப் பதற்றமாக இருந்தனர். குறிப்பாக, டாக்டர் கிரகாமைப் பாதுகாக்க வேண்டிய பொறுப்பில் இருந்த பாதுகாப்புத் துறையின் தலைவர் அதிகப் பதற்றத்துடன் இருந்தார். மார்க்கின் கோரிக்கையை அவர் உடனடியாக நிராகரித்தார்.

ஆனால் இத்தகைய விஷயங்கள் தன் விருப்பங்களில் குறுக்கிடுவதை மார்க் அனுமதிப்பதாக இல்லை. டாக்டர் கிரகாம் விமானத்திலிருந்து இறங்கி வருவதை விமான நிலையத்திற்கு உள்ளேயிருந்து மார்க் பார்த்தார். அவர் உயரமாக, நேர்த்தியாக, கம்பீரமாகத் தோற்றமளித்தார். ஆனால் அவருடன் பயணம் செய்து வந்த சக பிரயாணிகளுக்கு அவரை அடையாளம் தெரியவில்லைபோலும். அது அவர் ஒரு தடிமனான கண்ணாடியும் ஒரு தொப்பியும் அணிந்திருந்ததால் இருக்கக்கூடும்.

பாதுகாப்புக் குழுவினர் டாக்டர் கிரகாமைச் சூழ்ந்து கொண்டனர். சாமான்களை வைத்து எடுத்துச் செல்லும் டிராலிகளுக்கு அருகில் அவரைக் கூட்டிச் சென்றனர். பிறகு, பாதுகாப்புப் பணியாளர்களில் பெரும்பாலானோர் அங்கிருந்து நகர்ந்தனர். ஒருவேளை அவரது சாமான்களை அவர்கள் எடுத்து வரச் சென்றிருக்கலாம். மார்க் இந்த வாய்ப்பைப் பயன்படுத்திக் கொண்டார்.

ஓர் இனிமையான நட்பான முறையில் அவர் டாக்டர் கிரகாமை அணுகி, அவருடன் கைகுலுக்கினார். அவருடைய கவர்ச்சியும் ஆளுமையும் அங்கு வியாபித்திருந்தன.

அவர்கள் இருவரும் பேசத் துவங்கினர். மார்க் தான் எழுதி வைத்திருந்த பட்டியலில் டாக்டர் கிரகாமின் பெயரைப் பார்த்தபோதெல்லாம், அவரிடம் கேட்க வேண்டும் என்று பல வருடங்களாகத் தன் மனத்திற்குள் பட்டியலிட்டு வைத்திருந்த கேள்விகளை இப்போது டாக்டர் கிரகாமிடம் கேட்டார். டாக்டர் கிரகாம் மகிழ்ச்சியாக அவற்றுக்கு விடையளித்தார். மார்க்கிடம் அவர் பல கேள்விகளைக் கேட்டார். நெடுநேரம் பேசிய பிறகு டாக்டர் கிரகாம் அங்கிருந்து புறப்பட்டார்.

நாங்கள் இங்கு கூற வரும் விஷயம் என்னவென்றால், தான் சந்திக்க விரும்பும் நபர்களின் பட்டியலில் டாக்டர் பில்லி கிரகாமின் பெயரை மார்க் எழுதி வைத்திருக்காவிட்டால், அவரிடம் சென்று

பேசுவதற்கான துணிச்சல் மார்க்கிற்கு வந்திருக்காது, அல்லது ஒருவேளை அவர் அவரை அணுகி இருந்தாலும் அவரிடம் என்ன பேச வேண்டும் என்று மார்க்கிற்குத் தெரிந்திருக்காது என்பதுதான்.

நாங்கள் சந்திக்க விரும்பும் நபர்களின் பட்டியல்

இந்தப் பட்டியலைத் தயாரிக்கும் யோசனை எங்களுக்கு மிகுந்த உத்வேகத்தைக் கொடுத்துள்ளதால், ஒவ்வொரு துறையிலும் நாங்கள் சந்திக்க விரும்பும் நபர்களின் பெயர்களைப் பட்டியலிட்டோம். நாங்கள் ஒருவரைச் சந்தித்து முடித்தவுடன், எங்கள் பட்டியலில் உள்ள அவரது பெயருக்கு எதிரே 'வெற்றி!' என்று குறியிடுகிறோம். நாங்கள் சந்திக்க வேண்டிய நபர்கள் இன்னும் பலர் உள்ளனர். ஆக் மேன்டினோ, சிட்னி ஷெல்டன், டாக்டர் வெயின் டயர், ரிச்சர்டு பாக், டாக்டர் டென்னிஸ் வெயிட்லி போன்ற நூலாசிரியர்களும், சிக் சிக்லர், டாக்டர் பீட்டர் டிரக்கர், டாக்டர் நார்மன் வின்சென்ட் பீல், கேவட் ராபர்ட், ஜிம் ரான், ஜான் கோடார்டு, ஏர்ல் நைட்டிங்கேல், டாக்டர் ராபர்ட் ஷுல்லர், டாக்டர் லியோ புஸ்கேலியா போன்ற பேச்சாளர்களும், டொனால்டு டிரம்ப், கிளமென்ட் ஸ்டோன், ரிச்சர்டு டீவோஸ், சாம் கர்ட்டிஸ் போன்ற தொழிலதிபர்களும், ராபர்ட் ரெட்ஃபோர்டு, ஸ்டீவன் ஸ்பீல்பர்க், டாக்டர் ஹென்றி கிஸ்ஸிங்கர், லேரி கிங், ஓப்ரா வின்ஃபிரே, பில் காஸ்பி போன்ற பிரபலங்களும் எங்கள் இருவருடைய பட்டியலில் உள்ள பெயர்களில் சில.

உங்கள் பட்டியலை உருவாக்கத் துவங்குங்கள்

ஒரு வெற்றுக் காகிதத்தில் ஒன்றிலிருந்து நூறு வரை வரிசையாக எழுதிக் கொள்ளுங்கள். உங்கள் மனத்தில் தோன்றும் ஒரு பெயரை அதில் எழுதிக் கொள்ளுங்கள். தொலைக்காட்சி, திரைப்படம், அல்லது இசை ஆகிய துறைகளில் உள்ள பிரபலங்களின் பெயர்களை எழுதுங்கள். பிறகு பத்திரிகைகளைப் படிக்கும்போது,

அவற்றில் குறிப்பிடப்படிருக்கும் நபர்களில் நீங்கள் சந்திக்க விரும்புவோரின் பெயர்களை எழுதிக் கொள்ளுங்கள். உங்களுக்குப் பிடித்தமான துறைகளில் நீங்கள் சந்திக்க விரும்பும் நபர்களின் பெயர்களையும் சேர்த்துக் கொள்ளுங்கள்.

உங்கள் பட்டியலில் உள்ள நபர்களைச் சந்திக்கும்போது அவர்களிடம் இருந்து நீங்கள் கற்றுக் கொள்ளவிருக்கும் விஷயங்களைக் கொண்டு உங்கள் வாழ்க்கையை வளப்படுத்துவதும் மேம்படுத்துவதும்தான் உங்கள் குறிக்கோள் என்பதை நினைவில் கொள்ளுங்கள். அவர்களுடனான சந்திப்பின்போது அவர்களுடைய இலக்குகள், மதிப்பீடுகள், நம்பிக்கைகள், சந்தேகங்கள், பயங்கள் ஆகியவற்றை நீங்கள் அறிந்து கொள்வீர்கள். உங்களுக்குள் ஒளிந்திருக்கும், நீங்கள் இதுவரை கண்டறிந்திராத ஆற்றல் பற்றியப் புதிய விழிப்புணர்வை நீங்கள் பெறுவீர்கள். சாத்தியக்கூறுகளைப் பற்றி நீங்கள் கற்பனை செய்யத் துவங்குவீர்கள். உங்கள் சிந்தனையில் உற்சாகம் பொங்கி வழியும். “அவர்களால் செய்ய முடிந்தது என்றால், என்னாலும் முடியும்!” என்று நீங்கள் முழங்குவீர்கள்.

உங்கள் பட்டியலில் உள்ள நபர்களைச் சந்தித்தல்

நீங்கள் நீண்ட நேரம் ஆழமாக எதைச் சிந்தித்துக் கொண்டிருக்கிறீர்களோ அதையே பெறுவீர்கள் என்று ஈர்ப்புவிதி கூறுகிறது. குறிப்பிட்ட ஒருவரைச் சந்திப்பது உங்கள் இலக்காக இருந்தால், அவர் உங்களைச் சந்திக்கக் காத்துக் கொண்டிருப்பார். ஈர்ப்புவிதி உங்கள் இருவரையும் சந்திக்க வைக்கும். ஆனால் அந்த சந்திப்பு நிகழும்போது நீங்கள் என்ன செய்கிறீர்கள் என்பது உங்கள் பொறுப்பு.

11

மனத்தை வலிமைப்படுத்திக் கொள்ளுதல்

நம் மனத்தின் திறனில் பத்து சதவீதத்தைத்தான் நாம் பயன்படுத்துகிறோம் என்று அறிவியலறிஞர்கள் கூறுகின்றனர். மீதி தொண்ணூறு சதவீதத்தையும் நம்மால் பயன்படுத்த முடிந்தால், நாம் இன்னும் எவ்வளவு அதிகமான சாதனைகளைப் படைக்க முடியும் என்பதை நினைத்துப் பாருங்கள்.

"என் மூளையிலும் ஒரு பெரும் பகுதியை நான் பயன்படுத்தாமல் இருக்கக்கூடும். ஆனால் எவ்வாறு நான் அப்பகுதிக்குள் நுழைவது? அதை எனக்குச் சாதகமாக எவ்வாறு வேலை செய்ய வைப்பது?" என்று நீங்கள் கேட்கக்கூடும்.

இந்த அத்தியாயத்தில் நாம் விவாதிக்கவிருக்கும் விஷயம் அதுதான். நீங்கள் விரும்பும் எதுவொன்றையும் உங்கள் மனத்தைக் கொண்டு சாதிப்பது எப்படி என்பதை நாம் இதில் காணலாம்.

வாழ்வின் நோக்கத்தை வரையறுத்துக் கொள்ளுதல்

நம் வாழ்விற்கு ஒரு நோக்கம் இருக்க வேண்டியதன் அவசியத்தைப் பற்றி நாம் ஏற்கனவே பேசியிருக்கிறோம். இதை நாம் இன்னும் சற்று விரிவாகப் பார்க்கலாம். வாழ்வின் நோக்கம் என்பது ஒரு துருவ நட்சத்திரத்தைப் போன்றது. ஒரு குறிப்பிட்டப் பாதையில் நம்மை வழிநடத்திச் சென்று, நம் கவனம் முழுவதும் அதிலேயே இருக்கும்படிச் செய்யும் ஓர் ஒளி அது. நம் மனத்திற்கும் ஒரு நோக்கம் தேவை. இல்லையென்றால், நாம் திக்குத் தெரியாமல் அலைந்து திரிந்து, கவனம் சிதறி, வெகு குறைவாகவே சாதிப்போம். ஒரு குறிக்கோள் இல்லாமல், நாம் சாதிக்கும் விஷயங்கள் ஆழமற்று இருக்கும், நமது எதிர்காலம் கேள்விக்குறியாக இருக்கும், நமது நிகழ்காலம் குழப்பமானதாக இருக்கும். ஆனால் நம்மிடம் ஒரு குறிக்கோள் இருந்தால், எல்லாம் அதனதன் இடத்தில் கச்சிதமாகப் பொருந்திவிடும். வாழ்வில் மாபெரும் தீர்மானங்களை மேற்கொள்வதற்கு நமக்கு ஓர் அடித்தளம் கிடைத்துவிடும். நமது நோக்கம் என்ன என்பதைத் தீர்மானிப்பதுதான் நம் மனத்திற்கு நாம் கொடுக்க வேண்டிய முதல் வேலை.

மனவலிமையை அதிகரிப்பதற்கான ஒரு வழி

நமது நோக்கம் என்ன என்பதைத் தெரிந்து கொண்ட பின்னர், நம்மால் நம் வாழ்வின் அனைத்துப் பகுதிகளிலும் முன்னேறிச் செல்ல முடியும். மனம்தான் நம்மை வழிநடத்துகிறது. எனவே, நமக்கு விருப்பமான விளைவுகளைப் பெறுவதற்கு மிகவும் இன்றியமையாத பகுதி நமது மனம்தான். நம் மனவலிமையை அதிகரிப்பதற்கான ஆறு நிலைகளை இப்போது பார்க்கலாம்:

நிலை 1

நல்ல விஷயங்களைப் படியுங்கள்

“செய்தித்தாள்களில் நான் படிக்கும் விஷயங்கள் மட்டும்தான் எனக்குத் தெரியும்,” என்று அமெரிக்கத் திரைப்பட நடிகரான வில் ரோஜர்ஸ் கூறினார். எவ்வளவு வருத்தமான ஓர் அறிக்கை இது. செய்தித்தாள்களில் பெரும்பாலும் மோசமான செய்திகள்தான் அச்சிடப்படுகின்றன. அதில் உங்களை உத்வேகப்படுத்திய, ஊக்கப்படுத்திய, அற்புதமான செய்தியை நீங்கள் கடைசியாக எப்போது படித்தீர்கள்? அப்படிப்பட்டச் செய்திகள் அவற்றில் வெளிவருவது இல்லை. ஒரு செய்தி மோசமான செய்தியாக இல்லையென்றால், பத்திரிகை ஆசிரியர்கள் மற்றும் நிருபர்களைப் பொறுத்தவரை அது செய்தியே அல்ல. உங்களால் செய்தித்தாள் படிக்காமல் இருக்க முடியாது என்றால், குறைந்தபட்சம் இரவில் படுக்கச் செல்வதற்கு முன் அதைப் படிக்காதீர்கள். அப்படிப் படிப்பது, இரவு முழுவதும் உங்கள் மனத்தை எதிர்மறை எண்ணங்களால் நிரப்பிக் குழப்பத்தை விளைவிக்கும்!

புத்தகங்களைப் படியுங்கள், அதுவும் நல்ல புத்தகங்களை மட்டுமே படியுங்கள். தங்களுக்கென்று ஒரு நோக்கத்தைக் கொண்டிருப்பவர்கள், தங்கள் இலக்குகளை அடைவதற்குத் தங்களுக்கு வழிகாட்டும் புத்தகங்களை ஆர்வத்துடன் படிப்பார்கள். தலைவர்கள் யாவரும் புத்தகங்களைப் படிப்பதை வழக்கமாகக் கொண்டவர்கள் என்பதை நாம் அனைவருமே அறிந்துள்ளோம்.

தொழிற்துறையில் ஒரு பெரும் ஊக்குவிப்புப் பேச்சாளராகத் திகழ்ந்த ஜிம் ரான், உயர்ந்த சாதனைகளைப் படைக்க வேண்டும் என்றால் வாரத்திற்கு இரண்டு புத்தகங்களைப் படிப்பதை ஒழுங்குமுறையுடன் கடைபிடிக்க வேண்டும் என்று பரிந்துரைக்கிறார். அதாவது, வருடத்திற்கு சுமார் நூறு புத்தகங்கள்! “கடந்த 10 வருடங்களாக நீங்கள் அவ்வாறு

செய்திருந்தால், நீங்கள் ஆயிரம் புத்தகங்களைப் படித்திருப்பீர்கள்; வாழ்க்கையில் எவ்வளவு தூரம் முன்னேறியிருப்பீர்கள் என்று எண்ணிப் பாருங்கள்."

நிலை 2

உங்கள் மனத்தில் உள்ளதைப் பகிர்ந்து கொள்ளுங்கள்

இந்த நிலை இரண்டு அம்சங்களைக் உள்ளடக்கி உள்ளது. முதலாவது அம்சம், புத்தகங்களைப் படிக்கக் கற்றுக் கொள்வதோடு மட்டுமல்லாமல், மக்களையும் படிக்கக் கற்றுக் கொள்வது. மக்களைப் படிக்கும் கலையை நாம் கற்றுக் கொண்டுவிட்டால், நம் சொத்துக்களில் பாதியை நாம் உருவாக்கியதற்குச் சமம். நாம் எவ்வளவு தூரம் விழிப்புணர்வுடன் மக்களைக் கண்காணிக்கிறோமோ, எதிர்கால நடத்தையைக் கணிக்கும் பழக்க வழக்கங்களை அவ்வளவு விரைவில் நாம் காண்போம். நாம் எந்தத் தொழிலில் ஈடுபட்டுள்ளோம் என்பதைப் பற்றிக் கவலையில்லை. நாம் அனைவருமே மக்கள் தொடர்பான தொழிலில்தான் இருக்கிறோம்.

இந்த நிலையின் இரண்டாவது அம்சம், மக்களைக் கண்காணித்தப் பிறகு, அவர்கள் நம்மிடம் பரிவுடனும் பச்சாதாபத்துடனும் நடந்து கொள்கிறார்கள் என்பதைக் கணித்து, அவர்களுடன் பகிர்ந்து கொள்ளுதல். இதற்கு 'மாஸ்டர்மைன்ட்' என்று பெயர். இதில் ஒரு நபர் வேறொரு நபருடனோ அல்லது பல பேர் ஒரு குழுவாகவோ சந்தித்து, ஒருவருக்கொருவர் ஆதரவு காட்டுவதும், யோசனைகளைப் பரிமாறிக் கொள்வதும் உள்ளடங்கியுள்ளது. ஒருவரின் யோசனையின்மீது மற்றவர்கள் கேள்வி கேட்பார்கள். அவரது மனத்திறனை விரிவுபடுத்த முயற்சிப்பார்கள். அவரும் மற்றவர்களிடம் அதேபோல் செய்வார். இதன் விளைவாக, குழுவில் உள்ள ஒவ்வொருவரும் மனரீதியாக வளர்ச்சி அடைகின்றனர்.

நமக்கு அப்படிப்பட்ட ஒரு குழுவில் கலந்து கொண்ட அனுபவம் கிடைத்து, மற்றவர்களுடன் நாம்

நல்ல தொடர்பை ஏற்படுத்திக் கொள்ளும்போது, நமது மனத்தின் சக்தியும் வலிமையும் பன்மடங்கில் அதிகரிக்கின்றன. மற்றவர்களிடம் இருந்து நமக்கு ஆதரவு கிடைப்பதால் நமக்குப் பெரும் பலம் கிடைத்துவிடுகிறது.

மார்க் தன் 26வது வயதில் நியூயார்க் நகரில் தன் முதல் மாஸ்டர்மைன்ட் குழுவை உருவாக்கினார். அவர் அப்போதுதான் தன் பணத்தையெல்லாம் இழந்து திவாலாகியிருந்தார். அவர் தன் காப்பீட்டு முகவர், ஒரு வங்கியின் இயக்குனர், வீடுமனைகளில் முதலீடு செய்யும் ஒருவர், ஐயாயிரம் உறுப்பினர்களைக் கொண்ட ஒரு தேவாலயத்தின் பாதிரியார், ஒரு யோகி, மற்றும் ஒரு மருந்து விற்பனையாளர் ஆகியோரை ஒன்றிணைத்தார். அவர்கள் ஒவ்வொரு வாரமும் வியாழக்கிழமையன்று காலை ஏழரை மணிக்கு ஒன்றுகூடி, அடுத்து வரவிருந்த வாரத்திற்கான தங்கள் திட்டங்களையும் யோசனைகளையும் பகிர்ந்து கொண்டனர். நெப்போலியன் ஹில்லின் 'திங்க் அன்ட் குரோ ரிச்' புத்தகத்தில் குறிப்பிடப்பட்டுள்ள கொள்கைகளை அவர்கள் படித்தனர். ஒவ்வொருவரும் பிறரை உற்சாகப்படுத்தினர். தொடர்புகள், வியாபார யோசனைகள் ஆகியவற்றைப் பகிர்ந்து கொண்டு, பரஸ்பரம் ஒருவருக்கொருவர் உதவி செய்தனர்.

பகிர்ந்து கொள்வதற்கு பயப்படாதீர்கள்

மனத்தின் சக்தி சிறிதளவே உள்ளது, நம்முடைய சக்தியில் சிறிதளவை நாம் மற்றவர்களுடன் பகிர்ந்து கொண்டால், அது நமக்கு இழப்பாகவும், அடுத்தவருக்கு லாபமாகவும் அமையும் என்று சிலர் தவறான அபிப்பிராயத்தைக் கொண்டுள்ளனர். அதை ஒரு கணம்கூட நம்பாதீர்கள்.

"நீங்கள் இருளில் இருந்தால், உங்கள் மெழுகுவர்த்தியை என் மெழுகுவர்த்தியில் இருந்து ஏற்றிக் கொள்ளுங்கள். அது உங்களுக்கு வெளிச்சத்தைக் கொண்டு வரும், ஆனால் எந்த விதத்திலும்

என்னுடைய ஒளியை மங்கச் செய்யாது," என்று ஹெலன் கெல்லர் கூறியுள்ளார்.

நிலை 3

சிஷ்யனாக மாறுங்கள்

ஒரு சிஷ்யன் என்பவன் ஒரு குருவின் கீழ் படிப்பவன். உங்கள் மனத்தை நீங்கள் மேம்படுத்த விரும்பினால், சிறந்த ஆசிரியர்களைத் தேர்ந்தெடுங்கள். அவர்கள் கூறுவதைக் கவனித்துக் கேளுங்கள், அவர்களைப் பின்பற்றுங்கள்.

இதற்குமேல் இதை எங்களால் வலியுறுத்த முடியாது. பக்மின்ஸ்டர் ஃபுல்லர் மார்க்கின் ஆசானாக இருந்தார். வாழ்க்கையைப் பற்றிய ஏராளமான விஷயங்களை இவரிடமிருந்து மார்க் கற்றுக் கொண்டார். பக்மின்ஸ்டர் ஃபுல்லர், லியனார்டோ டாவின்சியைப்போல ஒரு பல்துறை மேதை.

சிறந்த ஆசான்களை எப்படிக் கண்டுபிடிப்பது? அதற்கான ஒரு வழி, நாம் பின்பற்ற நினைக்கும் சிறந்த வெற்றியாளர்களைச் சந்திப்பது. அவர்களை நாம் சந்திக்கும்போது, அவர்களுடைய ஆசான்கள் யார் என்று அவர்களிடம் நாம் கேட்க வேண்டும். அவர்கள் நிச்சயமாகத் தங்கள் ஆசான்களின் பெயர்களைக் கொடுப்பார்கள். அதோடு அந்த ஆசான்கள் தங்கள் வாழ்க்கையில் ஏற்படுத்திய மாபெரும் தாக்கங்களைப் பற்றி விவரிக்கவும் செய்வார்கள்.

நல்ல ஆசான்களைக் கண்டுபிடிப்பதற்கு ஏராளமான சிறந்த வாய்ப்புகள் உள்ளன. தனிப்பட்ட முறையில் அவர்களை நீங்கள் சந்திக்க முடியாவிட்டால், வேறு விதமான வாய்ப்புகள் உள்ளன. பல நிறுவனங்கள் ஊக்குவிப்புப் பயிலரங்குகளை வழங்குகின்றன. நீங்கள் எங்கு வாழ்ந்து கொண்டிருந்தாலும் சரி, ஏதேனும் ஒரு பயிலரங்கு எங்கேனும் ஓர் இடத்தில் நடந்து கொண்டுதான் இருக்கின்றது. மாதத்திற்கு ஒரு பயிலரங்கிலாவது நீங்கள் கலந்து கொள்ள வேண்டும் என்று நாங்கள் பரிந்துரைக்கிறோம்.

சிறந்த ஆசான்கள் அனைவரும் எப்போதும் நாடு முழுவதிலும் பயணம் செய்து மக்களிடம் பேசிக் கொண்டிருக்கின்றனர். அவர்கள் உங்கள் பகுதிக்கு வரும்போது, அவர்களது பேச்சைக் கேட்கச் செல்வதை உங்கள் முன்னுரிமையாக ஆக்கிக் கொள்ளுங்கள்.

ஒவ்வொரு பேச்சாளரும் ஒரு முக்கியக் கருத்தை முன்வைப்பார்கள். அது ஊக்குவிப்பு, அன்பு, அல்லது தொழில்ரீதியான வெற்றி, அல்லது வேறு ஏதேனும் ஒன்றாக இருக்கலாம். அவர்கள் முன்வைக்கும் கருத்து எதுவாக இருந்தாலும் சரி, உங்களை ஊக்குவித்து, உங்களுக்கு உத்வேகமளித்து, உங்களுக்குள் இருக்கும் மகத்துவத்தை வெளியே கொண்டுவரும் திறமை அவர்களிடம் உள்ளது என்பதுதான் அவர்கள் அனைவருக்கும் இடையே உள்ள ஒரு பொதுவான விஷயம்.

மாபெரும் ஆசான்களின் சொற்பொழிவுகளில் ஏதேனும் ஒன்றில் மாதம் ஒரு சொற்பொழிவிலாவது கலந்து கொள்ளுங்கள். பன்னிரண்டு வெவ்வேறு பேச்சாளர்களின் பேச்சைக் கேட்டப் பிறகு, ஏதேனும் ஒன்று அல்லது அதற்கு மேற்பட்ட விஷயங்கள் உங்கள் மனத்திற்குள் நுழைந்து, உங்களுடைய உண்மையான ஆற்றலை உங்களுக்குக் கோடிட்டுக் காட்டும். அப்படி உங்கள் ஆற்றல் உங்களுக்குப் புலப்பட்டவுடன், அதை நிறைவேற்றுவதற்கு நீங்கள் செயல்படத் துவங்குவீர்கள். செழிப்பு உங்களை நோக்கி வருவதை நீங்கள் கண்டறிவீர்கள்.

சிறந்த பேச்சாளர்களின் சொற்பொழிவுகளுக்குச் செல்வதற்கான வாய்ப்புகள் எல்லா நேரங்களிலும் உங்களுக்குக் கிடைக்காமல் போகலாம். எனவே, அவர்களுடைய உரைகள் அடங்கிய ஒலிநாடாக்களை வாங்கிக் கேட்குமாறு நாங்கள் உங்களுக்குப் பரிந்துரைக்கிறோம். நேர்மறைச் சிந்தனையை ஊக்குவிக்கும் ஒலிநாடாக்களுக்கு அடிமையாகுங்கள். அவை எங்கள் வாழ்க்கையை மாற்றியுள்ளன. கண்டிப்பாக அவை உங்கள் வாழ்க்கையையும் மாற்றக்கூடும்.

நிலை 4

ஊக்குவிப்புப் பேச்சுக்களைச் செவிமடுங்கள்

உயிரோடிருக்கும் ஒவ்வொரு மனிதனாலும் ஒலிநாடாக்களில் இருந்து பயன் பெற முடியும். ஒலிநாடாக்களைக் கேட்பதை ஒரு பழக்கமாகவும் ஒரு பொழுதுபோக்காகவும் ஆக்கிக் கொண்டுவிட்டால், நாம் சோர்வாக இருக்கும் நேரங்களில் அது நம்மை உயர்த்தும். இது உண்மை என்று எங்களுக்குத் தெரியும். ஏனெனில் இது எங்கள் விஷயத்தில் நிஜமாகியுள்ளது.

திவாலான சமயத்தில் மார்க் மிகவும் சோர்ந்து போயிருந்தார். கிட்டத்தட்ட அதளபாதாளத்தை அடைந்துவிட்டார். ஒலிநாடாக்கள் மட்டும் இல்லாமல் போயிருந்தால், நிரந்தரமாக அவர் அங்கேயே தங்கி இருந்திருக்கக்கூடும்.

அதற்குச் சிறிது காலத்திற்கு முன், அமெரிக்கப் பேச்சாளர்கள் நிறுவனத்தின் தலைவரான கேவட் ராபர்ட்டின் ஒலிநாடா ஒன்று மார்க்கிற்குக் கிடைத்திருந்தது. அந்த நேரத்தில் அதன் மதிப்பை அவர் அறிந்திராததால், அவர் அதைக் கேட்கவில்லை. தன் வாழ்க்கையை மோசமான நிலையிருந்து நல்ல நிலைக்கு மாற்றுவதற்கான சக்தி அதற்கு இருந்ததை மார்க் புரிந்திருக்கவில்லை. ஆனால் அவர் திவாலானபோது, அவருக்கு அனைத்து விதமான ஆதரவும் தேவைப்பட்டதால், "நீங்கள், காரணமா அல்லது விளைவா?" என்ற தலைப்பில் அமைந்த ஒலிநாடாவைக் கேட்டார். அதிலிருந்த ஒவ்வொரு வார்த்தையையும் தன்னால் நினைவுகூர முடிந்தவரை அவர் அதைத் திரும்பத் திரும்பக் கேட்டுக் கொண்டே இருந்தார். பிறகு அவர் மற்ற ஒலிநாடாக்களைக் கேட்டார். இந்த ஒலிநாடாக்கள் அவரைப் படுகுழியில் இருந்து மேலே கொண்டு வந்தன, அவரது வாழ்க்கையைக் காப்பாற்றின.

மார்க்கின் 'உங்களையே மிஞ்சி நிற்பது எப்படி' என்ற ஒலிநாடாவைச் செவிமடுத்தபோது ஜாக்

கேன்ஃபீல்டிற்கு இதே போன்ற ஓர் அனுபவம் ஏற்பட்டது. செழிப்புக் குறித்த விழிப்புணர்வு மற்றும் சிறப்பாகப் பணியாற்றுவது ஆகிய யோசனைகள் அவரது ஆழ்மனத்தில் ஆழமாகப் பதிவு செய்யப்பட்டன. அடுத்த இரண்டு வருடங்களில் ஜாக்கின் வருமானம் மூன்று மடங்காக அதிகரித்தது.

"அச்சு இயந்திரத்தின் கண்டுபிடிப்பிற்கு அடுத்து, ஒலிநாடாக்களின் கண்டுபிடிப்புதான் தொழில் நுட்பத்தில் ஏற்பட்டுள்ள மிக முக்கியமான முன்னேற்றம். இதற்குக் காரணம், மனிதகுலத்தின் 100 சதவீத உறுப்பினர்களாலும் தங்கள் சொந்த மொழியில் அதைக் கேட்க முடியும், காது கேளாதோரைத் தவிர," என்று ஏர்ல் நைட்டிங்கேல் கூறியதன் பொருளை நாங்கள் முழுமையாகப் புரிந்து கொண்டோம். தன் புத்தகங்களைவிடத் தன் ஒலிநாடாக்கள் பத்து மடங்கு அதிகமாக மக்களைச் சென்றடையும் என்று அவர் கூறினார்.

ஒலிநாடாக்கள் விரைவானவை

ஓர் ஒலிநாடாவைச் செவிமடுப்பதற்கு அதிக நேரம் ஆகாது. ஒவ்வொரு நாளும் முப்பது நிமிடங்களுக்கு ஒலிநாடாக்களைக் கேட்பதில் உங்கள் நேரத்தை முதலீடு செய்தீர்கள் என்றால், ஒரு வருடத்தில் 175 மணிநேரம் நீங்கள் அதைக் கேட்டிருப்பீர்கள். வீட்டில் இருந்து புறப்பட்டு வேலைக்குச் செல்லும்போதும், வேலை முடிந்து வீட்டிற்குத் திரும்பி வரும்போதும் நீங்கள் இந்த ஒலிநாடாக்களைக் கேட்கலாம். கேவட் ராபர்ட்ஸ் கூறியதுபோல், "நீங்கள் காரோட்டிச் செல்லும் நேரத்தை, கற்பதற்கான நேரமாக ஆக்கிக் கொள்ளுங்கள். நடமாடும் வகுப்பறையில் பயிலுங்கள்!" உங்கள் உடலுக்குப் பயிற்சி அளித்து மெருகூட்டும் நேரத்தில், தலைசிறந்த ஒலிநாடாக்களைக் கேளுங்கள். அது உங்கள் மனத்திற்கு மெருகு சேர்க்கும்.

மீண்டும் மீண்டும் கேட்பதுதான் இங்கு முக்கியம். ஒரு விஷயத்தை நாம் நமக்குச் சொந்தமாக்கிக்

கொள்வதற்குக் குறைந்தது 21 நாட்கள் தேவை என்று டாக்டர் மேக்ஸ்வெல் மால்ட்ஸ் கண்டறிந்தார்.

உங்கள் காசோலைகளில் சரியான தேதிகளை எழுதுவதற்கு ஜனவரி 21 வரை ஆகிவிடுவதை நீங்கள் கவனித்திருக்கிறீர்களா? மனத்தில் பதிந்துவிட்ட ஒரு பழக்கத்தை மாற்றக் குறைந்தது 21 நாட்கள் ஆகின்றன.

இறுதியில், உங்கள் சொந்தக் குரலில் பதிவு செய்யப்பட்ட ஒலிநாடாக்களைச் செவிமடுக்கவும் நீங்கள் விரும்புக்கூடும்! நீங்கள் எதைக் கேட்க விரும்புகிறீர்களோ அதை உங்கள் குரலில் பதிவு செய்து கொண்டு, பிறகு அதை மீண்டும் மீண்டும் நீங்கள் செவிமடுக்கலாம். எங்கள் நண்பர் ஒருவர், தானாகவே உருவாக்கிய, நேர்மறைச் செய்திகள் அடங்கிய தனது நான்கு ஒலிநாடாக்களிலும், ஆழ்மனத்தைத் தூண்டும் இசையை ஒலிக்கச் செய்தார். அது அபாரமான விளைவுகளைக் கொடுத்ததாக அவர் எங்களிடம் கூறினார்.

குடும்பத்தினருடன் காரில் பயணிக்கும்போது ஒலிநாடாக்களைப் பயன்படுத்துங்கள்

எங்கள் பயிலரங்குகளில் அடிக்கடிக் கேட்கப்படும் கேள்வி, “எதிர்மறையாக இருக்கும் என் மகன், மகள், கணவன், அல்லது மனைவியை நான் என்ன செய்வது?” என்பதுதான். அவர்கள் உங்களுடன் காரில் பயணிக்கும்போது, வலுக்கட்டாயமாக நேர்மறையான செய்திகளை உள்ளடக்கிய ஒலிநாடாக்களை ஒலிக்கச் செய்யுங்கள். மிசௌரி மாநிலத்தைச் சேர்ந்த ஒரு மாநில விவசாயக் காப்பீட்டு விற்பனையாளரான ரால்ஃப் ஃபோர்டு, பல வருடங்களுக்கு முன்பு மார்க்கின் பேச்சைக் கேட்டிருந்தார். எனவே, அவர் மார்க்கின் சில ஒலிநாடாக்களை வாங்கி, தன் குடும்பத்தினருடன் காரில் வெளியே சென்றபோதெல்லாம் அவற்றை ஒலிக்கச் செய்தார். முதலில் அவர்கள் அதை எதிர்த்தாலும், பிறகு வேறு வழியின்றி அவற்றைக் கேட்கத் துவங்கினர். அதன் விளைவாக, அவரது

மனைவியின் சுயமதிப்பு அதிகரித்து, ஆறு மாதங்களில் சுமார் 14 கிலோகிராம் எடை குறைந்தார். எட்டாவது வகுப்பில் படித்துக் கொண்டிருந்த அவரது மகனுக்கு ஆஸ்துமா நோய் இருந்தது. அதனால் படிப்பில் அவன் தோற்றுக் கொண்டிருந்தான். ஆனால் அந்த ஒலிநாடாக்கள் அவன் தன் மனத்தில் தன்னைப் பற்றிக் கொண்டிருந்த எண்ணத்தை மாற்றின.

அவரது மகன் தனது கூடைப்பந்துப் பயிற்சியாளரை அணுகி, "நான் என் வகுப்பில் நல்ல மதிப்பெண்களைப் பெற்றால், நானும் உங்கள் குழுவில் சேர்ந்து விளையாடலாமா?" என்று கேட்டான். அவர் அதற்குச் சம்மதித்தார். அவனும் அதைச் சாதித்தான்.

ரால்ஃபின் மகள் ஜில்லிற்குப் பதினோரு வயது. அவள் ஐந்தடி பதினோரு அங்குல உயரம் இருந்தாள். நடன வகுப்பில் சேர்ந்து அவள் பயிற்சி பெற்றுக் கொண்டிருந்தாள். பிராட்வே அரங்குகளில் நடனமாட அவள் விரும்பினாள். அவளுக்கு நடனப் பயிற்சி அளித்துக் கொண்டிருந்தவர், "நீ மிகவும் உயரமாக இருக்கிறாய், உன்னால் நேர்த்தியாகவும் நளினமாகவும் ஆட முடியாது," என்று கூறினார். ஆனால், "எதிர்மறையான, சுயஅழிவிற்கு வழிவகுக்கும் கருத்துக்களைக் காது கொடுத்துக் கேட்காதீர்கள், அது யாரிடமிருந்து வந்தாலும் சரி," என்று அந்த ஒலிநாடாக்கள் கூறியதைச் செவிமடுத்த ஜில், இன்று ஓர் அற்புதமான, நளினமான நடனக் கலைஞராகவும் மாடலாகவும் இருக்கிறாள்.

ரால்ஃப் அந்த ஒலிநாடாக்களைக் கேட்கத் துவங்கியதில் இருந்து, அவரது வருமானமும் இருமடங்காக அதிகரித்தது.

நிலை 5

பயிலரங்குகளில் கலந்து கொள்ளுங்கள்

எங்களுடைய அலுவலகங்களில் பணியாற்றுவோர், ஒவ்வொரு மாதமும் குறைந்தது ஓர் உத்வேகமூட்டும் பயிலரங்கிலாவது கலந்து கொள்ள நாங்கள் ஏற்பாடு

செய்கிறோம். தனிப்பட்ட முறையில் அவர்கள் வளர்ந்தால், அது வேலை உட்பட எல்லாவற்றிலும் பிரதிபலிக்கும் என்பது எங்கள் எண்ணம். பயிலரங்குகளில் நீங்கள் கற்றுக் கொள்ளும் விஷயங்கள் உங்கள் சுயமதிப்பை மீண்டும் உயர்த்த உதவுவதோடு, உங்கள் சாதனை எல்லையை விரிவுபடுத்துவும் செய்கின்றது. அன்றாட வாழ்வின் சலிப்பூட்டும் அனுபவங்கள், உங்களுக்கு நிகழ்ந்துள்ள நேர்மறையான விஷயங்களை மறக்கச் செய்து, உங்களை சாதாரண நிலைக்குக் கீழிறங்குபடிச் செய்துவிடுகின்றன. பயிலரங்குகள் அன்றாடம் அலுப்பூட்டும் விஷயங்களில் இருந்து உங்களை மீண்டும் மேலே உயர்த்துகின்றன.

கல்வி நிலையங்களில் பயிலரங்குகளுக்கான வாய்ப்புகள் ஏராளமாக உள்ளன. கல்லூரி என்பது ஒரு விரிவான பயிலரங்கின்றி வேறென்ன? கல்லூரி மற்றும் பல்கலைக்கழகங்களில் பயிலும் மாணவ மாணவியர் தங்கள் வகுப்புகளில் செலவிடும் நேரத்தைப் பற்றி நினைத்துப் பார்க்க வேண்டும் என்று நாங்கள் எப்போதும் பரிந்துரைக்கிறோம். அது அவர்களுக்கு மிகவும் ஆக்கப்பூர்வமான நேரமாக அமையக்கூடும். தலைசிறந்த பேராசிரியர்களிடமிருந்து கற்பது தலைசிறந்த விளைவுகளை உருவாக்கும். உத்வேகமூட்டும் பேச்சாளர்கள் மற்றும் ஆசிரியர்களைக் கண்டுபிடித்து அவர்களிடம் கற்றுக் கொள்ளுங்கள்.

நிலை 6

மோசமான தொலைக்காட்சி நிகழ்ச்சிகள் உங்கள்மீது தாக்கம் ஏற்படுத்துவதைத் தவிர்த்துவிடுங்கள்

ஒரு சராசரி அமெரிக்க வீட்டில், தொலைக்காட்சி ஒரு நாளைக்கு சுமார் 7.2 மணிநேரம் ஓடிக் கொண்டிருக்கின்றது. சராசரியாக, குழந்தைகள் ஒரு நாளைக்குப் பள்ளியில் செலவிடும் நேரத்தைவிட இரண்டு மணிநேரம் அதிகமாகத் தொலைக்காட்சியின் முன்னால் செலவிடுகின்றனர். தொலைக்காட்சி நம் குழந்தைகளின் மனத்திற்கான உண்மையான

ஆசிரியராக மாறிவிட்டது, நமக்கும்கூடத்தான்! நம்மையும் நம் குழந்தைகளையும் பராமரிப்பவர்கள் என்ற அடிப்படையில், "நான் இன்று பார்க்கவிருக்கும் நிகழ்ச்சி, அல்லது என் குழந்தைகளைப் பார்க்க அனுமதிக்கவிருக்கும் நிகழ்ச்சி, நான் சுவீகரித்து நடைமுறைப்படுத்த விரும்பும் நடத்தையைக் கற்பிக்கிறதா?" என்று நமக்கு நாமே கேட்டுக் கொள்ள வேண்டும்.

அவ்வாறு கற்பிக்கவில்லை என்றால், நாம் உண்மையிலேயே அதைப் பார்க்க விரும்புகிறோமா? தொலைக்காட்சி பார்ப்பதற்கான நேரத்தை மட்டுப்படுத்த வேண்டும், நிகழ்ச்சிகளின் தரத்தை நாம் கண்காணிக்க வேண்டும் என்று நாங்கள் பரிந்துரைக்கிறோம். தொலைக்காட்சி ஒட்டுமொத்தமாக மோசம் என்று நாங்கள் கூறவில்லை. அது வெறுமனே அளவுக்கு அதிகமாகப் பயன்படுத்தப்பட்டு வருகிறது. உங்களுக்கு உதவக்கூடிய சில உத்திகள் இவை:

1. தொலைக்காட்சியைத் தற்காலிகமாக நிறுத்தி வையுங்கள்: உங்கள் தொலைக்காட்சியை ஒரு வாரத்திற்கு நிறுத்தி வையுங்கள். குடும்பத்தின் எந்த உறுப்பினரும் அதைப் பார்க்க அனுமதிக்காதீர்கள். எங்கள் நண்பர் ஒருவர் தன் வீட்டிலிருந்த தொலைக்காட்சிப் பெட்டிகளை வெளியே கொண்டு வந்து தன் கார் நிறுத்தும் அறையில் போட்டு வைத்தார். அதற்குப் பதிலாக, 'குடும்ப நேரம்' என்ற ஒன்றைத் துவக்கினார். அந்த இரவில் ஒவ்வொரு குடும்ப உறுப்பினரும் கட்டாயம் பங்கு கொள்ள வேண்டும். அவர்கள் தங்கள் நண்பர்களை உடனழைத்து வரலாம். உரையாடல்கள், விளையாட்டுகள் ஆகியவை இங்கு விதிகள். குடும்பத்தில் இருந்த அனைவரும் இதைப் பெரிதும் விரும்பினர். அடுத்த ஆண்டு, அவர்கள் இதைச் சற்று மாற்றியமைத்தனர். இப்போது அவர்கள் வாரத்திற்கு ஒரே ஓர் இரவு மட்டுமே தொலைக்காட்சி நிகழ்ச்சிகளைப் பார்க்கின்றனர்.

2. தொலைக்காட்சி நிகழ்ச்சிகளுக்கான அட்டவணையை முன்கூட்டியே பாருங்கள்: தொலைக்காட்சியை ஆன் செய்து என்ன நிகழ்ச்சி நடந்து கொண்டிருக்கிறது என்று பார்க்காதீர்கள். நல்ல நிகழ்ச்சிகளை முன்கூட்டியே தேர்வு செய்து குறித்துக் கொள்ளுங்கள். பிறகு, குறித்த நேரத்தில் அதைப் பாருங்கள் அல்லது பின்னர் பார்ப்பதற்காகப் பதிவு செய்து வைத்துக் கொள்ளுங்கள். திட்டமிட்டத் தொலைக்காட்சி நேரம், உங்கள் தொலைக்காட்சியைச் சிறப்பானதாக்கும்.

3. டிவிடிக்களை வாடகைக்கு எடுங்கள்: எப்போதும் தொலைக்காட்சியில் வரும் நிகழ்ச்சிகளையே பார்க்காதீர்கள். பெரும்பாலான நிகழ்ச்சிகளும் தொடர்களும் உங்கள் மனத்திற்குச் சோர்வூட்டுவதாக அமைந்துள்ளன. மாறாக, உங்களை உற்சாகப்படுத்தும் கல்வி நிகழ்ச்சிகளையும் உலகத் தரம் வாய்ந்த திரைப்படங்களையும் நாடகங்களையும் பாருங்கள். இதன் மூலம், தொலைக்காட்சியின் முன்னால் நீங்கள் செலவழிக்கும் நேரத்தைத் தரமானதாக மாற்றிக் கொள்ளலாம்.

4. செயற்கைக்கோள்களில் இருந்து நேரடியாக ஒளிபரப்பப்படும் நிகழ்ச்சிகளைப் பாருங்கள்: இதில் ஏராளமான அலைவரிசைகள் உள்ளன. பல அலைவரிசைகள் கல்விச் சிறப்பு வாய்ந்தவையாகவும், களிப்பூட்டுபவையாகவும் உள்ளன. இது கேபிளில் வருபவற்றைவிடச் சிறப்பானவை. இதில் ஒவ்வொருவரும் தேர்ந்தெடுப்பதற்குப் பல வாய்ப்புகள் உள்ளன.

மனத்தின் சக்தி: இதை வீணாக்குவது கொடுமை

பிரபஞ்சத்திலேயே மிகவும் சக்தி வாய்ந்த கருவி உங்கள் மனம்தான். விண்ணில் உள்ள

நட்சத்திரங்களையும் உங்கள் மனத்தால் தொட முடியும், பெருங்கடல்களின் ஆழத்தையும் அதனால் எட்ட முடியும். மிகச் சிறிய நிகழ்வுகளோ அல்லது மிகப் பெரிய நிகழ்வுகளோ, எல்லாவற்றையும் உங்கள் மனத்தால் சிந்தித்துக் காட்சிப்படுத்த முடியும்.

நமது மனத்தின் உண்மையான மதிப்பை உணர்ந்து கொள்வதற்கான சிறந்த வழி, நம்மால் அதைப் பயன்படுத்தக்கூடிய திறன் இல்லாமல் போனால் வாழ்க்கை எப்படி இருக்கும் என்று கற்பனை செய்து பார்ப்பது. தலைசிறந்த ஊக்குவிப்புப் பேச்சாளர்களில் ஒருவரான நயோமி ரோட் சீனாவிற்குச் சென்ற வழியில் தான் சந்தித்த ஒரு நபரைப் பற்றிய ஒரு கதையைக் கூறுகிறார். சீனாவைச் சேர்ந்த அந்த நபர், நினைவுப் பரிசுகளை விற்கும் ஒரு கடையில் வேலை பார்த்துக் கொண்டிருந்தார். நயோமி அங்கு சீனாவின் நினைவுப் பரிசுகளை வாங்கிக் கொண்டிருந்தார். அந்நபர் ஆங்கிலத்தில் அற்புதமாகப் பேசுவதைக் கண்டு நயோமி வியந்தார். சீனாவில் சமீபத்தில் எந்த இடத்திற்கு அவர் சென்று வந்தார் என்று நயோமியிடம் அவர் விசாரித்தார். சீனப் பெருஞ்சுவரைப் பார்த்து வந்ததாகக் கூறிய நயோமி, கடைசியாக அவர் எப்போது அங்கு சென்று வந்தார் என்று அந்த நபரிடம் விசாரித்தார்.

"அதுதான் கொடுமை, நான் இதுவரை அதைப் பார்த்ததில்லை, இனி என்னால் அதைப் பார்க்கவும் முடியாது," என்று அவர் பதிலளித்தார்.

தான் முதுகலைப் பட்டத்திற்கு இணையான படிப்பைப் படித்திருந்தும், அந்தக் கடையில் ஒரு கணக்காளர் வேலை மட்டுமே தனக்குக் கொடுக்கப்பட்டிருந்ததாக அவர் விளக்கினார். தான் ஒரு நாளைக்கு எட்டு மணிநேரம் வேலை பார்ப்பதாகவும், மாதத்திற்கு ஒருநாள் மட்டுமே தனக்கு விடுப்பு என்றும், அதனால் பிரயாணத்தைத் தன்னால் நினைத்துக்கூடப் பார்க்க முடியாது என்றும் அவர் கூறினார்.

நயோமி அவரிடம், "உங்கள் மாபெரும் கனவு எது?" என்று கேட்டார்.

அவர் உடனடியாக, "அமெரிக்காவில் வாழ்வது! வாய்ப்புகளின் சொர்க்க பூமி அது!" என்று பதிலளித்தார்.

"அது ஏன்?" என்று நயோமி கேட்டார்.

"ஏனெனில், அமெரிக்காவில் நீங்கள் விரும்பும் எதையும், நீங்கள் விரும்பும் நேரத்தில், நீங்கள் விரும்பும் எவருடனும், நீங்கள் விரும்பும் அளவுக்குச் செய்து கொள்ளலாம்," என்று அவர் கூறினார்.

நம் மனத்தை விரிவுபடுத்தி நிரப்புவது இங்கு எளிது. ஆனால் நாம் பெரும்பாலும் அதைக் கண்டு கொள்ளாமல், நமது பொன்னான வாய்ப்புகளை வீணாக்கிவிடுகிறோம். உங்களிடம் ஓர் அற்புதமான மனம் உள்ளது. பிரபஞ்சத்தின் அதிசயம் அது. அதைப் பயன்படுத்துங்கள், மேம்படுத்துங்கள்.

12

நமது ஆன்மிகப் பகுதியை விழிப்படையச் செய்தல்

"முதலில் கடவுள், அடுத்துக் குடும்பம், அதையடுத்து வேலை" என்று பொறிக்கப்பட்டப் பலகைகள் மக்களின் வீடுகளில் உள்ள சுவர்களில் தொங்கவிடப்பட்டுள்ளதை நாம் அடிக்கடிப் பார்க்கிறோம். அது தவறான வாசகம். ஏனெனில், அவை அனைத்துமே முதலில் வரவேண்டியவைதான். நாம் அனைவரும் ஓர் ஆன்மீகப் பிரபஞ்சத்தில் வாழும் ஆன்மீக ஜீவன்கள். அந்த ஆன்மீகம் நம் குடும்பங்களிலும், வேலையிலும், நம் ஒட்டுமொத்த வாழ்விலும் ஊடுருவுகிறது. அதை அங்கீகரித்து, அதனோடு சேர்ந்து நாம் செயல்படலாம், அல்லது அதை மறுத்து, அது நமக்கு எதிராகச் செயல்படுவதற்கு நாம் வழிவகுக்கலாம். அது நமது விருப்பத்தேர்வுதான்.

ஓர் ஆன்மீக உலகம்

வேலை, நிதி, ஆரோக்கியம், மற்றும் நம் வாழ்வின் பல பகுதிகளில், நாம் உடனடியாக அடையாளம் கண்டுகொள்ளும் பலவிதமான சொற்களை நாம் பயன்படுத்துகிறோம். ஆனால் ஆன்மீகம் என்று

வரும்போது மட்டும், ஆன்மீகம் என்ற சொல் எதைக் குறிக்கிறது என்பது குறித்துக் கருத்து வேறுபாடு நிலவுகின்றது. நாங்கள் ‘ஆன்மீகம்’ என்று எதைக் கூற வருகிறோம் என்று உங்களில் பலர் வியந்து கொண்டிருக்கலாம்.

இது எங்களுக்கு ஒரு நிகழ்வை நினைவூட்டுகிறது. சான்பிரான்சிஸ்கோ நகரில், பிரபலமான ஃபேர்மான்ட் ஹோட்டலில் மிக வசதியான ஓர் அறையில் ஒரு பெண்மணி வாழ்ந்து கொண்டிருந்தார். அந்த அறையின் வாடகை வானளாவ இருந்தது. அத்தனைப் பணத்தையும் தன் ஒருவர்மீதே செலவழிப்பது குறித்து அவர் குற்ற உணர்வு கொண்டார். எனவே ஒருநாள், ஹோட்டலில் இருந்து அவர் வெளியே சென்றபோது, கலைந்த தலையுடனும் கிழிந்த ஆடையுடனும் அலங்கோலமான நிலையில் தெருவோரத்தில் ஒருவன் நின்று கொண்டிருந்ததைக் கண்டார். அவர் உள்ளம் நெகிழ்ந்தது. நேராக அவனிடம் சென்று, ஒரு நூறு டாலர் நோட்டை அவன் கையில் கொடுத்து, “அதிர்ஷ்டம் உன் பக்கம் இருக்கட்டும்,” என்று வாழ்த்தினார்.

அடுத்த நாள் அவர் மீண்டும் தன் ஹோட்டலில் இருந்து வெளியே வந்து கொண்டிருந்தபோது, நன்றாக சவரம் செய்யப்பட்ட முகத்துடன், மிக நேர்த்தியாக ஆடை அணிந்த ஒருவன் அவரை நோக்கி வந்து, ஐந்து நூறு டாலர் நோட்டுக்களை அவரது கையில் கொடுத்துவிட்டு, “அதிர்ஷ்டம் ஒன்றுக்கு ஐந்து மடங்கு கொடுத்துள்ளது,” என்று கூறினான்.

ஒரு நபரின் ஆன்மீகம் இன்னொரு நபரின் பந்தயக் குதிரை என்பதை இது காட்டுகிறது. எனவே, நாம் மேலும் இதைப் பற்றிப் பேசுவதற்கு முன், ஆன்மீகத்தை வரையறுக்கலாம்.

எங்களைப் பொறுத்தவரை, ஆன்மீகம் என்பது மனம் அல்லது அறிவைத் தாண்டி, ஆன்மாவை உள்ளடக்கியது. நாம் ஏதேனும் ஆன்மீகமான ஒன்றைச் செய்யும்போது, அதை நம் ஆன்மாவிலிருந்து செய்கிறோம். ஆனால் இங்கு நாங்கள் சமயரீதியான

கோட்பாடுகளைப் பற்றிப் பேசவில்லை என்பதைப் புரிந்து கொள்ளுங்கள். மதங்களும் ஆன்மீகத்தைப் பற்றிப் பேசுகின்றன என்றாலும் மதச்சார்பற்ற முறையிலும் நம்மால் ஆன்மீகத்தைப் பற்றிப் பேச முடியும்.

நமது ஆன்மீகத்திற்கு விழிப்பூட்டுதல்

நம் ஒவ்வொருவரிடமும் ஓர் ஆன்மீக அம்சம் உறைந்துள்ளது. ஆனால் அதைக் கண்டுபிடிப்பது சிலருக்குக் கடினமாக இருக்கக்கூடும். எடுத்துக்காட்டாக, பக்மின்ஸ்டர் ஃபுல்லர் தன் வாழ்வில் ஓர் இருண்ட நேரம் தோன்றும்வரை தன் ஆன்மீக இருத்தலை ஒருபோதும் கண்டுபிடிக்கவில்லை. அவரது மகள்களில் ஒருத்தி இறந்து போயிருந்தாள். அவரது தொழில் தோல்வியுற்றது. அறிவாளிகளின் சமூகம் அவரை ஒதுக்கி வைத்தது. அவரை ஒரு முட்டாள் என்று அது அழைத்தது. எனவே மிச்சிகன் ஏரியில் மூழ்கித் தன் உயிரை மாய்த்துக் கொள்வதென்று அவர் தீர்மானித்தார். ஏரியின் முனையில் அவர் நின்று கொண்டு இருந்தபோது, "கடவுள் இருக்கிறாரா? என் வாழ்வில் எனக்கென்று ஏதேனும் ஒரு நோக்கம் இருக்கிறதா?" என்று அவர் தன்னைத் தானே கேட்டுக் கொண்டார்.

உடனடியாக உள்ளுணர்வுரீதியாக அவருக்கு விடை கிடைத்தது. "இப்பிரபஞ்சத்தில் ஒரு பேரறிவு உள்ளது. புவியில் மனிதகுலத்தின் முழுமையான நலனுக்காக உன்னை அர்ப்பணித்துக் கொள்வதுதான் உன் வேலை."

தற்கொலையைப் பற்றிய சிந்தனைகள் மறைந்தன. அவர் இப்போது ஒரு நோக்கத்துடன் முன்னேறிக் கொண்டிருந்தார். அன்று முதல், அவர் தன் நோக்கத்தில் இருந்து ஒருபோதும் விலகவுமில்லை, தடுமாறவுமில்லை.

மார்க்கிற்கும் ஆன்மீக விழிப்புணர்வு மிகவும் மெதுவாகத்தான் வந்தது. அவர் குழந்தையாக

இருந்தபோது மதத்தில் இருந்து அது அவருக்குக் கிடைக்கவில்லை. அவரது குடும்பத்தார் மரபு தழுவிய ஒரு தேவாலயத்திற்கு வழக்கமாகச் சென்றனர். அங்கு சொற்பொழிவு நடந்து கொண்டிருந்தபோது அனைவரும் தூங்கினர். மதம் மக்களைத் தூங்க வைக்கிறது என்று மார்க் நினைக்கத் துவங்கினார். அவர் இவ்வாறு நினைவுகூர்கிறார்:

"தேவாலயங்கள் பொதுவாக, 'இதைச் செய்யாதே, அதைச் செய்யாதே,' என்று கட்டளைகள் மட்டுமே பிறப்பித்ததாக நானும் என் நண்பர்களும் நினைத்தோம். அதன் விளைவாக, எங்கள் அனுபவங்கள் எதிர்மறையானவையாகவும், நிறைவளிக்காதவையாகவும் இருந்தன. மதம் கற்பிக்கும் ஆன்மீகம் தங்களுக்குத் தேவையில்லை என்பது ஆரம்பகாலத்தில் என் நண்பர்களின் ஒருமித்தக் கருத்தாக இருந்தது.

"ஆனால் பிறகு, நான் திவாலானபோது, மன்ஹாட்டனில் இருந்த மார்பிள் காலேஜியேட் தேவாலயத்தில் நடந்த டாக்டர் நார்மன் வின்சென்ட் பீலின் பேச்சைக் கேட்பதற்கு என் நண்பர்கள் இருவர் என்னை அழைத்துச் சென்றனர். அது உற்சாகம் அளிப்பதாகவும் உத்வேகமூட்டுவதாகவும் எனக்கு அமைந்தது. டாக்டர் பீல் தன் தேவாலயத்தின் உறுப்பினர்களுக்கு ஆன்மீக வைட்டமின்களைக் கொடுத்துக் கொண்டிருந்தார். கூடவே, வாழ்வுதரும் உற்சாகத்தையும் அவற்றுடன் குழைத்துக் கொடுத்தார். அவரது பேச்சு என்னிடம் இருந்த ஆன்மீக வெறுமையைப் பற்றிய விழிப்புணர்வை எனக்கு வெளிப்படுத்தியது. நான் அந்த வெறுமையைப் போக்க விரும்பினேன்.

"அடுத்து என் இரு நண்பர்களும் என்னை மதிய உணவு உண்பதற்கு அழைத்துச் சென்றனர். நியூயார்க் நகரின் வாஷிங்டன் ஹைட்ஸ் பகுதியில் அமைந்திருந்த யுனைட்டட் பேலஸ் தேவாலயத்தில் மறைதிரு ஐக்கைப் பார்க்கச் செல்ல வேண்டும் என்று அவர்கள் என்னிடம் கூறினர். செழிப்பைப் பற்றி போதித்த அவர் கறுப்பர்

இனத்தைச் சேர்ந்தவர். அவரது தேவாலயத்தில் மதிய வேளையில் நடந்த பிரார்த்தனையில் நாங்கள் கலந்து கொள்ளச் சென்றபோது, பெரும் பணக்காரர்கள் பெரிய கார்களில் வந்து இறங்கியதைப் பார்த்து நான் வியந்து நின்றேன். நான் தேவாலயத்திற்குள் நுழைந்தவுடன், செழிப்பும், ஆடம்பரமும், பெருமதிப்பும் அங்கு தாண்டவம் ஆடியதைக் கண்டேன்.

"ஐயாயிரம் பேர் அவரது தேவாலயத்தில் நிரம்பி வழிந்தனர். கறுப்பர்களின் தேவாலயத்தில் நாங்கள் மூன்று வெள்ளையர்கள் அமர்ந்திருந்தோம். அங்கிருந்தவர்கள் எங்களை நேசித்தனர், கட்டி அணைத்தனர், முத்தமிட்டனர், வரவேற்றனர். ஒருசில நாட்களுக்கு முன்புதான் நான் திவாலாகியிருந்தேன் என்பது அவர்கள் ஒருவருக்கும் தெரிந்திருக்கவில்லை அல்லது அவர்கள் அதைப் பற்றிக் கவலைப்படவும் இல்லை. அங்கிருந்தோர் அனைவரும் ஆன்மீகரீதியாக வளர்ந்து கொண்டிருந்தனர், ஆன்மீகத்தை அறிந்து வைத்திருந்தனர் என்ற உணர்வு அங்கு நிலவியது.

"மறைதிரு ஐக் பேசியபோது, அவர் என்னுடைய ஆன்மீக அம்சத்தைத் தூண்டிவிட்டார். ஆன்மீக போதனையில் பல புதிய, உற்சாகமூட்டும் உள்நோக்குகளை அவர் எனக்கு வழங்கினார். நான் திவாலானது என் மனத்தையும் ஆன்மாவையும் கட்டிப் போட்டுள்ளது என்பதை நான் கண்டறிந்தேன். ஆன்மீகரீதியாகவும் பொருளாதாரரீதியாகவும் நான் சுதந்திரமாக இருக்க விரும்பினேன். 'கடவுள் ஒரு பணக்காரர். இந்தப் பிரபஞ்சத்தையும் இதிலுள்ள அனைத்தையும் அவர் படைத்துள்ளார். அவர் முடிவற்றவர். அவர் உங்களுக்குள் இருக்கிறார். எனவே படைப்பிற்கான எல்லையற்றச் சாத்தியக்கூறுகள் உங்களுக்குள் இருக்கின்றன,' என்று அவர் கூறினார்.

"என் ஆன்மா எனக்குள் அசைந்ததை என்னால் உணர முடிந்தது. முதன்முறையாக என் ஆன்மீகப் பகுதி விழிப்பூட்டப்பட்டுக் கொண்டிருந்தது. நான் ஓர் ஆன்மீகமான நபராக ஆகத் துவங்கியிருந்தேன்."

ஜாக்கின் ஆன்மீக விழிப்புணர்வு மேற்கு மசாசூசெட்ஸ் மாநிலத்தில் ஒரு யோகா வகுப்பில் நிகழ்ந்தது. ஜாக் இவ்வாறு நினைவுகூர்கிறார்:

"நான் பள்ளியில் படித்துக் கொண்டிருந்தபோது தேவாலய நடவடிக்கைகளில் மிகுந்த ஆர்வத்துடன் ஈடுபட்டு வந்தேன். எங்கள் குடும்பத்தினர் அனைவரும் தேவாலயத்திற்குச் சென்றனர். அதைத்தான் நாங்கள் முக்கியமாகச் செய்தோம். ஆனால் தேவாலயத்தில் இருந்த வயதானவர்களிடையே நிலவிய சிறுமைத்தனம் எனக்கு வெறுப்பை ஏற்படுத்தியது. கடவுள் அன்பானவர் என்றால், கிறித்தவ மதத்தின் ஒரு பிரிவினர் மற்றொரு பிரிவினரை ஏன் தாழ்வாக நினைக்கின்றனர்? கடவுள் என்பவர் ஒரு பிரம்மாண்டமான யோசனையாக இருந்தாலும், தேவாலயம் சில்லரைத்தனமாக நடந்து கொண்டது. ஒரு சிறுவனாக தேவாலய இசைக் குழுவில் பாடுவதை நான் மிகவும் விரும்பினேன். நாங்கள் பாடியபோது கடவுளின் ஆன்மா எங்களை ஊடுருவியது. அதே சமயம் தேவாலயம் ஆழமற்று இருப்பதாகவும், சிறுமைத்தனம் உடையதாக விளங்குவதாகவும் எனக்குத் தோன்றியது.

"நான் ஹார்வர்டு கல்லூரிக்குச் சென்றபோது, பெர்ட்ரன்ட் ரஸ்ஸலின் புத்தகங்களைப் படித்தேன். கடவுள் இருக்கிறார் அல்லது இல்லை என்று என்னால் உறுதியாகக் கூற முடியவில்லை. ஆனால், மசாசூசெட்ஸ் பல்கலைக்கழகத்தில் நான் படித்துக் கொண்டு இருந்தபோது, என்னை ஆசுவாசப்படுத்திக் கொள்வதற்காக யோகா வகுப்பில் சேர்ந்தேன்.

"ஒரு வகுப்பின்போது, நாங்கள் தியானம் செய்து கொண்டிருந்தோம். எங்கள் யோகா ஆசிரியர் எங்களை வழிநடத்திக் கொண்டிருந்தார். அந்த நேரத்தில், கடவுளின் நேரடியான அனுபவம் எனக்குக் கிடைத்தது. கடவுள் இருக்கிறார் என்பதும் அவர் அனைத்து உயிர்களிடத்திலும் நிலவுகின்றார் என்பதும் எனக்கு சந்தேகமின்றித் தெளிவாகியது. மகிழ்ச்சியும் பரவசமும் என்னை ஆட்கொண்டன. அந்நிலை பல மணிநேரங்களுக்குப் பிறகும் நீடித்தது. பின்னாளில்

எனக்கு இதேபோன்ற பல அனுபவங்கள் கிடைத்தன. கடவுளைப் பற்றிய எனது புரிதலை அவை வலியுறுத்தி மீண்டும் உறுதி செய்தன. நாம் அனைவரும் ஆன்ம அளவில் ஒன்றானவர்கள், கடவுள் அன்பானவர் என்ற அறிவு அன்றிலிருந்து என்னை என் எல்லா நடவடிக்கைகளிலும் வழிநடத்தி வந்துள்ளது.

"என் தேவைகளைப் பிரதிபலிக்கின்ற ஒரு தேவாலயத்தில் நான் இப்போது உறுப்பினராக இருக்கிறேன். இங்கு பல்வேறு கலாச்சாரத்தைச் சேர்ந்தவர்கள் உறுப்பினர்களாக உள்ளனர். வெள்ளையர்கள், கறுப்பர்கள், ஆசியர்கள், லத்தீன் அமெரிக்காவைச் சேர்ந்த ஸ்பானிஷ் மொழி பேசுபவர்கள் என்று பலதரப்பட்டவர்களும் இங்கு உறுப்பினர்களாக இருக்கின்றனர். அவர்கள் ஒவ்வொருவரும் ஒரு தனித்துவமான ஆன்மப் பரிசைக் கொண்டு வந்துள்ளனர். ஒவ்வொரு பிரார்த்தனைக் கூட்டத்தின்போதும் நிலவும் நற்செய்திப் பாடல்கள், ஆழ ஊடுருவும் தியானங்கள், குடும்பத்தினரின் அன்பு, கிறிஸ்துவின் அறிவு, அன்பு உணர்வு ஆகியவை நான் தேடும் ஆன்மீக அனுபவத்தின் அனைத்து அம்சங்களின் சக்திவாய்ந்த ஒரு கலவையாகும்."

உங்களுடைய ஆன்மீகத் தேவைகள்

நம் ஒவ்வொருவரிடமும் ஓர் ஆன்மீக அம்சம் உள்ளது. ஆனால் அந்த அம்சமும், அதை நாம் எவ்வாறு கையாள்கிறோம் என்பதும் குறிப்பிடத்தக்க வகையில் வேறுபடக்கூடும். பக்மின்ஸ்டர் ஃபுல்லருக்கும் எங்கள் இருவருக்கும் அது எவ்வாறு இருந்தது என்பதை நாங்கள் இங்கு சுட்டிக்காட்டியுள்ளோம். உங்களுக்கு அது முற்றிலும் வேறானதாக இருக்கலாம்.

உங்களுடைய ஆன்மீக விழிப்புணர்வும் வாழ்வின் நோக்கமும் எங்களுடைய அனுபவங்களில் இருந்து பெரிதும் மாறுபட்டிருக்கலாம். எந்த சூழ்நிலையிலும் அந்த விழிப்புணர்வு ஒருவருக்கு ஏற்படலாம். சிலருக்கு ஏதேனும் ஒரு பேரதிர்ச்சியூட்டும் சம்பவத்திலிருந்து

ஏற்படலாம். சிலருக்குத் தங்கள் உடலின் ஊனத்தில் இருந்து ஏற்படலாம்.

உடல் ஊனமுற்றவர்களுக்காக நடத்தப்படும் சிறப்பு ஒலிம்பிக் போட்டிகளில், ஆன்மீகம் கொடிகட்டிப் பறப்பதை நீங்கள் காணலாம். முதலிடத்தில் ஓடிக் கொண்டிருக்கும் ஒரு சிறுவன் தடுமாறி விழுவான். அவனோடு ஓடும் மற்றக் குழந்தைகள், அவனைத் தாண்டி ஓடி வெற்றிக்கனியைப் பறிப்பதற்குப் பதிலாக, ஓடுவதை நிறுத்திவிட்டு, அவனுக்குக் கைகொடுத்து உதவி, அவனை மீண்டும் முதலிடத்தில் ஓட வைப்பார்கள். நீங்கள் இதுவரை இத்தகைய சிறப்பு ஒலிம்பிக் போட்டியை நேரில் பார்த்ததில்லை என்றால், நீங்கள் அதைக் கண்டிப்பாக நேரில் சென்று பார்க்க நாங்கள் உங்களுக்குப் பரிந்துரைக்கிறோம். அங்கு நிலவும் துணிச்சல், அன்பு, பெருந்தன்மை ஆகியவை உங்கள் மனத்தை நெகிழச் செய்யும்.

சூழ்நிலைகள் எதுவாக இருந்தாலும் சரி, நம் ஆன்மீகப் பகுதி விழிப்புணர்வு பெறுவது எதிர்காலத்தில் நாம் அடையவிருக்கும் மேன்மைக்கான ஓர் அடையாளம்தான். ஆல்பர்ட் ஐன்ஸ்டீன், ஆபிரகாம் லிங்கன், ரால்ஃப் வால்டோ எமர்சன், மார்ட்டின் லூதர் கிங் ஜூனியர், அன்னை தெரேசா போன்ற பெரும் தலைவர்களிடம் இதை நாம் காணலாம். இவர்கள் ஒவ்வொருவரும் தாங்கள் ஆன்மீகரீதியான விழிப்புணர்வைப் பெற்றிருந்ததை உணர்ந்தவர்கள். தங்களது சாதனைகள் இந்தப் பிரபஞ்சத்தில் ஆன்மீகரீதியாகச் செயல்பட்டுக் கொண்டிருக்கும் ஒரு மாபெரும் ஆற்றலால் இயக்கப்படுவதாக அவர்கள் நம்பினர். அந்த ஆற்றலைத் தங்களால் தனிப்பட்ட முறையில் பயன்படுத்த முடியும் என்று அவர்கள் உணர்ந்திருந்தனர். இதே ஆற்றல் உங்களுக்கும் இருக்கின்றது. அது குறித்து நாம் விழிப்புணர்வு பெறுவதற்காக அது காத்துக் கொண்டிருக்கின்றது.

ஆன்மீக உத்திகள்

நம் வாழ்வில் ஆன்மீக அம்சத்தைச் சேர்த்துக் கொள்வதற்கு ஏராளமான வழிகள் உள்ளன. இவை எளிய விஷயங்கள்தான். ஆனால் இவற்றின் விளைவு நம் வாழ்வின் பிற அனைத்து அம்சங்களிலும் இணக்கத்தையும் சமநிலையையும் கொண்டு வரும்.

1. ஒவ்வொரு வேளை உணவருந்தும்போதும் ஆத்மார்த்தமாக நன்றி தெரிவியுங்கள்: நாம் உண்ணும் உணவிற்கு நன்றி தெரிவிப்பது நமக்கு ஆன்ம ஊக்கம் அளிப்பதோடு, நம் உணவையும் அதிக ருசிகரமானதாக ஆக்கும். உணவுப் பொருட்களை விளைவித்த விவசாயி, அதை அறுவடை செய்ய உதவிய மக்கள், வண்டியில் வைத்து அதை உங்கள் ஊருக்குக் கொண்டு வந்தவர், நீங்கள் சாப்பிடுவதற்காக அதைத் தயாரித்தவர் என்று, நீங்கள் உண்ணும் உணவிற்குப் பங்களித்துள்ள அனைவருக்கும் கடவுளுக்கும் ஒரு கணம் நன்றி கூறுங்கள். விதைகள் நன்றாக வளரும் விதத்தில் மண்ணில் முறையான காற்றோட்டத்தை உருவாக்கிய மண்புழுக்களுக்குக்கூட நாம் நன்றி கூறலாம். நன்றியுணர்வு என்பது மிக உயர்ந்த ஆன்மீகக் கொள்கைகளில் ஒன்று.

2. உங்கள் வாழ்வின் ஆன்மீக நோக்கத்தைக் கண்டுபிடிக்க முயற்சியுங்கள்: நம் வாழ்வின் நோக்கத்தை நாம் கண்டுபிடித்தவுடன், ஆன்மீகம் அதில் ஊடுருவும்படி பார்த்துக் கொள்ள வேண்டும். நம் நோக்கம் நாம் அடையக்கூடிய ஒன்றாக இருக்க வேண்டும் என்றால், அது மனிதகுலத்திற்குப் பயன்படுவதாகவும் ஆன்மீக இயல்பைக் கொண்டிருப்பதாகவும் அமைய வேண்டும். தனக்கு மட்டுமே பயனளிக்கக்கூடிய ஒரு கொள்கை சுயதோல்விக்குத்தான் இட்டுச் செல்லும்.

சாக்கடல் செத்துப் போயிருப்பதற்குக் காரணம், அது நீரை உள்வாங்கிக் கொண்டு, எதையும் வெளியே கொடுக்காததுதான். சுழற்சி விதி என்பது வாழ்வின் மாபெரும் விதிகளில் ஒன்று. நல்லவற்றைச் சுழலச் செய்யுங்கள், நல்லவை உங்களைச் சுற்றி வரும்.

3. வாழ்வு மற்றும் மரணத்தைப் பற்றிய ஓர் ஆன்மீகப் புரிதலை உருவாக்குங்கள்: மரணத்தின் மூலம் வாழ்வின் வேறொரு நிலைக்கு நாம் பயணிக்கிறோம் என்பது எங்கள் நம்பிக்கை. அதில் நாங்கள் உறுதியாக இருக்கிறோம். அந்த அறிவிலிருந்து நாங்கள் வலிமை பெறுகிறோம். அப்படிப்பட்ட ஒரு நம்பிக்கை எங்களுக்கு இல்லாவிட்டால், நாங்கள் ஒரு வெற்றிடமாக, எங்களிடமிருந்து ஆற்றலைத் தொடர்ந்து உறிஞ்சிக் கொண்டிருக்கும் வெறுமையான ஆன்மீக வாழ்க்கையைக் கொண்டவர்களாக இருந்திருப்போம். அந்தக் கேள்விக்கு நம் மனத்தில் விடையைக் கண்டுபிடிப்பது, மரணத்தைப் பற்றிய பயத்திலிருந்து நம்மை விடுவித்து, வாழ்க்கையை ஆரத் தழுவுவதற்கான சிறந்த ஆற்றலை நமக்குக் கொடுக்கிறது.

4. உங்கள் ஆன்மீக வளர்ச்சிக்கு உதவும் ஓர் ஆசானைத் தேடுங்கள்: ஒரு மாபெரும், உத்வேகமூட்டும் ஆன்மீக ஆசானைப் பெற்றிராத தலைசிறந்த நபர் எவரொருவரையும் நாங்கள் இதுவரை சந்தித்ததில்லை. பக்மின்ஸ்டர் ஃபுல்லர் ஆல்பர்ட் ஐன்ஸ்டீனைச் சந்தித்தபோது, ஐன்ஸ்டீன் 'பிரகாசித்தார்' என்று அவர் கூறினார். "அவரது முகத்தில் ஒளி வீசியது. பிரபஞ்சத்துடனும் கடவுளுடனும் அவர் ஆழமாக ஐக்கியமாகியிருந்தார்," என்று ஃபுல்லர் கூறினார். அதனால்தான் அவர் ஒரு தலைசிறந்த ஆசானாகத் திகழ்ந்தார். உங்கள் ஆன்மீக ஆசானைத் தேர்ந்தெடுக்கும்போது, உங்களுடைய

உணர்வும் அவரது உணர்வும் ஒத்திருப்பதை உறுதி செய்து கொள்ளுங்கள். நீங்கள் இருவரும் வெவ்வேறு உணர்வுத் தளத்தில் இருந்தால், அவர் கூறும் செய்தி எதுவாக இருந்தாலும், அது உங்களை வந்தடையாது.

5. ஆன்மீகக் காரியங்களைச் செய்யுங்கள்: இவை தனிப்பட்ட, உடனடியான விஷயங்களாக இருக்கலாம் அல்லது சமூக அளவில் பெரிய விஷயங்களாகவும் இருக்கலாம். நாம் உடனடியாகச் செய்யக்கூடிய விஷயங்களில் ஒன்று, நாம் பயன்படுத்திய அல்லது பயன்படுத்தாத, ஆனால் நல்ல நிலையில் உள்ள ஆடைகளை தானமாகக் கொடுப்பது. உங்களுக்குக் கிடைத்திருக்கும் ஆசீர்வாதங்கள் குறித்து இது உங்களை நல்ல விதமாக உணரச் செய்யும்.

சமூகக் கண்ணோட்டத்தில் ஆன்மீக விஷயங்களைச் செய்வது நமக்கும் மற்றவர்களுக்கும் அற்புதமான விளைவுகளைக் கொடுக்கும். இதில் ஒன்றுதான் 'மேக் எ விஷ் நிறுவனம்.' மரணத்தை எதிர்நோக்கிக் காத்திருக்கும் குழந்தைகளின் ஆசைகளை நிறைவேற்றுவதற்கு உதவுவதற்காக அமைக்கப்பட்ட நிறுவனம் இது.

நமது சூழ்நிலைகளைப் பொறுத்து நம்மாலும் இதுபோல் ஏதாவது ஒன்றைச் செய்ய முடியும். மனத்தை நெகிழ வைக்கும் இத்தகையதொரு சம்பவம் அரிசோனா மாநிலத்தின் ஃபீனிக்ஸ் நகரைச் சேர்ந்த ஓர் இளம் தாய்க்கு நடந்தது. அவளுக்கு பாப்சி என்ற ஏழு வயது மகன் இருந்தான். குணப்படுத்த முடியாத ஒரு நோயால் அவன் அவதிப்பட்டுக் கொண்டிருந்தான். அவனது மரணம் நிச்சயிக்கப்பட்டு இருந்தது. அவனது தாய் அவனிடம் சமயோசிதமாக, "உனக்கு ஏதேனும் ஓர் ஆசை இருந்து, அது நிச்சயமாக உண்மையாகும் என்று உனக்குத் தெரிந்தால், உன் விருப்பம் எதுவாக இருக்கும்?" என்று கேட்டாள்.

"நான் ஒரு தீயணைப்பு வீரனாக ஆக விரும்புவேன்," என்று பாப்சி பதிலளித்தான்.

அவள் தன் மகனின் ஆசையை நிறைவேற்ற வேண்டும் என்ற ஆழ்ந்த விருப்பத்துடன், உள்ளூர்த் தீயணைப்பு நிலையத்தின் தலைமை அதிகாரியைச் சந்தித்து விஷயத்தைக் கூறினாள். அந்த அதிகாரி ஒரு பெரிய, அன்பான, பரிவான இதயத்தைக் கொண்டிருந்தார். அவர் அவளிடம், "நாளை காலை ஏழு மணிக்கு நீங்கள் பாப்சியைத் தயாராக வைத்திருங்கள். நாங்கள் எங்கள் தீயணைப்பு வண்டியுடன் வந்து அவனை அழைத்துச் செல்வோம். மரியாதை நிமித்தம் நாளை ஒருநாள் அவன் தீயணைப்பு நிலையத்தின் தலைமை அதிகாரியாக இருப்பான். நீங்கள் அவனுடைய அளவுகளைக் கொடுத்தால், நாங்கள் அணியும் கடினமான தொப்பியைப்போல் அவனுக்கு ஒன்றைச் செய்து, நாங்கள் அணியும் மஞ்சள் நிறக் கோட் மற்றும் காலுறைகளையும் செய்து கொண்டு வருவோம்," என்று கூறினார். தான் கூறியபடியே, அடுத்த நாள், அவனுக்கென்று பிரத்யேகமாகத் தைக்கப்பட்டச் சீருடையையும், தொப்பியையும், காலுறைகளையும் கொண்டுவந்து, பாப்சிக்கு அவற்றை அணிவித்து அவர் தன் வாக்கைக் காப்பாற்றினார்.

மீண்டும் ஒருசில நாட்களுக்குப் பிறகு, உண்மையிலேயே தீ விபத்து நிகழ்ந்த மூன்று இடங்களுக்கு பாப்சி அழைத்துச் செல்லப்பட்டான். இதன் விளைவாக, மருத்துவர்கள் கணித்திருந்ததைவிட மூன்று மாதங்கள் அதிகமாக அவன் உயிர் வாழ்ந்தான். அவன் இறந்த அன்று, அவன் உயிர் வாழ்ந்து கொண்டிருப்பதற்கான முக்கிய அறிகுறிகள் பலவீனமாகிக் கொண்டு வந்ததைக் கண்ட தலைமைச் செவிலி, தீயணைப்புத் துறையின் தலைமை அதிகாரியை அழைத்து, அவன் அதிக நேரம் உயிர்வாழ மாட்டான் என்று தெரிவித்தார். இறக்கும்போது அவன் விரும்பும் மக்கள் அவனைச் சூழ்ந்திருப்பது அவனுக்கு நல்லது என்று தான் நினைப்பதாக அவர் மேலும் தெரிவித்தார்.

“அவன் இந்த உலகைவிட்டுச் செல்லும்போது, அது குறைந்த வலியுடனும் அதிக மகிழ்ச்சியுடனும் அமைவதற்கு உங்களால் ஏதேனும் செய்ய முடியுமா?” என்று அந்தச் செவிலி கேட்டார்.

“நிச்சயமாக, அவனைத் தாக்குப் பிடிக்கச் சொல்லுங்கள். ஐந்து நிமிடங்களில் நாங்கள் அங்கே இருப்போம். தீயணைப்பு வண்டியின் சைரன் ஒலிக்கும், விளக்குகள் பிரகாசிக்கும், ஆனால் கவலைப்பட வேண்டாம் என்று பிற நோயாளிகளிடம் தெரிவித்து விடுங்கள். மருத்துவமனையில் தீ பிடிக்கவில்லை என்று அவர்களுக்குத் தெரியட்டும். நாங்கள் கடைசியாக ஒருமுறை பாப்சியைப் பார்ப்பதற்கு அங்கே வருகிறோம். மூன்றாவது மாடியில் இருக்கும் அவனது அறையின் சன்னலைத் திறந்து வையுங்கள். நாங்கள் ஏணியுடன் வருகிறோம்,” என்று தலைமை அதிகாரி பதிலளித்தார்.

பதினான்கு தீயணைப்பு வீரர்கள் அந்த ஏணியின் வழியாக ஏறி பாப்சியின் அறைக்குள் நுழைந்தனர். ஒவ்வொருவரும் அவனைக் கட்டியணைத்து, புகழ்ந்து பேசி, கண்களில் கண்ணீருடன் கொஞ்சித் தழுவினர். அவன் இறுதியாக அவர்களை ஏறிட்டுப் பார்த்து, “நான் இப்போது உண்மையிலேயே தீயணைப்பு வீரனா?” என்று கேட்டான்.

கண்ணீரை அடக்கிக் கொண்டு, “ஆம், பாப்சி,” என்று தீயணைப்பு அதிகாரி பதிலளித்தார்.

பிறகு அவன் இறந்துவிட்டான்.

நாங்கள் இந்த நெகிழ்ச்சியான கதையுடன் இந்த அத்தியாயத்தை முடிப்பதற்குக் காரணம், நிறைவேறாத ஆன்மீக ஆசை ஒன்றுடன் நம் ஒவ்வொருவருக்குள்ளும் ஒரு சிறு குழந்தை இருக்கின்றது என்பதை உணர்த்துவதற்குத்தான். உங்களுக்குள் இருக்கும் அந்தக் குழந்தையின் ஆசையை நிறைவேற்றுவதில் உங்கள் மீதமுள்ள வாழ்நாள் முழுவதையும் நீங்கள் கழிக்க வேண்டும் என்று நாங்கள் கேட்டுக் கொள்கிறோம்.

முடிவுரை

நாங்கள் இந்நூலை எழுதியதன் நோக்கம், இன்னும் அதிகமானவற்றையும் இன்னும் சிறப்பானவற்றையும் நீங்கள் சாதிக்க வேண்டும் என்று உங்களைத் தூண்டுவதற்காகத்தான். நீங்கள் கேட்டால் கொடுப்பதற்கு வாழ்வின் அபரிமிதம் உங்களுக்காகக் காத்துக் கொண்டிருக்கிறது என்பதை உங்களுக்குக் காட்டுவதற்காகத்தான். இப்புத்தகத்திலிருந்து வாழ்க்கை குறித்த ஒரே ஓர் உள்நோக்கு உங்களுக்குக் கிடைக்க வேண்டும் என்று நாங்கள் விரும்பினால், அது இதுவாகத்தான் இருக்கும்: “வாழ்க்கையைப் பற்றி நீங்கள் சிந்திக்கும் விதத்தை மாற்றுவதன் மூலம், உங்களால் உங்கள் வாழ்க்கையை மாற்ற முடியும்.”

நீங்கள் சாதிக்க விரும்பும் விஷயங்களில் உங்கள் வெளிமனத்தைக் குவியுங்கள். உங்கள் ஆழ்மனம் மீதியைப் பார்த்துக் கொள்ளும். உங்கள் வெளிமனத்தைத் திறந்து, அது சரியான திசையில் செல்வதற்கு, உங்கள் இலக்குகளை எழுதி, மனக்காட்சிப்படுத்தி, சுயபிரகடனம் செய்யுங்கள். உங்களுக்கு ‘என்ன’ வேண்டும் என்று மட்டும் அதனிடம் கூறுங்கள். உங்களுக்குள் இருக்கும் மகத்துவத்தை வெளிக் கொணர்வது ‘எப்படி’ என்பதை உங்கள் ஆழ்மனம் பார்த்துக் கொள்ளும்.

மார்கிடா ஆன்ட்ரூஸ் என்ற சிறுமியின் உத்வேகமூட்டும் கதையுடன் நாங்கள் இப்புத்தகத்தை நிறைவு செய்ய விரும்புகிறோம். அவள் உண்மையிலேயே ஒரு சிறந்த சாதனையாளர்.

கடினமான சூழல்களில் வாழ்ந்த சிறுமி அவள். அவளது தந்தை அவளையும் அவளது தாயாரையும் தவிக்கவிட்டுவிட்டுக் குடும்பத்தைவிட்டுப் பிரிந்து சென்றுவிட்டார். ஒரு ஹோட்டலில் உணவு பரிமாறுபவராகக் கடினமாக உழைத்து அவளது தாயார்தான் அவளைத் தனியாக வளர்த்து வந்தார்.

மார்கிடா கல்லூரிக்குச் செல்வதற்காகத் தான் பணம் சேர்த்துக் கொண்டிருந்ததாக அவர் தன் மகளிடம் கூறினார். ஆனால் அவருக்கு உலகத்தைச் சுற்றிப் பார்க்க வேண்டும் என்ற தீராத ஆவல் இருந்தது. உலகின் பல்வேறு இடங்களின் புகைப்படங்களை அவர் தன் வீடு முழுக்க ஒட்டி வைத்திருந்தார். எனவே தானும் தன் மகளும் சேர்ந்து உலகைச் சுற்றிப் பார்ப்பதற்காகவும் அவர் பணம் சேமித்துக் கொண்டிருந்தார்.

பெரும்பாலான குழந்தைகள் வெறுமனே இதைக் கேட்டுவிட்டு, அதைப் பெரிதாகக் கண்டுகொள்ளாமல் போயிருப்பார்கள். ஆனால் மார்கிடா இதைக் காதுகொடுத்துக் கேட்டாள். தன் தாயாரின் இந்தக் கனவுகளை மெய்யாக்குவதற்குத் தான் ஏதேனும் ஒன்றைச் செய்யப் போவதாகவும், அது தன்னால் முடியும் என்றும் அவள் தீர்மானித்தாள். ஆனால் அவள் ஒரு சிறு பெண். அவளால் என்ன செய்ய முடியும்?

அவள் சிறுமியர் சாரணர் இயக்கத்தில் இருந்தாள். அமெரிக்காவில் சாரணர் இயக்கத்திற்கு நிதி திரட்டுவதற்காகப் பல்வேறு வகையான பிஸ்கட்டுகளை அந்த மாணவர்கள் விற்பது வழக்கம். தான் போதிய அளவு பிஸ்கட்டுகளைத் தன் இயக்கத்திற்கு விற்றுக் கொடுத்தால், சாரணர் இயக்க முகாமிற்குச் செல்வதற்குத் தனக்கு ஒரு வாய்ப்புக் கிடைக்கும் என்பதை அவள் படித்திருந்தாள். ஆனால் இதுவரை யாரும் விற்றிராத அளவு பிஸ்கட்டுகளைத் தான் விற்றால், தானும் தன் தாயாரும் உலகப் பயணம் ஒன்றைப் பரிசாகப் பெற முடியும் என்பதை அவள் கண்டறிந்தாள்.

அவள் உண்மையிலேயே அந்த பிஸ்கட்டுகளை விற்க விரும்பினாளா? நிச்சயமாக இல்லை!

உலகப் பயணத்தை மேற்கொள்ள விரும்பினாளா? ஆம், நிச்சயமாக!

மற்றவர்களைவிட அதிகமான பிஸ்கட்டுகளைத் தான் விற்கப் போவதாக அவள் எழுதி வைத்துக் கொண்டாள். அதை மனக்காட்சிப்படுத்தினாள், அதைப் பற்றிக் கனவு கண்டாள். தான் நிச்சயமாக அதை சாதிக்கப் போவதாகத் தன் அத்தையின் முன்னால் பிரகடனம் செய்தாள். "பணமுள்ள மக்களிடம் செல். உன் பிஸ்கட்டுகளை வாங்குமாறு அவர்களிடம் கூறு," என்று சில நல்ல அறிவுரைகளை அவர் அவளுக்குக் கொடுத்தார்.

அவள் ஒவ்வொரு நாளும் நியூயார்க் நகரின் பல்வேறு குடியிருப்புகள் மற்றும் கட்டிடங்களின் வரவேற்பறையில் மாலை நாலரை மணிமுதல் ஆறரை மணிவரை நின்றாள். அங்கு வருவோரை அணுகி, பணிவாகவும், கனிவாகவும், ஒரு புன்னகையோடும், "நான் ஒரு சாரணர் முகாமில் கலந்து கொள்வதற்காக இந்த பிஸ்கட்டுகளை விற்றுக் கொண்டிருக்கிறேன். உங்களுக்கு ஒரு டஜன் பிஸ்கட் டப்பாக்கள் போதுமா அல்லது இரண்டு டஜன்கள் வேண்டுமா?" என்று கேட்டாள்.

ஐந்து வருடங்களுக்குப் பிறகு, அவள் 42,000 டப்பாக்கள் பிஸ்கட்டுகளை விற்றிருந்தாள். தன் தாயாருடன் உலகச் சுற்றுப்பயணம் மேற்கொண்டாள். அவளது புகழ் பரவியது. தங்கள் ஊழியர்களிடம் வந்து பேசுமாறு ஐபிஎம் நிறுவனம் அவளை அழைத்தது. மாபெரும் காப்பீட்டுத் தொழிற்கூட்டத்திலும் கலந்து கொண்டு அவள் பேசினாள். அங்கு இருந்தபோது, அங்கு வந்திருந்த ஐயாயிரம் ஆயுட்காப்பீட்டு முகவர்கள் ஒவ்வொருவரிடமும் அவள் ஒரு டப்பா பிஸ்கட்டுகளை விற்றாள்.

அவளது அபாரமான சாதனைகளைக் கண்ட வால்ட் டிஸ்னி திரைப்படத் தயாரிப்பு நிறுவனம் 'த குக்கி கிட்' என்ற திரைப்படத்தை உருவாக்கியது.

அவள் எழுதிய ‘ஹௌ டு செல் மோர் குக்கீஸ், கான்டோஸ், கேடில்லாக்ஸ், கம்ப்யூட்டர்ஸ் . . . அன்ட் எவ்ரிதிங் எல்ஸ்’ என்ற புத்தகம் அமெரிக்காவில் விற்பனையில் பெரும் சாதனைகளைப் புரிந்தது.

எப்படிப்பட்ட அற்புதமான சாதனைகள்! பிஸ்கட்டுகளை விற்ற ஒரு சிறுமியின் சாதனைகள் இவை.

உங்களாலும் அற்புதமான சாதனைகளைப் படைக்க முடியும். உங்களால் முடியும் என்பதை நாங்கள் அறிவோம். உங்களால் முடியும் என்று நீங்களும் அறிவீர்கள். பிறகு எதற்காகக் காத்துக் கொண்டிருக்கிறீர்கள்?

துணியுங்கள்! வெற்றி நிச்சயம்!!

நாகலட்சுமி சண்முகம்

மொழிபெயர்ப்பாளர்

நாகலட்சுமி மிகச் சிறந்த ஊக்குவிப்புப் பேச்சாளர். மக்களிடம் பரிபூரண மாற்றம் கொண்டுவரும் கருத்தரங்குகளை இவர் நடத்தி வருகிறார். அமெரிக்காவின் ஊக்குவிப்புப் பயிற்சியாளர்களில் தலைசிறந்தவராக விளங்கி வருபவரும், 'சிக்கன் சூப் ஃபார் த ஸோல்' புத்தகங்களின் இணையாசிரியரும், இப்புத்தகத்தின் நூலாசிரியர்களில் ஒருவருமான **ஜாக் கேன்ஃபீல்டிடம்** அமெரிக்கா சென்று நேரடிப் பயிற்சி பெற்றவர். முழுநேரப் பேச்சாளராக ஆவதற்கு முன்பு, பத்து வருடங்கள் கணினித் துறையில் தலைமைப் பொறுப்பு உட்பட, பல பதவிகளை வகித்தவர்.

தமிழ் நாடகத் துறை முன்னோடி மேதைகளான டிகேஎஸ் சகோதரர்களில் ஒருவரான திரு முத்துசாமி அவர்களின் பேத்தியான நாகலட்சுமியிடம் இருந்த இயல்பான தமிழ் ஆர்வம் அவரைத் தமிழ் மொழிபெயர்ப்புத் துறைக்கு இழுத்து வந்துள்ளது. அவருடைய சமீபத்திய மொழிபெயர்ப்பு நூல்களில், **ரோன்டா பைர்னின்** 'சக்தி,' **டாக்டர் ஜோசப் மர்ஃபியின்** 'ஆழ்மனத்தின் அற்புத சக்தி,' **ஜான் மேக்ஸ்வெல்லின்** 'உங்களுக்குள் இருக்கும் தலைமைத்துவத்தை வளர்த்தெடுக்க,' **டாக்டர் ஸ்பென்சர் ஜான்சனின்** 'என் சீஸை நகர்த்தியது யார்?' **நார்மன் வின்சென்ட் பீலின்** 'நேர்மறைச் சிந்தனையின் வியத்தகு சக்தி,' **கேரி சேப்மேனின்** மிகப் பிரபலமான 'காதல் மொழிகள் ஐந்து,' **டேல் கார்னகியின்** 'நண்பர்களை எளிதாகப் பெறுவதும் மக்களிடம் செல்வாக்குடன் விளங்குவதும் எப்படி,' மற்றும் 'கவலையை விட்டொழித்து மகிழ்ச்சியாக வாழ்வது எப்படி' ஆகிய நூல்களும் அடங்கும்.

நாகலட்சுமி தனது கணவர் PSV குமாரசாமி மற்றும் தன் மகன்கள் சித்தார்த் மற்றும் மனோரஞ்சனுடன் தற்போது மும்பையில் வசித்து வருகிறார்.

ஜாக் கேன்ஃபீல்டு

ஊக்குவிப்புப் பேச்சாளர், நூலாசிரியர்

ஒரு பள்ளி ஆசிரியராக வாழ்க்கையைத் துவக்கி, இன்று பலநூறு கோடி சொத்துக்களுக்குச் சொந்தக்காரராகவும், உலகம் போற்றும் ஒரு பேச்சாளராகவும், சர்வதேச அளவில் கொண்டாடப்படுகிற ஒரு நூலாசிரியருமாக விளங்கும் ஜாக் கேன்ஃபீல்டைவிட, வெற்றி குறித்துப் பேச வேறு ஒரு பொருத்தமான நபர் இருக்க முடியாது. 1944ம் ஆண்டு பிறந்த ஜாக் கேன்ஃபீல்டு, கடந்த 30 வருடங்களாக உலகெங்கிலும் தான் நடத்தி வரும் பயிலரங்குகள் மூலமாக 5,00,000க்கும் அதிகமான தொழிலதிபர்கள், பெருநிறுவனத் தலைவர்கள், மேலாளர்கள், விற்பனைப் பிரதிநிதிகள், நிறுவன ஊழியர்கள், கல்வியாளர்கள் மற்றும் தனிநபர்கள் தங்களுடைய ஆத்மார்த்தமான கனவுகளை நனவாக்க வழிகாட்டியுள்ளார்.

உலகின் மிகச் சிறந்த புத்தக வரிசைகளில் ஒன்றாகத் திகழும் 'சிக்கன் சூப் ஃபார் த ஸோல்' புத்தக வரிசையை அவர் மார்க் விக்டர் ஹான்சனுடன் சேர்ந்து 1993ம் ஆண்டு தோற்றுவித்தார். இன்று 'சிக்கன் சூப்' புத்தகங்கள், 40 மொழிகளில் 12 கோடிக்கும் அதிகமாக விற்பனையாகி உள்ளன. அமெரிக்காவில் மிக அதிகமாக விற்பனையாகும் 10 புத்தகங்களின் பட்டியலை வெளியிடும் நியூயார்க் டைம்ஸ் பட்டியலில் ஒரே சமயத்தில் அவரது 7 புத்தகங்கள் இருந்ததற்காக அவர் கின்னஸ் சாதனைப் பதக்கமும் பெற்றுள்ளார்.

அவரது சமீபத்தியப் புத்தகமான 'த சக்சஸ் பிரின்சிபில்ஸ்', சர்வதேச அளவில் பெரும் வரவேற்பைப் பெற்றுள்ளது. அவர் அப்புத்தகத்தில் பல்வேறு துறைகளைச் சார்ந்த மாபெரும் சாதனையாளர்கள் வெற்றிகரமாக உபயோகித்துள்ள 64 வெற்றிக் கொள்கைகளைத் தொகுத்து, சாதாரணமானவர்களும் அதை எப்படி எளிதாகப் பின்பற்றி வாழ்க்கையில் பெருவெற்றி காணலாம் என்பதைத் தெளிவாகப் படம்பிடித்துக் காட்டுகிறார்.

அவர் அமெரிக்காவின் அனைத்துப் பிரபல தொலைக்காட்சி நிகழ்ச்சிகளிலும் தோன்றியுள்ளார். உலகெங்கும் மக்களின் ஏகோபித்த வரவேற்பைப் பெற்றுள்ள 'இரகசியம்' திரைப்படத்தில் ஓர் ஆசானாகத் தோன்றியிருந்தார். அவர் 1000க்கும் மேற்பட்டத் தொலைக்காட்சி மற்றும் வானொலி நிகழ்ச்சிகளிலும் பங்கேற்றுள்ளார்.

ஜாக், ஹார்வர்டு பல்கலைக்கழகத்தில் 'பி.ஏ.' பட்டமும், மசாசூசெட்ஸ் பல்கலைக்கழகத்தில் 'எம்.எட்.' பட்டமும் பெற்றுள்ளவர். அவருக்கு மூன்று கல்வி நிறுவனங்கள் கௌரவ டாக்டர் பட்டம் வழங்கி கௌரவித்துள்ளன.

மார்க் விக்டர் ஹான்சன்

ஊக்குவிப்புப் பேச்சாளர், நூலாசிரியர்

1948ல் பிறந்த மார்க் விக்டர் ஹான்சன், தனது 26வது வயதில் தான் சம்பாதித்திருந்த அனைத்தையும் இழந்து திவாலானார். பின்னர் அவர் படிப்படியாக, இப்புத்தகத்தில் கூறப்பட்டுள்ள கொள்கைகளைத் தன் வாழ்க்கையில் பயன்படுத்தி இன்று ஒரு பெரும் கோடீஸ்வரராக உருவாகியுள்ளார். தன் வாழ்க்கை அனுபவங்களை அடிப்படையாக வைத்து, வாழக்கையில் எவரொருவரும் எப்படிப் பெருவெற்றி பெற வேண்டும் என்று அவர் மேடையில் முழங்கும்போது, அது கேட்பவரைக் கட்டிப் போடுவதில் வியப்பில்லை.

உலகின் மிகச் சிறந்த புத்தக வரிசைகளில் ஒன்றாகத் திகழும் 'சிக்கன் சூப் ஃபார் த ஸோல்' புத்தக வரிசையை, ஜாக் கேன்ஃபீல்டுடன் சேர்ந்து 1993ம் ஆண்டு அவர் தோற்றுவித்தார். இன்று 'சிக்கன் சூப்' புத்தகங்கள், 40 மொழிகளில் 12 கோடிக்கும் அதிகமாக விற்பனையாகி உள்ளன.

பெருவெற்றி அடைந்துள்ள பல நூல்களை அவர் எழுதியுள்ளார். அவரது சமீபத்தியப் புத்தகமான 'ஒன் மினிட் மில்லியனர்' பல கோடீஸ்வரர்களை உருவாக்கத் துணைபுரியும் நோக்கத்தில் எழுதப்பட்ட ஒன்றாகும். எண்ணற்ற வீடியோ மற்றும் ஆடியோ நிகழ்ச்சிகளையும் அவர் தயாரித்துள்ளார்.

வெற்றிகரமாக இயங்கும் கோடிக்கணக்கான மதிப்புள்ள பல தொழில்நிறுவனங்களுக்கு இன்று அவர் சொந்தக்காரர்.

ஓப்பரா, சிஎன்என் உட்பட, எண்ணற்றத் தொலைக்காட்சி நிகழ்ச்சிகளில் அவர் பங்கேற்றுள்ளார். 'டைம்ஸ்,' 'யுஎஸ்ஏ டுடே' உட்பட, பல பத்திரிகைகள் அவரைப் பேட்டி கண்டு எழுதியுள்ளன.

மார்க் மிகுந்த ஆர்வத்துடன் இயங்கிக் கொண்டிருக்கும் ஒரு கொடைவள்ளல். 'ஹாபிடாட் ஃபார் ஹியுமானிடி,' 'அமெரிக்க செஞ்சிலுவைச் சங்கம்' போன்ற பல மனிதாபிமான அமைப்புகளுக்காக அவர் அயராது பாடுபட்டு வருகிறார்.

2002ல் டோலேடோ பல்கலைக்கழகம் அவருக்கு கௌரவ டாக்டர் பட்டம் வழங்கி கௌரவித்தது.